உருமாற்றம்

உருமாற்றம்

ஃபிரான்ஸ் காஃப்கா

ஜெர்மன் மொழியிலிருந்து ஆங்கிலத்துக்கு

வில்லா முய்ர், எட்வின் முய்ர்

தமிழில்

ச. வின்சென்ட்

எதிர் வெளியீடு

உருமாற்றம்
ஃபிரான்ஸ் காஃப்கா
தமிழில்: ச. வின்சென்ட்

முதல் பதிப்பு: டிசம்பர் 2014
இரண்டாம் பதிப்பு: ஜூலை 2021

எதிர்வெளியீடு,
96, நியூ ஸ்கீம் ரோடு, பொள்ளாச்சி – 642 002.
தொலைபேசி: 04259 – 226012, 99425 11302.

விலை: ரூ. 300

Urumaatram
Metomorphosis and other stories
Franz Kafka

Copyright © Franz Kafka
Translated by S. Vincent
Tamil Edition Copyright with Ethir Veliyeedu

First Edition: December 2014
Second Edition: July 2021

Published by
Ethir Veliyeedu, 96, New Scheme Road, Pollachi – 2
email: ethirveliyedu@gmail.com
www.ethirveliyeedu.com

ISBN: 978-93-84646-14-1
Cover Design: Vijayan
Printed at Jothy Enterprises, Chennai.

All rights reserved. No part of this book may be reprinted or reproduced or utilised in any form or by any electronic, mechanical or other means, now known or hereafter invented, including Photocopying and recording, or in any information storage or retrieval system, without permission in writing from the Publisher.

பொருளடக்கம்

ஃபிரான்ஸ் காஃப்கா ஓர் அறிமுகம் ... 7

உருமாற்றம் ... 17

சீனாவின் நெடுஞ்சுவர் ... 78

ஒரு நாயின் ஆராய்ச்சி ... 95

வளை ... 149

தண்டனைக் குடியிருப்பில் ... 192

இராட்சத மூஞ்சுறு ... 222

ஃபிரான்ஸ் காஃப்கா
ஓர் அறிமுகம்

ஃப்ரான்ஸ் காஃப்கா உலகின் தலைசிறந்த எழுத்தாளர்களில் ஒருவர். "தாந்தேயும், ஷேக்ஸ்பியரும், கதேயும் அவரவர்களுடைய காலத்தின் ஆளுமைகளாக இருந்ததுபோல காஃப்கா நமது காலத்தோடு தொடர்புடையவராக வருபவர்களில் முதன்மையாக இருக்கிறார்," என்று கவிஞர் டபிள்யூ.எச். ஆடன் கூறுகிறார்.

காஃப்காவை ஒரு மார்க்சிஸ்ட், அதீதக் கற்பனைவாதி, இருப்பியலாளர் என்றெல்லாம் வர்ணித்திருக்கிறார்கள். மனிதனுக்கும் கடவுளுக்குமுள்ள உறவைக் கண்டறிய முயலும் இறையியல் ஆய்வாளர் என்று குறிப்பிடுபவர்களும் உள்ளனர். காஃப்காவின் பதிப்பாளர் பிராட் 'அரண்மனை'*(The Castle)* நூலை சமயக் கோட்பாட்டின் அடிப்படையில் பார்க்கிறார். அதில் வரும் அரண்மனை இறையியலாளர் கூறும் 'அருள்' என்று பொருள் தருகிறார்.

காஃப்கா 1883ஆம் ஆண்டு பிராக்கில் ஒரு யூத வணிகரின் ஒரே மகனாகப் பிறந்தார். ஜெர்மன் தொடக்கப் பள்ளியில் பயின்ற அவர் 1906ஆம் ஆண்டு சட்டப் படிப்பை முடித்தார். உடனே காப்பீட்டுத் துறையில் பணியில் சேர்ந்தார். 1914ஆம் ஆண்டு ஃபெலிசியுடன் மண ஒப்பந்தம் நடந்தது, அதே ஆண்டு அது முறிந்து விட்டது. 1897ஆம் ஆண்டே காஃப்கா எழுதத் தொடங்கினாலும் 1910ஆம் ஆண்டுக்குப் பிறகுதான் சிறப்பாக எழுத்துத் துறையில் இறங்கினார் என்று கூறலாம். 'அமெரிக்கா' என்ற புதினத்தை எழுதத் தொடங்கினார். 1912இல் 'உருமாற்றம்,' 'தீர்ப்பு' முதலிய கதைகள் எழுதப்பட்டன. 1917ஆம் ஆண்டு காசநோயால் பாதிக்கப்படுகிறார். 'சீனாவின் நெடுஞ்சுவர்' முதலிய கதைகளையும், உவமைக் கதைகளையும்

எழுதுகிறார். 1918இல் பிராக் திரும்புகிறார். ஜூலியைச் சந்திக்கிறார். 1919இல் அவரோடு மண ஒப்பந்தம். அதே ஆண்டு மிகுந்த விமர்சனத்துக்கு உள்ளான 'தந்தைக்கு ஒரு கடிதம்' எழுதப்படுகிறது. ஜூலியோடு ஒப்பந்தத்தை முறிக்கிறார். மிலானாவுடன் காதல். 'அரண்மனை'யைத் தொடங்குகிறார். 1922இல் 'ஒரு நாயின் ஆராய்ச்சி' முதலான கதைகளையும் 1923ஆம் ஆண்டு 'வளை'-யையும் எழுதுகிறார். 1924ஆம் ஆண்டு ஆஸ்திரியாவில் மரணம் அடைகிறார்.

காஃப்கா பிறந்து வளர்ந்த பிராக் நகரத்தில் அவர் பிறந்த ஆண்டே யூத எதிர்ப்புக் கலவரங்கள் மூண்டன. ஜெர்மானிய, செக் குழந்தைகளின் கேலிப் பேச்சுக்கு ஆளான காஃப்கா தான் எந்த நாட்டுக்கும், எந்த இடத்துக்கும் சொந்தமில்லை என்ற உணர்வோடு வளர்ந்தார். பிறரை அடக்கி ஆதிக்கம் செலுத்தும் சூழல் வெளியிலிருந்தது என்றால் வீட்டிலும் அதே நிலைதான். தந்தை ஒரு கொடுங்கோலன் போல நடத்துவார். காஃப்கா பயத்திலேயே வளர்ந்தார். இளமையில் காஃப்கா வளர்ந்த சூழல் அவருக்கு நீதியின்பால் அக்கறையையும், அன்பின்மேல் தாகத்தையும் ஏற்படுத்தியது. கதே, ஃப்ளாவே, சார்லஸ் டிக்கன்ஸ் ஆகியோருடைய எழுத்துக்கள் அவரைக் கவர்ந்து ஆட்கொண்டன.

காஃப்காவின் கதைகளையும், குறுநாவல்களையும் புரிந்து கொள்வது கடினம். சில நேரம் குழம்பிப் போவோம். எரிச்சலும் வெறுப்பும் கூட ஏற்படலாம். அவருடைய நடையும் கூட அவரைப் புரிந்து கொள்வதை எளிதாக்குவதில்லை. வாக்கியத்துக்குள் வாக்கியமாகச் சுற்றி வரும். சில நேரங்களில் ஒரு வாக்கியமே ஒரு பத்தியளவு நீளும். அவர் எழுதிய ஜெர்மன் வட்டார மொழியின் தன்மை அது. ஆங்கிலத்தில் மொழி பெயர்த்தவர்களும் அதனைப் பின்பற்றியிருக்கிறார்கள். தமிழில் இந்த வாக்கிய அமைப்பைக் கொண்டு வருவது இயலாதது என்றே சொல்ல வேண்டும்.

கதைகள் உருவகங்களாகவும், புனைவுகளாக இருப்பதும் வாசகரைப் பெரிதும் சோதிக்கிறது. இயற்கையை விகாரப்படுத்தும் அதீதக் கற்பனையும் இவற்றோடு சேர்ந்து கொள்ளும். இது காஃப்காவிற்கே உரித்தானது. எனவே

தான் இந்த உத்தியைக் காஃப்காஸ்க் (Kafkaesque) என்று அழைக்கிறார்கள்.

காஃப்காவைப் படிப்பதற்கு சில விளக்கங்கள் உதவுகின்றன. குறிப்பாக 'அதீதக் கற்பனை,' 'இருப்பியல்' பற்றித் தெரிந்து கொள்வது அவசியம். அதீதக் கற்பனை என்பது 1920களில் தோன்றிய ஒரு பண்பாட்டுக் கலை இயக்கம். கனவுக்கும், உண்மை நிலைக்கும் இடையே இருப்பதாகத் தோன்றுகின்ற முரண்பாடுகளைத் தெளிவிக்கும் முயற்சி. நினைவிலி மனத்தின் கருத்துக்களை கலைப் பொருட்களாகவும், ஓவியங்களாகவும், எழுத்தாகவும் வெளிப்படுத்தும் முயற்சி இது. எதிர்பாராத நிகழ்ச்சிகளை, உருவங்களை மோத விடுகின்ற உத்தி இது. இதன் நிறுவனர் ஆண்ட்ரே பிரட்டன் என்ற உளவியல் மருத்துவர். ஃப்ராய்டின் கோட்பாடுகள் அதீதக் கற்பனை வளர உதவின. சிந்தனை ஓட்டத்தை பகுத்தறிவிற்கு அறிவின் அப்பால் அழகுணர்வு வரம்பு, ஒழுக்க நெறிக் கட்டுப்பாடுகளை மீறி எழுத்தாகவும், கலையாகவும் வெளிப்படுகிறது. காஃப்காவின் கிரிகரும், மூஞ்சுறும், வளை தோண்டும் விலங்கும் அதீதக் கற்பனையின் விளைவுகள்.

வாழ்க்கையின் உண்மைப் பொருளை ஆராய்கிறது இருப்பியல். என்னுடைய வாழ்க்கை தத்துவார்த்தக் கருத்துக்களோ, கருதுகோள்களோ இல்லை. நான் வாழ்வது தான் வாழ்க்கை; நான் உணர்வது, செயல்படுவது தான் வாழ்க்கை. வாழ்க்கையின் தன்மையே என்றும் இருக்கும் ஒரு கவலைதான், சாவின் முக்கியத்துவம்தான். மனித வாழ்க்கை தானாகவே நடைபெறுகிறது. பதற்றமும், வருத்தமும் இதனை அறிந்து கொள்வதன் வெளிப்பாடுகள். இந்த, இப்போதைய மனநிலை ஒன்றுதான் முதன்மையானது. தானாகவே இயங்குகிறது என்னும்போது நான் முடிவெடுக்கும்போது பகுத்தறிவு, ஒழுக்க நெறிகள், ஆராய்ந்து எடுக்கப்படவேண்டிய முடிவுகள் ஆகியவற்றிற்கு இடமில்லை. அடுத்து எனக்கு நானே உண்மையாக வாழ்தல்; இன்றைய உலகில் இதற்கு இடமில்லை. உரிமையின் இடம் என்பது இன்னொரு கோட்பாடு. அதாவது ஒருவருடைய செயல்களுக்கு அவரே பொறுப்பு. அவருடைய விழுமியங்களுக்கும் அவரே பொறுப்பு. பொதுவான சமுதாய மதிப்பீடுகளிலிருந்து தனது விழுமியங்களைத் தேர்ந்தெடுப்பதற்கு அவருக்கு உரிமை இருப்பது போலவே

அவற்றைத் தேர்ந்தெடுப்பதற்கான பொறுப்பையும் ஏற்க வேண்டும். இருப்பியலின் பிற கூறுகள் அந்நியப்படல், அழுத்தம், பதற்றம், மனத் துன்பம் முதலியன.

இருப்பியலைத் தோற்றுவித்தவர்களாக, கியர்க்காட், நீட்சே, சார்த்தர், ஹைடெக்கர், காம்யூ முதலானவர்களைக் குறிப்பிடுவார்கள். காம்யூ, சால் பெல்லோ, சாமுவேல் பெக்கட் முதலியோரும் தங்கள் இலக்கியப் படைப்புகளில் இருப்பியல் கோட்பாட்டைக் கையாண்டிருக்கிறார்கள். காஃப்கா இவர்களிலும் முந்தையவர் என்பதால் அவரை இருப்பியலுக்கு முன்னோடி என்று கூறலாம்.

உருமாற்றம் (The Metamorphosis) காஃப்காவின் சிறந்த கதைகளில் ஒன்று. அதை நீண்ட கதை அல்லது குறுநாவல் என்று சொல்லலாம். இதில் இயற்கை வாதம் புனைவோடும், துன்பியல் நகையுணர்வுடனும் இயைந்து ஒன்றாகின்றன. 1915ஆம் ஆண்டு வெளியிடப்பட்ட உருமாற்றம் தந்தைப் படிமத்தோடு (Father image) தொடர்புடைய தண்டனைக் கற்பனையைக் கருப்பொருளாகக் கொண்டுள்ளது என்று விளக்கம் தருவார்கள். சிலர் ஃப்ராய்டின் ஈடிப்பஸ் பல்பொருள் தொகுதிக் கோட்பாட்டைப் பயன்படுத்தி, காஃப்காவிற்கும் அவரது தந்தைக்குமிடையேயுள்ள முரண்பாட்டுக்கு விளக்கம் தருபவர்கள் அதையே கிரிகருக்கும் அவனுடைய தந்தைக்குமுள்ள உறவின் மேலேற்றிச் சொல்கிறார்கள்.

இந்த உளவியல் பகுப்பாய்வு முறையைக் கொண்டு உருமாற்றத்திற்குப் பொருள் காண்பது போல இருப்பியலையும் ஒரு திறனாய்வு வழியாகவும் பயன்படுத்த முடியும். ஏற்கனவே கூறியது போல இருப்பியலில் இரண்டு முதன்மைக் கூறுகள் உள்ளன. இன்றைய உலகில், அதுவும் குறிப்பாக இரண்டாம் உலகப்போருக்குப் பிந்தையக் காலக்கட்டத்தில், மனித வாழ்க்கையில் ஒரு அபத்தத்தை, அறிவுக்கொவ்வாத ஒரு குழப்பத்தைக் காண்கிறோம். இந்த அபத்தத்தைத்தான் உருமாற்றம் சித்தரிக்கிறது. கிரிகரின் உருமாற்றமே ஒரு அபத்தம்தான். ஆனால் அதனை ஒரு வழக்கத்திற்கு மாறான, வெறுக்கத்தக்க ஒரு நிகழ்வாகத்தான் மற்றவர்கள் பார்க்கிறார்கள். அது நடக்க முடியாததாகவோ, பயங்கரமானதாகவோ

அவர்களுக்குத் தெரியவில்லை. யாரும், கிரிகர் உட்பட அதனால் வியப்படையவில்லை.

இன்னொரு கூறு அந்நியப்படல், புறக்கணிக்கப்பட்ட உணர்வு. கிரிகர் வெளி உலகத்திலிருந்து, தனது பெற்றோரிடமிருந்து, தங்கையிடமிருந்து அந்நியப்படுகிறான். தனக்குள்ளேயும் அந்நியப்படுகிறான். உருமாற்றத்திற்குப் பிறகு மூன்று முறைதான் அவன் தனது அறையை விட்டு வெளியே வருகிறான். அந்நிகழ்ச்சிகள் மூன்றும்தான் குறுநாவலின் மூன்று பகுதிகளில் இடம் பெறுகின்றன. இந்த அந்நியப்படலில் கிரிகரிடம் காஃப்காவைக் காண்கிறவர்களும் இருக்கிறார்கள். ஜெர்மன் மொழி பேசும் யூதர் செக் நாட்டில் யூத எதிர்ப்புச் சூழலில் வளர்கிறார். அங்கு அந்நியமாக்கப்படுகிறார். அது இங்கே பிரதிபலிக்கிறது.

மார்க்சீயப் பார்வையில் பார்க்கும்போது, கிரிகர் ஓர் அடிமையாக அவரது முதலாளியாலும், தலைமை எழுத்தராலும் நடத்தப்படுவது முதலாளித்துவத்தின் மனித மாண்பைச் சிதைக்கும் முகத்தைக் காட்டுகிறது. அதுபோல, நீட்சேயின் சமூகக் கோட்பாடுகளின் எதிர்ப்பும் இந்தக் குறுநாவலில் வெளிப்படுகிறது.

உருமாற்றத்தை கிரிகரின் தங்கை கிரிட்டிடமும் பார்க்கிறோம். உடலிலும், உள்ளத்திலும் முதிர்வடைந்த இளம் பெண்ணாக அவள் காட்டப்படுகிறாள். கிரிகருக்குத் தரப்படுகிற உணவு, அவன் அறையில் மாட்டப்பட்டிருந்த பெண்ணின் படம், தந்தையின் உடை முதலியவற்றைக் குறியீடுகளாக விளக்கம் தர திறனாய்வாளர்கள் முயல்கிறார்கள்.

சீனாவின் நெடுஞ்சுவர் என்ற கதையில் சீனாவின் உயர்மட்ட அரசு சுவரைச் சிறு சிறு பகுதிகளாகக் கட்டவேண்டுமென்று ஆணையிட்டது. வடக்கிலிருந்து வரும் நாடோடிப் பகைவர்களிடமிருந்து நாட்டைக் காப்பாற்றக் கட்டப்படும் சுவரில் இடைவெளிகள் இருந்தால் பாதுகாப்பு எப்படி இருக்கும்? கதை சொல்கிற சீன அறிஞர் இதனை அறிந்து கொள்ள முயன்று தோற்றுப் போகிறார். காலமெல்லாம் இருந்து வரும் அரசின் என்றும் முடியாத நெடுஞ்சுவர் பற்றி மனித அறிவாற்றல் புரிந்து கொள்வது கடினம் என்று உணர்கிறார். நெடுஞ்சுவருக்குப் பல பொருள்கள் தரப்படுகின்றன.

காஃப்காவின் கற்பனையில் சீனா நாடுபெயர்ந்த யூதர்களைக் குறிக்கிறது. சுவர் யூதச் சட்டத்தின் வேலி எனலாம். யூதரின் சட்டமான தோராவினை யூத குருமார்கள் சுவர் என்றும், வேலி என்றும் அழைப்பார்கள். இந்த சட்டம் யூதர்களைப் பாதிக்கிறது. இதுவுமே தொடர்ச்சியாக இல்லாமல் விட்டு விட்டு இருக்கிறது. யூதர்கள் தங்கள் வரலாற்றை விட்டு விட்டதை காஃப்கா இந்தக் கதையில் தாக்குகிறார் என்று சொல்வார்கள். ஆனால் யூதர்களை மட்டுமில்லாமல் நெடுஞ் சுவர் மனிதரின் நிலையைக் காட்டுகிறது என்றும் காஃப்கா அதனை அறியாமையும், முரண்பாடுகளும் சூழ்ந்திருக்கிறது என்பதைச் சுட்டிக் காட்டுகிறார் என்றும் திறனாய்வாளர்கள் கருதுகிறார்கள்.

ஒரு நாயின் ஆராய்ச்சி, வளை மற்றும் இராட்சத மூஞ்சுறு ஆகிய சிறுகதைகள் விலங்குகளை முதன்மைப் பாத்திரங்களாகக் கொண்டவை. '*ஒரு நாயின் ஆராய்ச்சி*'யைக் கதை என்று சொல்வதை விடத் தியானம் என்று சொல்வது பொருந்தும். மேலோட்டமாகப் பார்க்கும்போது சொல்லால் காரமாகத் தோன்றினாலும், உட்பொருள் மிகுந்தது. நாயில் காஃப்காவின் சுயசரிதையைப் பார்க்கிறவர்கள் இருக்கிறார்கள். நனவோட்ட நடையில் கதைத் தலைவனான நாய் தன்னையே ஆராய்ந்து கொள்கிறது. கூட்டத்தின் மத்தியில் துன்புறுத்தப்படும், தீர்க்க முடியாத சிக்கலான தனிமனிதத்துவம் பற்றியதே நாயின் சிந்தனை ஓட்டம். இருபதாம் நூற்றாண்டு அறிவு ஜீவி, தொழில்மயமாகி விட்ட இருபதாம் நூற்றாண்டு ஐரோப்பியாவில் இடமில்லால் தவிப்பதை கதை காட்டுகிறது.

இந்த நாய்க்கு மனிதனை அடையாளம் தெரியவில்லை. பறவைகளைத் தொங்குகிற நாய்களாக எண்ணுகிறது. கலைஞர்களால் பழக்கப்படுத்தப்பட்ட ஏழு நாய்களையும் தவறாகப் புரிந்து கொள்ளுகிறது. தனது சிறுநீரால் தான் தரையில் உணவு கிடைக்கிறது என்றும் கருதும் நாய் மனித மனிதத்தை எப்படிப் புரிந்து கொள்ள முடியும்? தனிமையாக்கப்பட்ட நாய்.

சில திறனாய்வாளர்கள் அவற்றை கலைக் கூத்தாடிகளால் பயிற்றுவிக்கப்பட்ட நாய்கள் என்றும், நாய் கேட்கும் இசை, இசைக் குழுவின் இசை என்றும் பொருள் தருகிறார்கள். அதுபோலவே தொங்கும் அல்லது பறக்கும் நாய்கள் பெண்களின்

மடியில் இருக்கும் செல்ல நாய்களைக் குறிப்பிடுகின்றன என்றும் கூறுவர். எதிர்ப்பொருள் தரும் நிகழ்வுகளாலும், சொற்களாலும் காஃப்கா மெய்ஞானக் கேள்விகளுக்கு விடைகாணத் துடிக்கும் நாயைப் போல அறியாமையில் உழலும் மனிதனைப் படம் பிடிக்கிறார். நாயைப் போலச் சடங்குகளால் பரம் பொருளைக் கையகப்படுத்திக் கொள்ளலாம் என்ற மனிதனின் நம்பிக்கை அவருக்கு ஏற்புடையதில்லை. அவருடைய அழிக்க முடியாத முழு முதற் பொருளிலுள்ள நம்பிக்கையில் சமயக் கோட்பாடுகளுக்கும், சடங்குகளுக்கும் இடமில்லை. '*ஒரு நாயின் ஆராய்ச்சி*' என்ற இந்த நீள் கதையில் திறனாய்வாளர்கள் பல குறைகளைக் காண்கிறார்கள்.

வளை கதையில் வருகின்ற விலங்கு எது என்று காஃப்கா ஒரு குறிப்பும் தராவிட்டாலும், திறனாய்வாளர்கள் அது என்னவாக இருக்கும் என்று யூகிக்க முயன்றிருக்கிறார்கள். விலங்கின் பெயர் எதுவாக இருந்தாலும், அது கதையாசிரியரின் மறு பெயர், 'நாயை'ப் போல என்று அனைவரும் ஒத்துக் கொள்வர். தரைக்குக் கீழே பாதுகாப்பிற்காக புதிரான வழிகள் கொண்ட வளையை இள வயதில் தோண்டிய விலங்கு தனது எதிரிகளைப் பற்றியும், புரியாத ஒலியின் மூலம் பற்றியும் சிந்தித்து வருவதும் மேலும் கீழும் ஓடுவதும் கதை. வளைக்கு மேலுள்ளது வெளி உலகத்தையும், வளை கலை இலக்கிய உலகத்தையும் குறிப்பிடலாம். கண்ணுக்குப் புலப்படாத பகை காஃப்காவை வாட்டும் காசநோயின் குறியீடு. கதையில் பாலியல் உருவகம் இருப்பதாகவும் சில திறனாய்வாளர்கள் கருதுகிறார்கள்.

இராட்சத மூஞ்சூறு என்ற முற்றுப் பெறாத சிறுகதை மூஞ்சூறைப் பற்றியதே இல்லை. மிகப் பெரிய மூஞ்சூறு ஒன்றைப் பார்த்ததாகச் சொல்லப்படுவது பற்றிய ஆராய்ச்சி பற்றியது. கதைக்கு இன்னொரு தலைப்பு '*கிராமத்து ஆசிரியர்*'. கிராமத்து ஆசிரியரின் கண்டுபிடிப்பை ஏற்றுக் கொள்ளாத நகரத்துக் கல்வியாளர்களும், அதிகாரிகளும், அதிகாரவர்க்கம் காட்டும் தோரணைக்குக் குறியீடுகள். இதைப் பற்றி ஆராய கிராமத்திற்கு வந்து கதை சொல்லுபவர் ஒரு தொழிலதிபர். அவருக்கும் ஆசிரியருக்கும் இடையே ஏற்படும் மோதல் தான் கதை. இளமை முதுமையைக் கேலி செய்கிறதா? மதிப்பையும், மரியாதையையும், அங்கீகாரத்தையும், பணத்தையும் தேடும் ஆசிரியர் காஃப்காவின் தந்தையா?

தண்டனைக் குடியேற்றத்தில் என்ற நீண்ட கதை குற்றமும் அதற்கான தண்டனையும் எவ்வாறு சந்திக்கின்றன என்பதை விளக்குகிறது. அபத்தமான ஒரு குற்றத்திற்காக மரண தண்டனையைச் சந்திக்கின்றவன் தான் செய்த குற்றம் என்ன, அதற்கு என்ன தண்டனை என்று தெரியாமலேயே எந்திரத்தின் முன் நிற்கிறான். எங்கோ இருந்து வந்து பார்வையாளராகக் கலந்து கொள்ளும் ஆய்வாளர், பழைமையின் சின்னமாக இருக்கிற அலுவலர், அவர் வழங்கும் நீதித் தீர்ப்பும் கொடூரத் தண்டனையும் ஆகிய விகார நிகழ்ச்சிகள் தண்டனைக் குடியிருப்பில் நடக்கின்றன. 'பெரியவர்களுக்கு மரியாதை காட்டு' என்ற சொற்றொடர் தண்டனை பெறப் போகிறவன் உடலில் குத்தப்படப் போகிறது என்றவுடன் காஃப்காவினுடைய தந்தையின் ஆதிக்க உறவு நினைவுக்கு வரும். கதைக்குப் பல விளக்கங்கள் தரப்படுவதில் இதுவும் ஒன்று. குறுநாவலின் கருப்பொருள்கள் இரண்டு என்று கொள்ளலாம். இருப்புவாத நிலையில் குற்ற உணர்வின் மேல் நீதியோ அநீதியோ எப்படி தாக்கம் விளைவிக்கிறது என்று பார்க்கிறோம். குற்றம் சுமத்தப்பட்டவன் தண்டனையை நிறைவேற்றுகிறான். நீதிபதி தண்டிக்கப்படுகிறார். இரண்டாவதாக கடுமையான ஆனால் நீதியான பழைய கால நியதியின் இடத்தில் மென்மையான, ஐயப்பாடுள்ள விழுமியங்கள் கொண்ட புதிய வழி அமரப் போவதால் ஏற்படும் விரைப்பு வெளிப்படுகிறது. கதைக்குத் தரப்படும் பல விளக்கங்களுள் ஒன்று, திருவிவிலியத்தின் நிகழ்வுகளோடு ஒப்பிட்டுப் பார்த்தால் கிடைக்கிறது. பழைய மேலதிகாரியை (கடவுள்) என்று கூறலாம். எந்திரம் சிலுவை என்றால் தண்டனைக்கு உட்படுபவர் அதில் அறையப்படுகிறார். மேலும் கதையில் பாலியல் படிமங்களைப் பார்க்கிறவர்கள் இருக்கிறார்கள். பிறரைத் துன்புறுத்தி பாலின்பம் காணும் சாடிஸ்ட் இங்கே காணப்படுகிறது.

காஃப்காவின் கதைகள் ஆங்கிலத்திலேயே பலரால் மொழி பெயர்க்கப்பட்டுள்ளன. எட்வின் முயிரும், அவரது மனைவி வில்லா முயிரும் இந்தக் கதைகளை ஆங்கிலத்தில் மொழி பெயர்த்தவர்களில் முதன்மையானவர்கள். எட்வின் முயிர் புகழ் பெற்ற ஆங்கிலக் கவிஞர். ஏற்கனவே குறிப்பிட்டிருப்பது போல ஜெர்மன் மொழியிலிருந்து ஆங்கிலத்தில் ஆக்கம் செய்வது எளிதில்லை. நீண்ட வாக்கியங்கள், ஒன்றுக்குள் ஒன்று பிணைந்து வரும். இன்னொரு சிக்கல் ஜெர்மன் வாக்கியம்

தமிழில் போல வினைச்சொல்லில் முடியும். ஆங்கிலத்தில் வினைச்சொல் எழுவாய்க்கு அடுத்தே வரும். இந்தச் சிக்கல்கள் ஆங்கில மூலத்தில் வெளிப்படுகின்றன. தமிழில் மொழியாக்கம் செய்தபோது, சிக்கல் பல மடங்காகியது. இதற்கு முன்னர் காஃப்காவின் கதைகள் தமிழில் வந்திருக்கலாம். நான் பார்க்க வாய்ப்பில்லை.

ஆங்கில மூலத்திற்கு ஆடம் திர்ல்வெல் முன்னுரை ஒன்று தந்திருக்கிறார். அவர் இளம் ஆங்கில நாவலாசிரியர்.

முற்றிலும் மாறுபட்ட நூல்களைத் தமிழுலகத்திற்குத் துணிந்து அறிமுகம் செய்து வைக்கும் திரு. அனுஷ்கானுக்கு எனது பாராட்டுகள். தட்டச்சு செய்த திருமதி. ஜெ. அழகுமீனாவிற்கும் எனது நன்றி.

ச. வின்சென்ட்

உருமாற்றம்

கிரிகர் சம்சா மனக்கலக்கம் ஏற்படுத்தும் கொடுங்கனவுகளிலிருந்து ஒரு நாள் காலையில் விழித்தபோது, தான் ஒரு ராட்சத வண்டாக மாறியிருப்பதைப் பார்த்தான். கவசம் போன்ற அவனது திடமான முதுகு படுக்கையில் கிடந்தது. அவன் தலையைச் சிறிது தூக்கிப் பார்த்தபோது, அவனுடைய கலயம் போன்ற செம்மண் நிற வயிறு வளைவான பகுதிகளாகப் பிரிந்து கிடந்தது. அதன்மேல் கிடந்த போர்வை நிற்க முடியாமல் முழுவதுமாக வழுக்கி விழுந்து விட்டது. அவனுடைய உடலின் சுமைக்குப் பொருத்தமில்லாமல் பரிதாபமாக மெலிந்திருந்த எண்ணற்ற கால்கள் அவனுடைய கண் முன்னாலேயே எதுவும் செய்ய முடியாமல் ஆடிக் கொண்டிருந்தன.

'எனக்கு என்ன நடந்தது' என்று எண்ணினான். இது கனவு இல்லை. அவனுடைய அறை சாதாரண மனிதர்கள் வசிக்கும் அறை. கொஞ்சம் சிறியதுதான் - பழக்கப்பட்ட நான்கு சுவர்களுக்கு இடையில் அமைதியாக இருந்தது. சம்சா விற்பனைப் பிரதிநிதியாக வேலை பார்த்துக் கொண்டிருந்தான். மேசையில் துணிகளின் மாதிரித் துண்டுகள் பரப்பிக் கிடந்தன. அவன் அண்மையில் படங்கள் நிறைந்த ஒரு பத்திரிகையிலிருந்து வெட்டி எடுத்து சட்டத்தில் மாட்டி வைத்திருந்த படம் ஒன்று மேசைக்கு மேல் தொங்கியது. அதில் ஒரு பெண் ஃபர் தொப்பி, ஃபர் துப்பட்டா அணிந்து நிமிர்ந்து உட்கார்ந்து ஒரு பெரிய ஃபர் கையுறையைப் பார்ப்பவரை நோக்கி நீட்டிக் கொண்டிருந்தாள். அவளுடைய முன்னங்கை முழுவதும் அதில் மறைந்திருந்தது.

அடுத்து கிரிகரின் கண்கள் ஜன்னலைப் பார்த்தன. மழைத்துளிகள் ஜன்னல் கதவுகளில் விழுவது கேட்டது. வெளியே மேகம் சூழ்ந்த வானம் மென்மையான சோகத்தில் ஆழ்த்தியது. இன்னும் கொஞ்ச நேரம் தூங்கி இந்த முட்டாள்தனத்தையெல்லாம் மறந்து விட்டால் என்ன என்று தோன்றியது. ஆனால் அது முடியாது. ஏனென்றால் அவனுக்கு வலது பக்கம் ஒருக்களித்துப் படுத்துத் தான் பழக்கம். இப்போதைய நிலையில் அவனால் திரும்பிப் படுக்க முடியாது. எவ்வளவு சிரமப்பட்டு வலது பக்கம் திரும்பிப் படுக்க முயன்றாலும் மீண்டும் முதுகுப் பக்கமே உருண்டு விழுந்தான். அவனுடைய போராடும் கால்களைப் பார்ப்பதைத் தடுப்பதற்காகக் கண்களை மூடிக்கொண்டு மீண்டும் மீண்டும் முயன்றான். இதுவரை அனுபவிக்காத வேதனை. அதன்பின்தான் முயற்சியை நிறுத்தினான்.

“கடவுளே, எவ்வளவு களைப்படையச் செய்யும் வேலையைத் தேடிக் கொண்டேன்,” என்று நினைத்தான். தினமும் பயணம் போக வேண்டும். வியாபாரம் செய்வதை விட இது எரிச்சலூட்டும் வேலை. இதற்கும் மேல் தொடர்ந்து பயணம் போக வேண்டும். தொடர் வண்டிகளைப் பிடிப்பது பற்றிய கவலை, படுக்கை, நேரம் தவறிய உணவு. தற்காலிகமாக அறிமுகமாகும் புதியவர்கள், நெருக்கமான நண்பர்களாக எப்போதும் ஆவதில்லை. பிசாசுத்தனமான வேலை! வயிற்றில் லேசாக அரித்தது. தலையைக் கொஞ்சம் எளிதாகத் தூக்குவதற்காக, முதுகாலேயே படுக்கையின் தலைப்பக்கம் மெல்ல நகர்ந்தான். அரிக்கும் இடத்தைக் கண்டுபிடித்தான். அதைச் சுற்றி வெள்ளைப் புள்ளிகள். அவை என்னவென்று அவனால் புரிந்து கொள்ள முடியவில்லை. காலால் அதனைத் தொட்டுப் பார்த்தான். உடனே காலை இழுத்துக் கொண்டான். ஏனென்றால் தொட்டவுடன் அப்படி ஒரு குளிர் நடுக்கம் உடல் முழுவதும் பரவிற்று.

பழைய நிலைக்கு நகர்ந்து கொண்டான். இப்படி அதி காலையில் எழுவது ஒருவரை முட்டாளாக்குகிறது என்று நினைத்தான். மனிதனுக்குத் தூக்கம் அவசியம். மற்ற வணிகர்கள் எல்லாம் அந்தப்புறப் பெண்கள் போல் இருக்கிறார்கள். எடுத்துக்காட்டாக, காலையில் தங்கும் விடுதிக்கு சரக்குத் தேவைகளை எழுத வரும்போதே இவர்கள் காலை உணவிற்கு உட்கார்ந்திருப்பார்கள். இதை என்னுடைய முதலாளியிடம்

செய்து பார்த்தால் என்ன நடக்கும்? என்னை அந்த இடத்திலேயே வேலையை விட்டுத் தூக்கி விடுவார். எப்படி இருப்பினும், அதுவே எனக்கு நல்லதாக இருக்கலாம்; யாருக்குத் தெரியும்? என்னுடைய பெற்றோர்களுக்காக என்னுடைய கைகள் கட்டப்பட்டிருக்காவிட்டால் நான் வேலையிலிருந்து விலக எப்போதோ முன்னறிவிப்புக் கொடுத்திருப்பேன். நேராக முதலாளியிடம் சென்று நான் அவரைப் பற்றி என்ன நினைக்கிறேன் என்பதைச் சொல்லியிருப்பேன். அவரை அது அடித்துப் போட்டிருக்கும்! இப்படி நடப்பது ஒரு மாதிரியான வேலை தான். உயரமான ஆசனத்தில் அமர்ந்து பணியாளர்களிடம் கீழே பார்த்துக் கொண்டே பேசுவது, அதுவும் அவர்கள் அவர் காது கேளாதவராதலால் அவருக்கு அருகில் செல்வது எல்லாமே விந்தையானது தான். ம்! எனக்கு நம்பிக்கை இருக்கிறது. என்னுடைய பெற்றோரின் கடனைத் திரும்பக் கொடுக்கும் அளவிற்குச் சேமித்து விட்டால், அதற்கு ஐந்து ஆறு ஆண்டுகள் ஆனாலும் அப்படியே செய்து விடுவேன், அப்போது முழுவதுமாக வெட்டிக் கொண்டு விடுவேன். இப்போது, நான் எழ வேண்டும்; ஏனென்றால் என்னுடைய தொடர்வண்டி ஐந்து மணிக்குப் புறப்படும்.

மேசையின் மேலிருந்த அலாரக் கடிகாரத்தைப் பார்த்தான். 'கடவுளே!' என்று நினைத்தான். மணி ஆறரைக்கு மேல் ஆகிவிட்டது. முட்கள் அமைதியாக நகர்ந்து கொண்டிருந்தன. ஆறரை மணியைத் தாண்டி விட்டது. ஏழு மணிக்கு கால் மணி நேரம்தான் இருந்தது. அலாரம் அடித்ததா? படுக்கையிலிருந்தபோது 4 மணிக்கு அடிக்குமாறு வைக்கப்பட்டிருந்தது தெரிந்தது. அடித்திருக்க வேண்டும். ஆமாம்; ஆனால் காதை அடைக்கும் சத்தத்தில் எப்படி அமைதியாகத் தூங்கியிருக்க முடியும்? அமைதியாகத் தூங்கி இருக்க முடியாது; ஆனால் ஆழ்ந்த தூக்கமாக இருந்திருக்க வேண்டும். இப்போது என்ன செய்வது? அடுத்த வண்டி ஏழு மணிக்கு. அதனைப் பிடிக்க வேண்டுமென்றால் கிறுக்குப் பிடித்தது போலப் பறக்க வேண்டும். இன்னும் மாதிரித் துணிகளைச் சிப்பம் கட்டவில்லை. அதற்கும்கூட உற்சாகம் இல்லை. அப்படியே வண்டியைப் பிடிக்க முடிந்தாலும் முதலாளியோடு சண்டை போட வேண்டியதிருக்கும். கிட்டங்கி மூட்டை தூக்குபவர் ஐந்து மணி வண்டிக்கே காத்திருந்து நான் வரவில்லை என்றவுடன் முதலாளியிடம் இதற்குள்

வத்தி வைத்திருப்பார். மூட்டை தூக்கி முதலாளியின் ஆள்; முதுகெலும்பு கிடையாது; முட்டாள். சரி, தனக்குச் சுகமில்லை என்று சொல்லிவிட்டால்? ஆனால் அது அவ்வளவு நன்றாக இருக்காது; சந்தேகத்திற்கு இடமளித்து விடும். அவரிடம் வேலை பார்த்த ஐந்து ஆண்டுகளில் அவனுக்கு ஒருமுறை கூட நோய் வந்ததில்லை. முதலாளியே நோய்க் காப்பீட்டு மருத்துவருடன் உறுதியாக வந்து விடுவார். அவருடைய பெற்றோரிடம் மகனின் சோம்பேறித்தனத்தைப் பற்றிக் குறை கூறுவார். எந்த முகாந்திரங்களையும் கேட்காமல் மருத்துவரிடம் சொல்வார். மருத்துவரோ உலகிலுள்ள அனைவரும் நல்ல சுகத்துடன் இருப்பார்கள் என்று நம்புபவர். அதனால் இந்த முறை மட்டும் என்ன சொல்வார்? தனது கருத்திலிருந்து விலகிப் போய் விடுவாரா? கிரிகருக்குத் தன் உடல்நலம் நன்றாக இருப்பதாகத் தோன்றியது. கொஞ்சம் தூக்கம் வருவதுபோல இருந்தது. இவ்வளவு நேரம் தூங்கிய பிறகு இப்படி இருப்பது விந்தை தான். அவனுக்குக் கோரப் பசி வேறு.

இதுவெல்லாம் அவன் மனதில் உச்ச வேகத்தில் ஓடிக் கொண்டிருந்தபோது, படுக்கையை விட்டு எழ அவன் முடிவு செய்ய முடியாதபோது, கடிகாரம் ஆறே முக்கால் அடித்தபோது, அவனுடைய கட்டிலின் தலைக்கு மேலிருந்த கதவை யாரோ தட்டுவது கேட்டது. “கிரிகர்,” என்ற அந்தக்குரல் அவனுடைய அம்மாவுடையது, “ஏழாகப் போகிறது, வண்டியைப் பிடிக்க வேண்டாமா?” மென்மையான குரல். அவளுக்குப் பதில் சொன்ன அவனுடைய குரலைக் கேட்டபோது அவனுக்கே ஒரு அதிர்ச்சி. சந்தேகமில்லாமல் அது அவனுடைய குரல் தான். ஆனால் அதற்கு அடியில் கிரிச்சிடும் பயங்கரச் சப்தம் வேறு கேட்டது. இதனால் முதல் வார்த்தைகள் தான் தெளிவாக இருந்தன. அதன் பிறகு மேலே எழுந்து எதிரொலித்து, பொருளையே சிதைத்து விட்டது. சரியாகப் புரிந்துகொள்ள முடியாது. நிறையப் பேசி, விளக்கமாக சொல்ல கிரிகர் நினைத்தான். ஆனால் சூழ்நிலைகளினால், “ஆமாம், அம்மா, நன்றி. நான் எழுந்து கொண்டிருக்கிறேன்,” என்று சொல்வதோடு நிறுத்திக் கொண்டான். மரக்கதவு அவனுடைய குரலில் ஏற்பட்டிருக்கும் மாற்றத்தை வெளியிலுள்ளவர்கள் கவனிக்காதவாறு செய்திருக்க வேண்டும், ஏனென்றால் அவன் சொன்னதைக் கேட்டுச் சமாதானம் அடைந்து அவனுடைய அம்மா போய் விட்டாள். எனினும் இவர்கள் பேசிக் கொண்டது

குடும்பத்தில் உள்ள மற்றவர்களுக்கு கிரிகர் இன்னும் வீட்டில் தான் இருக்கிறான் என்பதைத் தெரியப்படுத்தி விட்டது. இதை அவர்கள் எதிர்பார்க்கவில்லை. வேறொரு கதவை அவனுடைய அப்பா மெல்லத் தட்டிக் கொண்டிருந்தார். "கிரிகர், கிரிகர், உனக்கு என்ன ஆயிற்று?" என்று கேட்டார். சிறிது நேரத்திற்குப் பிறகு மீண்டும், "கிரிகர், கிரிகர்" என்றார் அழுத்தமான குரலில். இன்னொரு பக்கக் கதவில், அவனுடைய சகோதரி தணிந்த குரலில், "கிரிகர், உனக்குச் சுகமில்லையா? ஏதாவது வேண்டுமா?" என்று கேட்டாள். இருவருக்கும் ஒரே நேரத்தில், "நான் தயாராகிக் கொண்டிருக்கிறேன்," என்று பதிலளித்தான். பேசும்போது தன்னுடைய வார்த்தைகளைத் தெளிவாக இடைவெளிவிட்டு உச்சரித்தான். தன்னுடைய குரலை முடிந்த அளவு சாதாரணமாக வைத்துக் கொண்டான். அவனுடைய அப்பா சாப்பிடப் போய்விட்டார். ஆனால் அவனுடைய சகோதரி தணிந்த குரலில், "கிரிகர், கதவைத் திற," என்றாள். ஆனால் அவன் திறப்பதாக இல்லை. பயணத்தின் போது எல்லாக் கதவுகளையும் தாழ் போடும் பழக்கத்தில் வீட்டிலிருக்கும்போதும் தாழ் போட்டிருந்தான்.

அவனுடைய உடனடி நோக்கம் பிறருடைய தொந்தரவு இல்லாமல் அமைதியாக எழுந்து, உடைகளை அணிந்து கொண்டு, சாப்பிடுவது. அதன்பிறகு என்ன செய்ய வேண்டும் என்று தீர்மானிக்க வேண்டும். படுக்கையிலேயே கிடந்தால் அவனுடைய சிந்தனைகள் அறிவுப்பூர்வமான முடிவுகளுக்கு வராது என்று அவனுக்குத் தெரியும். படுக்கையிலிருக்கும்போது அடிக்கடி அங்கங்கே சின்னச் சின்ன வலிகள் இருக்கும் என்பது நினைவிற்கு வந்தது. ஒருவேளை, தூங்கும்போது உடலைச் சரியான நிலைகளில் வைத்திருக்க மாட்டான். எழுந்த பிறகு அவை கற்பனையாகவே இருந்திருக்க வேண்டும் என்று தோன்றியது. காலையில் ஏற்பட்ட மாயைகள் எல்லாம் சிறிது சிறிதாக மறைந்து விடும் என்று எதிர்பார்த்தான். அவனுடைய குரலில் ஏற்பட்ட மாற்றம் சளிப் பிடிப்பதற்கான முன்னோட்டமாக இருக்க வேண்டும். சளிப்பிடிப்பது வியாபார நிமித்தமாகப் பயணம் செய்பவர்களுக்குக் கூடவே வரும் தொல்லை. இதுபற்றி அவனுக்குச் சந்தேகமே இல்லை.

மேற்போர்வையைத் தள்ளி விடுவது எளிதாகவே இருந்தது. மூச்சை உள்ளே இழுத்தவுடன் தானாகவே அது கீழே விழுந்து

விட்டது. ஆனால் அடுத்ததுதான் சிரமம். ஏனென்றால் அவன் அவ்வளவு விரிந்திருந்தான். தன்னை நிமிர்த்து எழுந்தரிக்க கைகளும், புயங்களும் தேவைப்படும். ஆனால் அவற்றிற்குப் பதிலாக எண்ணற்ற சிறிய கால்கள்தான் இருந்தன. அவை எல்லாத் திசைகளிலும் ஆடிக்கொண்டு இவனால் கட்டுப் படுத்தப்பட முடியாமல் இருந்தன. அவற்றில் ஒன்றை வளைக்க முயலும்போது, அதுதான் முதலாவதாக நேராக நின்று கொள்ளும். கடைசியில் அவனுடைய விருப்பப்படி அது வளையும் போது மற்ற கால்கள் எல்லாம் மிக வேகமாக ஆடிக் கொள்ளும். “இப்படி ஒன்றும் செய்யாமல் சோம்பலாகப் படுக்கையில் படுத்திருப்பதால் என்ன பயன்?” என்று கிரிகர் தனக்குத் தானே சொல்லிக்கொண்டான்.

முதலில் உடலின் கீழ்ப் பகுதியைக் கொண்டு எழுந்து விடலாம் என்று நினைத்தான். ஆனால் கீழ்ப்பகுதியை அவன் இன்னும் பார்க்காததால் அதுபற்றிய தெளிவு இல்லை. இப்போது அதனை அசைப்பதே கடினமாக இருந்தது. மிக மெதுவாக நகர்ந்தது. கடைசியில் எரிச்சல்பட்டு, மிகுந்த விசையோடு முன்னால் தள்ளினான். ஆனால் திசையைச் சரிவரக் கணக்கிடாததால் கட்டிலின் கீழோரத்தில் மோதிக் கொண்டான். வலி உயிர் போயிற்று. அப்போது தான் உடலின் கீழ்ப்பகுதி மென்மையானது என்று கண்டுகொண்டான்.

ஆகவே தனது மேற்பகுதியைக் கொண்டு முயன்றான். கட்டிலின் ஓரத்தை நோக்கிக் கவனத்துடன் தலையைத் திருப்பினான். அது எளிதாகவே இருந்தது. அவனுடைய உடலின் அகலமும் எடையும் அதிகம் இருந்தாலும், அவனுடைய தலையை மெதுவாக உடல் பின்பற்றியது. எனினும், தனது தலையை விளிம்பிற்கு அருகில் கொண்டுவந்தபோது, மேலும் முன்னேறப் பயம் வந்து விட்டது. அப்படியே கீழே விழுந்து விட்டால் தலைக்கு பலமாக அடிபட்டு விடும். என்ன நடந்தாலும் அவனுக்கு நினைவு தப்பிவிடக் கூடாது. அதற்குப் பேசாமல் படுக்கையிலேயே கிடந்து விடலாம்.

ஆனால் இப்படிச் சிலமுறை முயன்ற பிறகு தனது முதல் நிலையிலேயே பெருமூச்சு விட்டுக்கொண்டு படுத்து விட்டான். அவனுடைய சிறிய கால்கள் ஒன்றுக்கொன்று போட்டி போட்டுக்கொண்டு ஆடின. அதனைப் பார்த்தவனுக்கு

அந்தக் குழப்பத்தைச் சரி செய்ய வழி தெரியவில்லை. பிறகு மீண்டும் படுக்கையிலேயே படுத்திருப்பது சரியில்லை, இதிலிருந்து வெளியேறும் நம்பிக்கை இருந்தால் எந்த ஆபத்தான வேலையையும் செய்யலாம் என்று தனக்குள் சொல்லிக் கொண்டான். அதே சமயம் மிக அமைதியாகச் சிந்திப்பது முட்டாள்தனமான வேகத்தை விடச் சிறந்தது என்று தன்னையே நினைவுபடுத்திக் கொள்ள அவன் மறக்கவில்லை. அப்படிப்பட்ட சமயங்களில் ஜன்னலைக் கூர்மையாக நோக்கினான். ஆனால் காலைப் பனிமூட்டம் குறுகிய தெருவின் எதிர்ப்பக்கத்தைக் கூடப் பார்க்க முடியாது செய்து, உற்சாகத்தைக் குறைத்து விட்டது. கடிகார மணி மீண்டும் அடித்தபோது "ஏழு மணி, ஆகி விட்டது. ஆனால் இன்னும் பனி மூட்டம் போகவில்லை," என்று தனக்குள் சொல்லிக் கொண்டான். அனைத்தையும் அவற்றின் உண்மையான, சாதாரண நிலைக்குத் திரும்பக் கொண்டுவர முழு ஓய்வு தேவை என்பதை எதிர்பார்ப்பது போல, சிறிது நேரம் அமைதியாக இருந்தான்.

பிறகு தனக்குள், "ஏழே கால் அடிக்கும் முன்னர் நான் படுக்கையை விட்டு எப்படியாவது எழுந்துவிட வேண்டும்; எப்படி இருந்தாலும் கிட்டங்கியிலிருந்து என்னைத் தேடி யாராவது வந்து விடுவார்கள். கிட்டங்கி ஏழு மணிக்குத் திறந்து விடும்" என்றான். இப்போது தன்னுடைய உடல் முழுவதையும், கட்டிலிலிருந்து விழுந்து விடும் நோக்கத்துடன் ஒரே சீராக ஆட்டினான். இப்படி ஆட்டிக் கீழே விழுந்தாலும் ஒரு பக்கமாகத் தலையைச் சாய்த்துத் தலையில் அடிபடாமல் தப்பித்து விடலாம். அவனுடைய முதுகுப் பகுதி உறுதியாக இருப்பது போலத் தோன்றியது. கீழே தரை விரிப்பில் விழுந்தால் அடி அதிகம் படாது. ஆனால் அவன் கீழே விழும்போது உண்டாகக் கூடிய சப்தத்தைப் பற்றித்தான் அவனுக்குக் கவலை. அதைக் கேட்டால் மற்றவர்களுக்குப் பயம் ஏற்படாவிட்டாலும் பதற்றம் ஏற்படும். ஆனால் அவன் அப்படிச் செய்துதான் ஆக வேண்டும்.

இந்தப் புதிய முறை கடுமையான முயற்சி என்பதை விட விளையாட்டு என்று சொல்லலாம். படுக்கையை விட்டு பாதி நகர்ந்து வந்தவேளையில் வேறொன்று தோன்றியது. யாரையாவது உதவிக்கு அழைத்து விடலாமே! இரண்டு பேர்.

அவனுடைய அப்பாவும், வேலைக்காரப் பெண்ணும் போதும். அவர்கள் கைகளை அவனுடைய வளைந்த முதுகிற்குள் கொடுத்துப் படுக்கையிலிருந்து தூக்கி, குனிந்து தரையில் கிடத்தி விட்டுப் பொறுமையாக இருந்தால் தரையில் அவனே நேராகத் திரும்பி விடுவான். அவனுடைய கால்கள் அவற்றின் சரியான வேலையைச் செய்யும் என்று நம்ப வேண்டும். ஆனால் கதவுகள் எல்லாம் பூட்டப்பட்டிருக்கும்போது அவன் அவர்களை உதவிக்குக் கூப்பிட முடியுமா? அவனுடைய துன்பத்துக்கிடையிலும், இந்த யோசனையால் ஏற்பட்ட சிரிப்பை அவனால் அடக்க முடியவில்லை.

உடலை வேகமாக ஆட்டிக் கொண்டான்; சமநிலையை இழந்து விடும் நேரம். இன்னும் ஐந்து நிமிடத்தில் ஏழே கால் ஆகி விடும். அதற்குள் அவன் முடிக்க வேண்டும். அந்த நேரம் பார்த்து வீட்டு வாயில் மணி அடித்தது. "கிட்டங்கியிலிருந்து வந்த ஆள் தான்," என்று தனக்குள் சொல்லிக் கொண்டான். உடல் இறுகியது. கால்கள் மட்டும் வேகமாக ஆடின. சிறிது நேரம் அமைதி. "கதவை யாருக்கும் திறக்கப் போவதில்லை," என்று தனக்குள் சொல்லிக்கொண்டான், முட்டாள்தனமான நம்பிக்கையுடன். ஆனால் வேலைக்காரப் பெண் வழக்கம்போல தடக் தடக்கென்று நடந்து கதவைத் திறக்கப் போனாள். வந்தவர் "வணக்கம்," என்று சொன்னவுடனே அவர் யாரென்று கிரிகருக்குத் தெரிந்து விட்டது. தலைமை எழுத்தரே வந்து விட்டார். விதி! சிறிய தவறும் பெரிய சந்தேகத்தைக் கிளப்பக்கூடிய ஒரு நிறுவனத்திற்கு வேலை செய்ய விதிக்கப்பட்டிருக்கிறது. வேலை செய்பவர்கள் அனைவருமே ஒட்டுமொத்தமாகக் கெட்டவர்களா? அவர்களில் ஒருவன் கூட உண்மையானவனாக இருக்க மாட்டானா? காலையில் நிறுவனத்தின் ஒரு மணி நேரத்தை வீணாக்கியிருந்தாலும், மனச்சான்றில் வதைபட்டு அரைப் பைத்தியமாகி, படுக்கையை விட்டு எழ முடியாத தன்னைப் போல ஒருவன் கூடவா இல்லை? விசாரணை எதுவும் தேவையென்றால், ஏதாவது ஒரு பயிற்சிப் பணி ஆளை அனுப்பியிருந்தால் போதாதா? முதன்மை எழுத்தரே நேரில் வந்து, தன்னைத் தவிர வேறு யாரும் இந்த சந்தேகத்தை எழுப்பும் விவகாரத்தை விசாரிக்க முடியாது என்று குடும்பம் முழுவதற்கும், ஒரு அப்பாவிக் குடும்பம் முழுவதற்கும், சொல்லிக் காட்ட வேண்டுமா? இத்தகைய சிந்தனைகளில் ஏற்பட்ட கிளர்ச்சியினால், கிரிகர் தன்

வலிமை முழுவதையும் திரட்டி ஆடிக் குதித்து விட்டான். ஏதோ பொத்தென்று விழுந்த சப்தம், ஆனால் வெடித்துச் சிதறுவது போல எதுவுமில்லை. கீழே இருந்த தரை விரிப்பு தாங்கிக் கொண்டது. அவனுடைய முதுகும் அவ்வளவு விரைப்பாக இல்லை. அதனால் பொத்தென்று விழுந்த சப்தம் தான் கேட்டது. யாரையும் பயமுறுத்துகிறாற்போல இல்லை. ஆனால் தலையைத் தான் கவனமாகத் தூக்கவில்லை. முட்டி விட்டது. அதைத் திருப்பி வலியுடனும், எரிச்சலுடனும் தரை விரிப்பில் தேய்த்துக் கொண்டான்.

இடது பக்கமிருந்த அறையில் தலைமை எழுத்தர் "ஏதோ அங்கே விழுந்த சப்தம் கேட்டது," என்றார். தனக்கு இன்று நடந்தது போலத் தலைமை எழுத்தருக்கும் ஒரு நாள் நடக்கும் என்று கிரிகர் நினைத்தான். அப்படி நடக்க முடியாது என்று யாரும் சொல்ல முடியாது இந்தக் கருத்துக்கு மறுப்புச் சொல்வதுபோல தலைமை எழுத்தர் அவருடைய காலணியுடன் 'கிரிச்'சிட இரண்டு மூன்று அடி எடுத்து வைத்தார். வலது பக்க அறையிலிருந்து அவனுடைய தங்கை நிலைமையைத் தெரிவிக்க, "கிரிகர், தலைமை எழுத்தர் வந்திருக்கிறார்," என்று கிசுகிசுத்தாள். "எனக்குத் தெரியும்" என்று கிரிகர் தனக்குள் சொல்லிக் கொண்டான். ஆனால் அவள் கேட்கக் கூடிய அளவு சப்தமாகக் குரலை உயர்த்தவில்லை.

இடது பக்க அறையிலிருந்து அவனுடைய அப்பா, "கிரிகர்! தலைமை எழுத்தர் வந்திருக்கிறார். நீ ஏன் முதல் வண்டியைப் பிடிக்கவில்லை என்று கேட்கிறார். அவருக்கு என்ன பதில் சொல்வது என்று எங்களுக்குத் தெரியவில்லை. உன்னிடம் தனியாகப் பேச வேண்டும் என்று கூறுகிறார். கதவைத் திற. உன்னுடைய அறை அலங்கோலமாக இருப்பதை அவர் கண்டு கொள்ள மாட்டார்," என்றார்.

"வணக்கம், திரு.சம்சா," என்று கட்டைக் குரலில் தலைமை எழுத்தர் அழைத்தார். அவரிடம் அவனுடைய அம்மா, "அவனுக்குச் சுகமில்லை," என்றாள். அவனுடைய அம்மா அவனோடு கதவு வழியாகப் பேச முயன்று கொண்டிருந்தார். "அவனுக்குச் சுகமில்லை, என்னை நம்புங்கள். அவன் தொடர் வண்டியை விட்டுவிட வேறு என்ன காரணம் இருக்க முடியும்? அவனுடைய வேலையைத் தவிர அவன் வேறொன்றையும்

நினைப்பதில்லை. எனக்குக் கோபமே வருகிறது. மாலையில் வெளியே போவதே இல்லை. கடந்த எட்டு நாட்களாக மாலையில் எல்லாம் வீட்டுக்குள்ளேயே அடைந்து கிடக்கிறான். அமைதியாக உட்கார்ந்து செய்தித்தாள் படிக்கிறான், அல்லது புகைவண்டி அட்டவணையைப் பார்க்கிறான். அவனுக்கு இருக்கும் ஒரே பொழுதுபோக்கு செதுக்கு வேலை செய்வது தான். பாருங்கள் ஒரு சிறிய படச் சட்டம் செய்வதற்கு இரண்டு மூன்று நாள் மாலைப் பொழுதைச் செலவிட்டான். நீங்கள் அதன் அழகைப் பார்த்தால் ஆச்சரியப்பட்டுப் போவீர்கள். அவன் அறையில் தொங்கிக் கொண்டிருக்கிறது. கிரிகர் கதவைத் திறந்தவுடன் நீங்கள் பார்க்கலாம். நீங்கள் வந்ததில் எனக்கு மிக்க மகிழ்ச்சி, ஐயா. நாங்களாக அவனைக் கதவைத் திறக்கச் செய்ய முடியாது. அவன் அவ்வளவு பிடிவாதக்காரன். அவனுக்குச் சுகமில்லைதான். ஆனால் இன்று காலையிலேயே உடல் நலம் குறைந்து போகக் காரணமே இல்லை." "நான் வந்து கொண்டிருக்கிறேன்," என்றான் கிரிகர் மெதுவாக, கவனமாக. உரையாடலில் ஒரு வார்த்தையையும் விட்டு விட அவன் விரும்பவில்லை. "வேறு காரணம் இருக்க முடியாது, அம்மா" என்றார் தலைமை எழுத்தர். "தீவிர நோயாக இருக்காது என்று நம்புகிறேன். ஆனால் அதே சமயம் நம்மைப் போன்ற வணிகர்கள் சிறிய நோயை எல்லாம் பொருட்படுத்தக் கூடாது. ஏனென்றால் வியாபாரத்தைக் கவனித்தாக வேண்டுமே!" சரி, தலைமை எழுத்தர் உள்ளே வரலாமா? என்று கேட்டார் கிரிகரின் அப்பா. பொறுமை இழந்து கதவைத் தட்டினார். "வேண்டாம்," என்றான் கிரிகர். இடது பக்க அறையில் அவன் முடியாது என்று சொன்னவுடன் அமைதி. வலது பக்க அறையிலிருந்து அவனுடைய சகோதரியின் விம்மல்.

அவனுடைய தங்கை ஏன் மற்றவர்களுடன் சேர்ந்து கொள்ளவில்லை? இப்போதுதான் படுக்கையை விட்டு எழுந்திருப்பாள், உடையை அணியத் தொடங்கியிருக்க வேண்டும். சரி, அவள் ஏன் அழுதாள்? அவன் எழுந்து தலைமை எழுத்தரை உள்ளே விடவில்லை என்பதாலா, அவன் வேலையை இழந்து விடலாம் என்பதாலா, முதலாளி அவர்களுடைய பெற்றோரைக் கடனுக்காக நச்சரிக்கத் தொடங்கி விடுவார் என்பதற்காகவா? ஆனால் அவற்றைப் பற்றி எல்லாம் இப்போது கவலைப்பட வேண்டிய அவசியமில்லை. கிரிகர் இன்னும் வீட்டில் தான் இருந்தான்; குடும்பத்தை உதறித் தள்ளி

விட இப்போதைக்கு நினைக்கவில்லை. இப்போது அவன் தரை விரிப்பில் படுத்துக் கிடந்தது உண்மைதான்; அவனுடைய நிலைமையை அறிந்த யாரும் தலைமை எழுத்தரை அனுமதிக்க வேண்டும் என்று எதிர்பார்க்க மாட்டார்கள். ஆனால் சின்ன மரியாதைக் குறைவுக்காக அந்த இடத்திலேயே வேலையை விட்டு கிரிகரை நீக்கி விடமாட்டார்கள். அதுவும் காரணத்தைப் பின்னால் விளக்கிவிட முடியும். மேலும் இப்போதைக்குக் கண்ணீராலும், வேண்டுதல்களாலும் தொந்தரவு செய்யாமல் அவனை அமைதியாக விட்டு விடுவதுதான் அறிவுள்ள செயல் என்று தோன்றிற்று. எனினும் என்ன நடந்தது என்று தெரியாமல் குழப்பிப் போயிருப்பார்கள். அதுதான் அவர்கள் அப்படி நடந்ததற்குக் காரணம்.

“திரு. சம்சா” என்று தலைமை எழுத்தர் இப்போது உரக்கக் கூப்பிட்டார். “உங்களுக்கு என்ன ஆயிற்று? அறைக்குள்ளே பூட்டிக் கொண்டிருக்கிறீர்கள். கேள்விகளுக்கு எல்லாம் ‘ஆமாம்’ , ‘இல்லை’ என்று பதில் கூறுகிறீர்கள். உங்களுடைய பெற்றோருக்குத் தேவையில்லாத தொந்தரவு கொடுக்கிறீர்கள். உங்கள் வியாபாரக் கடமைகளில் நம்ப முடியாத வகையில் கவனம் செலுத்துவதில்லை. உங்கள் பெற்றோர் பெயராலும், உங்கள் முதலாளி பெயராலும் பேசுகிறேன். உடனே சரியான விளக்கம் தர வேண்டுமென்று வேண்டுகிறேன். எனக்கு ஆச்சரியமாக இருக்கிறது. ஆச்சரியம்! உங்களை அமைதியான நம்பகத் தகுந்த ஒருவராக நினைத்திருந்தேன். இப்போது திடீரென்று அவமானகரமாக நடந்து கொள்கிறீர்கள். இன்று காலை நீங்கள் வராததற்கு முதலாளி விளக்கம் ஒன்றைக் கோடிட்டுக் காட்டினார். அண்மையில் உங்களிடம் தரப்பட்ட பணப்பட்டுவாடா பற்றியது. ஆனால் அப்படி இருக்க முடியாது என்று நான் வாக்குறுதி தந்தேன். ஆனால் இப்போது உங்களுடைய பிடிவாதத்தைப் பார்க்கும்போது, உங்கள் பக்கம் பேசுவதற்கு எனக்குச் சிறிதும் விருப்பமில்லை. நிறுவனத்தில் உங்களுடைய இடம் கூட அவ்வளவு நிரந்தரம் இல்லை. இதை எல்லாம் உங்களிடம் தனியாகச் சொல்ல வேண்டும் என்றுதான் வந்தேன். ஆனால் நீங்கள் இப்போது எனது நேரத்தைத் தேவையில்லாமல் வீணடித்துக் கொண்டிருக்கும்போது, உங்கள் பெற்றோருக்கு ஏன் தெரியக் கூடாது? சிறிது காலமாக உங்கள் வேலையும் அவ்வளவு திருப்திகரமாக இல்லை. இது வியாபாரத்திற்குத் தகுந்த காலம் இல்லைதான், ஒத்துக்

கொள்கிறோம். ஆனால் அதற்காக ஒரு வியாபாரமும் செய்ய முடியாத சூழ்நிலையும் இல்லை."

"ஆனால், ஐயா," என்று அவனுடைய மனச் சஞ்சலத்தில் தன்னை மறந்து கத்தி விட்டான். "நான் உடனே கதவைத் திறக்கப் போகிறேன். கொஞ்சம் சுகமில்லை; கொஞ்சம் மயக்கம் வந்தது. அதனால்தான் எழுந்திருக்க முடியவில்லை. இன்னும் படுக்கையில் தான் இருக்கிறேன். ஆனால் இப்போது சரியாகி விட்டது. படுக்கையை விட்டு எழுந்து கொண்டிருக்கிறேன். ஒரு நிமிடம் கொடுங்கள். நான் நினைத்தது போல எனக்கு அவ்வளவு சுகமில்லை. ஆனால் சரியாகி விட்டது. எப்படி இது திடீரென்று என்னை அடித்துப் போட்டது போலச் செய்து விட்டது! நேற்றிரவு தான் நான் நன்றாக இருந்தேன். என் பெற்றோரிடம் கேட்டுப் பாருங்கள். சிறிது முன்னெச்சரிக்கையாக இருந்து நோய்க்குரிய அடையாளத்தைக் காட்டியிருக்கலாம். கிட்டங்கியிலேயே நான் ஏன் இதைச் சொல்லவில்லை என்றால் வீட்டில் இருக்காமலேயே நோய் சரியாகப் போய் விடும் என்று எல்லாரும் நினைப்பார்கள். ஐயா! என்னுடைய பெற்றோரை விட்டு விடுங்கள். நீங்கள் இப்போது என்மீது சுமத்தும் குற்றச்சாட்டுகளுக்கு எல்லாம் ஆதாரமே இல்லை. இதுபற்றி யாரும் என்னிடம் எதுவும் சொன்னதில்லை. நீங்கள் நான் சென்ற முறை அனுப்பியிருந்த ஆர்டர்களைப் பார்க்க வேண்டும். எப்படி இருப்பினும், நான் இப்போதும் எட்டு மணி வண்டியைப் பிடித்து விட முடியும். சில மணி நேர ஓய்விற்குப் பிறகு இப்போது எனக்கு நன்றாக இருக்கிறது. நீங்கள் இங்கே காத்திருக்க வேண்டாம். ஐயா, நான் விரைவிலேயே வேலைக்கு வந்து விடுவேன். முதலாளியிடம் அப்படியே கூறி நான் மன்னிப்புக் கேட்டுக் கொண்டதாகச் சொல்லுங்கள்."

இப்போது வார்த்தைகள் ஒன்றையன்று முந்திக்கொண்டு கொட்டிய போது, கிரிகருக்கே தான் என்ன சொன்னோம் என்று புரியாத அதே வேளையில், அவன் பெட்டிக்கு அருகில் எளிதாக வந்து விட்டான்.

ஒரு வேளை அவன் படுக்கையில் எடுத்துக்கொண்ட முயற்சிகள் நல்ல பயிற்சியாக அமைந்திருக்க வேண்டும். அதைக் கொண்டு இப்போது நேராக நிற்க முயன்று கொண்டிருந்தான். கதவைத்

திறக்க வேண்டுமென்று தான் திட்டமிட்டான்; கதவைத் திறந்து தன்னைக் காட்டி, தலைமை எழுத்தரிடம் பேசி, அவனைப் பார்த்தவுடன் எல்லோரும் என்ன சொல்வார்கள் என்று தெரிந்து கொள்ள விரும்பினான். அவர்கள் பயந்து விட்டார்களென்றால் அதன்பிறகு பொறுப்பு அவனுடையது இல்லை; பேசாமலிருந்து விடுவான். ஆனால் அதை அமைதியாக எடுத்துக் கொண்டார்கள் என்றால், அப்போது கலங்க வேண்டியதில்லை. வேகமாகப் போனால் எட்டுமணி வண்டியைப் பிடித்து விடுவான். முதலில் பெட்டியின் வழுவழுப்பான பரப்பில் சில தடவை வழுக்கி விழுந்து விட்டான். ஆனால் கொஞ்சம் பாடுபட்டு நேராக நின்று விட்டான். உடலின் கீழ்ப்பகுதி வலிக்கத் தான் செய்தது. அதை அவன் கண்டு கொள்ளவில்லை. பிறகு அருகிலிருந்த நாற்காலியின் பின்புறத்தில் படுமாறு கால்களால் அதன் ஓரங்களைப் பிடித்துக்கொண்டு விழுந்தான். இப்போது தன்னைக் கட்டுப்படுத்திக் கொண்டு பேச்சை நிறுத்தினான். ஏனென்றால் இப்போது தலைமை எழுத்தர் என்ன சொன்னார் என்று கவனித்துக் கேட்டான்.

"அவர் சொன்னது ஒரு வார்த்தையாவது உங்களுக்குப் புரிந்ததா?" என்று தலைமை எழுத்தர் கேட்டுக் கொண்டிருந்தார். "நம்மை என்ன முட்டாளாக ஆக்கிக் கொண்டிருக்கிறாரா?" "ஓ," என்று அவனுடைய அம்மா கண்ணீரோடு கதறினாள். "ஒருவேளை அவனுக்கு மிகவும் சுகமில்லை போலும். நாம் அவனைச் சித்திரவதை செய்து கொண்டிருக்கிறோம்." "கிரிட், கிரிட்," என்று கூப்பிட்டாள். "என்ன அம்மா?" என்று அவனுடைய சகோதரி அந்தப் பக்கத்திலிருந்து கூப்பிட்டாள். கிரிகரின் அறைக்கு இரு புறங்களிலுமிருந்து அவர்கள் பேசிக் கொண்டார்கள். "உடனே போய் மருத்துவரை அழைத்து வா. கிரிகருக்குச் சுகமில்லை. சீக்கிரம், சீக்கிரம். அவன் எப்படிப் பேசுகிறான் என்று கேட்டாயா?"

"அது மனிதக் குரலில்லை," என்றார் தலைமை எழுத்தர் தணிந்த குரலில், "அன்னா, அன்னா!" என்று அவனுடைய தந்தை சமையல் அறையை நோக்கிக் கையைத் தட்டிக் கொண்டு சப்தம் போட்டார். "பூட்டுச் சாவி போடுபவரை உடனே கூட்டி வா?" இரு பெண்களும் பெரிய அறையின் வழியாகத் தங்கள் பாவாடை கசகசக்க ஓடி முன் கதவைத் திறந்து கொண்டிருந்தார்கள். கதவை மூடும் ஒலி கேட்கவில்லை.

பெரிய துயர நிகழ்ச்சி நடக்கும்போது செய்வது போலக் கதவைத் திறந்தே போட்டு விட்டார்கள் போலும்.

ஆனால் கிரிகர் இப்போது அமைதியாகி விட்டான். அவன் பேசிய வார்த்தைகள் ஒன்றும் புரியவில்லை போலும். ஆனால் அவனுக்கு முன்னர் இருந்ததை விடத் தெளிவாகக் கேட்டன. ஒருவேளை அவனுடைய செவிகள் பழகிப் போய் விட்டன போலும். எப்படி இருந்தாலும் அவனுக்கு ஏதோ ஆகி விட்டது என்று மக்கள் நம்பத் தொடங்கி விட்டார்கள். அவனுக்கு உதவவும் ஆயத்தமாக இருந்தார்கள். இந்த முதல் நடவடிக்கைகள் உறுதியானவுடன் அதனை அவன் எதிர்கொள்ள வேண்டியிருந்தது. மறுபடியும் மனித வட்டத்திற்குள் இழுத்து வரப்பட்டது போல உணர்ந்தான். மருத்துவர் மற்றும் பூட்டு சரி செய்பவர் இருவரிடமிருந்தும் குறிப்பிடத்தக்க விளைவுகளை எதிர்பார்த்தான். ஆனால் அவர்கள் இருவரிடையேயும் எந்த வித்தியாசத்தையும் அவன் காண முடியவில்லை. இப்போது நடைபெறப் போகிற மிக முக்கிய உரையாடலுக்காக இருமித் தன்னைத் தயார் செய்து கொண்டான். ஆனால் மிகவும் மெல்லிய குரலில் தான் இருமினான். ஏனென்றால் அது மனிதர் இருமுவது போல இருக்காது. இதற்கிடையில் அடுத்த அறையில் அமைதி நிலவியது. ஒருவேளை அவனுடைய பெற்றோர்கள் தலைமை எழுத்தருடன் அமர்ந்து கிசுகிசு குரலில் பேசிக் கொண்டிருப்பார்கள் அல்லது கதவில் காதுகளை வைத்துக் கேட்டுக் கொண்டிருப்பார்கள்.

கிரிகர் மெல்ல நாற்காலியைக் கதவை நோக்கித் தள்ளி அதை விட்டு விட்டு கதவைப் பிடித்துக் கொண்டான், சிறிது நேரம் அதில் சாய்ந்து நின்றான். கால்களின் நுனியில் ஏதோ பிசுபிசுவென்று ஒட்டியது. அடுத்து பூட்டிலிருந்த சாவியை வாயைக் கொண்டு திருப்புவதில் ஈடுபட்டான். ஆனால் அவனுக்குப் பற்கள் இல்லை போல! எதை வைத்துச் சாவியைப் பிடிப்பது? ஆனால் அவனுடைய தாடைகள் மிக வலுவாக இருந்தன. அவற்றின் உதவி கொண்டு சாவியைத் திருகி விட்டான். சாவி தாடைகளைக் காயப்படுத்தி விட்டது தெரிந்தது. அவன் வாயிலிருந்து கருஞ்சிவப்புத் திரவம் வந்து சாவியில் பட்டுத் தரையில் கொட்டியது. ஆனால் அதைப் பற்றிக் கவலைப்படவில்லை. பின்னாலிருந்த தலைமை எழுத்தர், "கவனியுங்கள், அவர் சாவியைத் திருப்புகிறார்,"

என்றார். கிரிகருக்கும் இது உற்சாகத்தைத் தந்தது. ஆனால் அவர்கள் எல்லோரும் அவனை உற்சாகப்படுத்தியிருக்க வேண்டும். அவனுடைய அப்பாவும் அம்மாவும் கூட, "கிரிகர், சாவியைத் திருப்பு, திருப்பு, சாவியை விடாதே," என்று கத்தியிருக்க வேண்டும். அவர்கள் தன்னுடைய முயற்சிகளைக் கவனமாகப் பார்த்துக் கொண்டிருக்கிறார்கள் என்ற நம்பிக்கையில், தன்னுடைய முழு பலத்தையும் கொண்டு தனது தாடைகளைச் சாவியில் பதித்தான். சாவி சுற்றிக் கொண்டிருக்கும்போது, வாயைக்கொண்டு அதனைப் பிடித்தபடி, சாவியைத் தள்ளி, அல்லது தேவைப்படும்போது தன் உடலின் எடை முழுவதையும் கொண்டு கீழே இழுத்துப் பூட்டைச் சுற்றி வந்தான். கடைசியாக பூட்டில் "கிளிக்" சப்தம் கேட்டது. மூச்சை இழுத்துத் தனக்குத் தானே, "எனக்கு இப்போது பூட்டு சரி செய்பவர் தேவைப்பட மாட்டார்," என்று சொல்லிக்கொண்டு கதவைத் திறக்கத் தனது தலையைக் கைப்பிடியில் வைத்தான்.

கதவைத் தன்னை நோக்கி இழுக்க வேண்டியிருந்ததால், அவனை யாரும் பார்க்கவில்லை. இரட்டைக் கதவின் ஒன்றின் அருகே மெதுவாக நகர்ந்தான். வாயிற்படியில் முதுகடித்து விழாமல் இருக்க வேண்டுமென்றால் அவன் இதைக் கவனமாகச் செய்ய வேண்டியிருந்தது. வேறு எதையும் பார்க்க நேரமில்லாமல் தன்னுடைய சிரமமான வேலையைச் செய்து கொண்டிருந்தபோது, தலைமை எழுத்தர் "ஓ" என்று அலறுவதைக் கேட்டான். காற்று பலமாக அடிப்பது போல இருந்தது. அவர் கதவருகில் நின்று, திறந்த வாயில் ஒரு கையை அடித்துக்கொண்டு கண்ணுக்குத் தெரியாத ஒரு சக்தியால் தள்ளப்படுவதைப் போல மெல்லப் பின் வாங்கியதை அவன் பார்க்க முடிந்தது. அவனுடைய அம்மா தலைமை எழுத்தர் அங்கே வந்திருந்ததைக் கூடப் பொருட்படுத்தாமல் தலையை வாராமல் முடி எல்லாப் பக்கத்திலும் குத்திட்டு நிற்கத் தனது கைகளைப் பிசைந்துகொண்டு, அப்பாவைப் பார்த்தாள். பிறகு கிரிகரை நோக்கி இரண்டு அடி எடுத்து வைத்துத் தரையில் விழுந்து விட்டாள். பாவாடை சுற்றிக் கிடக்க அவள் தலை அவளுடைய மார்பில் மறைந்து கிடந்தது. கிரிகரை மீண்டும் அறைக்குள் குத்தித் தள்ளப் போவதுபோல முகத்தைக் கடுகடுவென்று வைத்துக் கொண்டு தனது முட்டியை நெரித்தாள். பிறகு அறையைச் சுற்றி ஒருமுறை பார்த்துவிட்டு தனது கண்களை கைகளால் மூடிக்கொண்டு அழத் தொடங்கினாள்.

கிரிகர் இப்போது வரவேற்பறைக்குப் போகாமல் அடைத்திருந்த கதவுப் பகுதியில் சாய்ந்து கொண்டான். இப்போது அவனுடைய உடலின் பாதிப் பகுதிதான் வெளியில் தெரிந்தது. அதற்கு மேலே இருந்த தலை மற்றவர்களைப் பார்க்கப் பக்கவாட்டில் சாய்ந்திருந்தது. இப்போது வெளிச்சம் நன்றாக வந்து விட்டது. தெருவின் அந்தப் பக்கத்திலிருந்த சாம்பல் நிறப் பகுதியைப் பார்க்க முடிந்தது. அது ஒரு மருத்துவமனை. நீண்ட அந்தக் கட்டிடத்தில் ஜன்னல்கள் வரிசையாக இருந்தன. மழை விழுந்து கொண்டிருந்தது; ஒவ்வொரு துளியாக விழுந்து சிதறியது. காலை உணவு மேசையில் நிறைத்து வைக்கப்பட்டிருந்தது. காலை உணவுதான் கிரிகரின் அப்பாவிற்கு முக்கிய உணவு. நீண்ட நேரம் சாப்பிட்டுக் கொண்டே செய்தித்தாள்களைப் பார்ப்பார். கிரிகருக்கு நேர் எதிரே இராணுவ உடையிலுள்ள அவனுடைய படம் தொங்கியது. லெஃப்டினெண்ட்டாக, வாளில் கை வைத்துக் கொண்டு புன்முறுவலோடு, அவனுடைய சீருடையையும் இராணுவ மிடுக்கையும் பார்த்து மரியாதை செய்ய அழைப்பது போல நின்றிருந்தான். பெரிய அறையின் கதவு திறந்திருந்ததால் முன் கதவு திறந்திருந்ததும் தெரிந்தது. இங்கிருந்து பார்க்கும்போதே படிக்கட்டுகள் தெரிந்தன.

அங்கிருந்தவர்களிலேயே உணர்ச்சி வசப்படாமல் இருந்தது, தான் தான் என்று கிரிகருக்குத் தெரியும். "சரி, நான் உடை அணிந்து கொண்டு மாதிரிகளை எடுத்துக் கொண்டு புறப்பட்டு விடுகிறேன். நான் போக அனுமதிப்பீர்களா? நான் ஒன்றும் பிடிவாதக்காரன் இல்லை. நான் வேலை செய்வேன். பயணம் செய்வது கடினமான வேலைதான். ஆனால் அதில்லாமல் என்னால் உயிர் வாழ முடியாது. எங்கே போகிறீர்கள்? அலுவலகத்திற்கா? ஆமாவா? இதைப் பற்றிய உண்மையான விளக்கத்தைத் தருவீர்களா? தற்காலிகமாக ஒருவர் செயல் புரிய முடியாமல் ஆகி விடுகிறார் அல்லவா? ஆனால் இந்த உடல் குறைபாடு போனவுடன், இன்னும் அதிகமான உழைப்போடும் கவனத்தோடும் வேலை செய்ய முடியும் என்பதை மனத்தில் கொண்டு முந்தைய பணிகளையும் நினைவில் வைக்க வேண்டிய நேரம் இது.

நான் முதலாளிக்குப் பணி செய்யக் கடமைப்பட்டிருக்கிறேன் என்பது உங்களுக்குத் தெரியும். மேலும் நான் என்னுடைய பெற்றோருக்காகவும், சகோதரிக்காகவும் சம்பாதிக்க

வேண்டியிருக்கிறது. நான் பெரிய இக்கட்டிலிருக்கிறேன். நான் அதை விட்டு வெளியே வந்து விடுவேன். என்னுடைய நிலைமையை இன்னும் மோசமாக்கி விடாதீர்கள். எனக்காக நிறுவனத்தில் பரிந்து பேசுங்கள். அங்கு விற்பனைப் பிரதிநிதிகளுக்கு மதிப்பில்லை என்று எனக்குத் தெரியும். நாங்கள் மூட்டைக் கணக்கில் சம்பாதிக்கிறோம், வேடிக்கையாகப் பொழுது போக்குகிறோம் என்று எண்ணுகிறார்கள். இப்படி எங்கள் மேலுள்ள தேவையற்ற வெறுப்பை மாற்ற வேண்டிய அவசியமில்லை. ஆனால் ஐயா, உங்களுக்கு மற்ற பணியாளர்களை விட நிலவரம் நன்றாகத் தெரியும். இரகசியமாகச் சொல்கிறேன். முதலாளியை விடக்கூட உங்களுக்கு நன்றாகத் தெரியும். ஏனென்றால் முதலாளி ஒரு பணியாளரைப் பற்றி எளிதாகத் தவறான கருத்தை ஏற்படுத்திக் கொள்கிறார். பயணம் செய்பவர் ஆண்டு முழுவதும் அலுவலகத்திற்கே வராமலிருப்பார். அவரைப் பற்றி இல்லாததும் பொல்லாததும் சொல்வது வசதி. இதுபற்றி ஊரை எல்லாம் சுற்றி விட்டு அலுவலகத்திற்குக் களைத்து வரும்வரை ஒன்றும் தெரியாது. அதன் பிறகு அவருக்குத் துன்பம் தான். அவரால் அதன் மூல காரணத்தைக் கண்டுபிடிக்க முடியாது. ஐயா, ஐயா நான் சரியாக இருக்கிறேன் என்பதைக் காட்ட ஒரு வார்த்தையாவது சொல்லாமல் போகாதீர்கள்?"

ஆனால் கிரிகருடைய முதல் வார்த்தையைக் கேட்டவுடனேயே தலைமை எழுத்தர் பின் வாங்கி விட்டார். தோள்பட்டை துடிக்க, உதடுகள் பிரிய 'ஆ'வென்று அவனைப் பார்த்தார். கிரிகர் பேசிக் கொண்டிருந்தபோதே ஒவ்வொரு அடியாக எடுத்து வைத்து அவனைப் பார்த்துக்கொண்டே கதவருகில் போய் விட்டார். ஏதோ இரகசியக் கட்டளை வந்தது போல நகர்ந்தார். இப்போது பெரிய அறைக்கு வந்து விட்டார். அவர் கடைசி அடியை எடுத்த வைத்த வேகத்தைப் பார்த்தால், காலைச் சுட்டுக் கொண்டது போல இருந்தது. பெரிய அறைக்குள் வந்தவுடன், இயற்கைக்கு அப்பாற்பட்ட ஒரு சக்தி அவரை விடுவிக்கக் காத்திருந்தது போல வலக்கையை படிக்கட்டை நோக்கி நீட்டினார்.

அவன் அந்த நிறுவனத்தில் தொடர்ந்து பணியாற்ற வேண்டுமென்றால், தலைமை எழுத்தரை இந்த மனநிலையோடு போகவிடக் கூடாது என்று கிரிகர் நினைத்தான். அவனுடைய பெற்றோருக்கு இது புரியவில்லை. இந்த நிறுவனத்தில்

அவனுடைய வேலை வாழ்நாள் முழுவதும் நிரந்தரம் என்று இத்தனை ஆண்டுகளில் அவர்கள் உறுதியாக நம்பினார்கள். மேலும் அவர்கள் தங்களை உடனடியாகப் பாதிக்கும் துன்பங்களைப் பற்றிக் கவலைப்பட்டுக் கொண்டிருந்ததால், வருங்காலத்தைப் பற்றி அவர்களால் நினைத்துப் பார்க்க முடியவில்லை. ஆனால் கிரிகருக்குத் தொலைநோக்கு இருந்தது. தலைமை எழுத்தரை நிறுத்தி, நயந்து, அவரைத் தன்பக்கம் திருப்பி இறுதியாக வெற்றிகொள்ள வேண்டும். கிரிகரின் மொத்தக் குடும்பத்தின் வருங்காலமும் அதை நம்பித்தான் இருந்தது! அவனுடைய தங்கை மட்டும் இருந்திருந்தால்!? அவள் அறிவாளி; படுக்கையில் அமைதியாகப் படுத்துக் கொண்டிருந்தபோதே அவள் அழத் தொடங்கி விட்டாள். தலைமை எழுத்தருக்கும் பெண்கள் என்றால் சபலம். அவள் சொல்வதைக் கேட்பார். வீட்டின் கதவை அடைத்து அவரிடம் பேசி அவருடைய பயத்தைத் தணித்திருப்பாள். ஆனால் அவளை இன்னும் காணவில்லை. அவன் தான் நிலைமையைச் சமாளிக்க வேண்டும். அவனுக்கு நடமாட எவ்வளவு சக்தி இன்னும் இருக்கிறது என்பது நினைவில்லாமல், அவனுடைய வார்த்தைகள் பெரும்பாலும் புரிந்துகொள்ள முடியாமல் இருக்கும் என்பதை நினைவில் கொள்ளாமல், கதவை விட்டு விட்டு, திறந்திருந்த கதவு வழியாக, தலைமை எழுத்தரை நோக்கி நடக்கத் தொடங்கினான். ஏற்கனவே அவர் கிராதியில் இரண்டு கைகளையும் பிடித்துத் தொங்கிக் கொண்டிருந்தார். ஆனால் கிரிகர் தன்னைத் தாங்கிக் கொள்ள ஏதாவது இருக்கிறதா என்று தேடி, கத்திக் கொண்டே தன்னுடைய எல்லாக் கால்களும் தரையில் அடிபட விழுந்தான். ஆனால் கீழே விழுந்தவுடன், காலையில் இருந்தது போல இல்லாமல் உடல் நன்றாக இருப்பதை உணர்ந்தான். அவனுடைய கால்கள் வலுவாகத் தரையில் நின்றன. அவனுக்கு இப்போது கால்கள் ஒத்துழைத்தது கீழ்ப்படிந்தது மகிழ்ச்சியாக இருந்தது. அவன் விரும்பிய திசையில் அவனைக் கொண்டு செல்லவும் தயாராக இருந்தன. இப்போது தன்னுடைய துன்பங்களுக்கெல்லாம் இறுதியாக விமோசனம் கிடைத்து விட்டதாக நம்பத் தொடங்கினான். ஆனால் அடுத்த வினாடி, அவன் தரையில் விழுந்து ஆர்வமாக அங்கும் இங்கும் ஆடியவுடன், அவனுக்கு அருகிலிருந்து அவனுடைய அம்மா நசுக்கப்பட்டவள் போலக் குதித்தெழுந்து கைகளையும் விரல்களையும் நீட்டி "உதவி, உதவி, கடவுளே

உதவி" என்று கத்திக்கொண்டே அவனை நன்றாகப் பார்க்க வேண்டும் என்பதற்காகவோ என்னவோ கீழே குனிந்தாள். ஆனால் நேர்மாறாகப் பின்வாங்கிப் போய்க் கொண்டிருந்தாள்; தனக்குப் பின்னால் உணவு பரிமாறப்பட்ட மேசை இருப்பதை மறந்து விட்டாள். அதன்மேல் மோதி உட்கார்ந்து விட்டாள். தன்னை மறந்து உட்கார்ந்ததில் அதன் மேல் வைத்திருந்த காப்பிக் குவளையை தட்டி விட அது கவிழ்ந்து காபி தரை விரிப்பில் கொட்டி ஓடியது.

"அம்மா, அம்மா," என்று கிரிகர் தணிந்த குரலில் சொல்லி அவளைப் பார்த்தான். அவனுடைய நினைவிலிருந்து தலைமை எழுத்தர் சிறிது நேரம் மறைந்து விட்டார். மாறாக, காபி ஓடியதைப் பார்த்து அவனுடைய தாடைகளைக் கடித்துக் கொண்டான். இது அவனுடைய அம்மாவை வீரிட்டு கத்தச் செய்தது, மேசையிலிருந்து இறங்கி அவனுடைய அப்பாவின் கரங்களில் விழுந்தாள். அவர் அவளைத் தாங்கிப் பிடித்துக் கொண்டார். கிரிகருக்கு அவனுடைய பெற்றோரைக் கவனிக்க நேரமில்லை. தலைமை எழுத்தர் ஏற்கனவே படிக்கட்டுகளில் இறங்கிக் கொண்டிருந்தார். கைப்பிடியைப் பிடித்துக் கொண்டு கடைசி முறையாக திரும்பிப் பார்த்தார். அவரை முந்திக் கொள்ளும் நோக்கத்துடன், கிரிகர் பாய்ந்தான். ஆனால் தலைமை எழுத்தர் இதனை எதிர்பார்த்திருக்க வேண்டும். படிகளில் தடதடவென்று இறங்கி மறைந்து விட்டார். இன்னும் "ஆ..." என்று கத்திக் கொண்டிருந்தார். அது படிக்கட்டு முழுவதும் எதிரொலித்தது. தலைமை எழுத்தரின் ஓட்டம் கிரிகரின் அப்பாவை முழுவதுமாக அசர வைத்து விட்டது. இதுவரை அமைதியாக இருந்த அவர் எழுத்தர் பின்னால் ஓடாமல், வலது கையில் எழுத்தரின் கைத்தடியையும், அவரது தொப்பி, மேல் கோட்டு ஆகியவற்றையும் எடுத்துக் கொண்டு, இடக்கையில் மேசையில் கிடந்த செய்தித்தாளைப் பிடித்துக்கொண்டு, தடியையும், தாளையும் கொண்டு கிரிகரை அறைக்குள் விரட்டத் தொடங்கி விட்டார். குறைந்தபட்சம், கிரிகர் எழுத்தரை நோக்கிப் போனதையாவது தடுக்காமலிருந்திருக்கலாம்.

கிரிகரின் வேண்டுகோள் ஒன்றும் பலிக்கவில்லை. அவர் புரிந்து கொண்டாரா என்பதே சந்தேகம் தான். தனது தந்தையின் முன் எவ்வளவு தாழ்ந்து குனிந்தாலும், அவர் காலைத் தரையில்

உருமாற்றம் | 35

ஓங்கி அடித்தார். அவனுடைய தந்தை கடுங்குளிரிலும் சன்னல் கதவைத் திறந்துவிட்டார். குளிர்ந்த பேய்க்காற்று தெருவிலிருந்து உள்ளே வீச திரைச் சீலைகள் அடித்துக் கொண்டன, மேசையிலிருந்து செய்தித்தாள்கள் படபடத்து சில தரையிலும் விழுந்தன. இரக்கமில்லாமல் கிரிகரை ஒரு காட்டுமிராண்டியைப் போல 'சூ,' 'சூ' என்று கத்திக் கொண்டே உள்ளே தள்ளினார். ஆனால் கிரிகருக்குப் பின்னால் நடப்பது பழக்கம் இல்லாததால் மெதுவாகத்தான் நடக்க முடிந்தது. அவனால் உடலைத் திருப்ப முடிந்ததென்றால் அறைக்குள் வேகமாகப் போய் விட முடியும். அப்படித் திரும்புவதற்கு நேரம் ஆகும். அப்போது அவனுடைய தந்தை கோபப்படலாம். அப்போது எந்த நேரமும் அவர் கையிலுள்ள தடி அவனுடைய தலையிலேயோ உடலிலோ விழுந்ததென்றால் உயிர் போக வேண்டியதுதான். கடைசியில் வேறொன்றுக்கும் வழியில்லை. ஏனென்றால் பின் பக்கமாக நடந்ததால் அவன் விரும்பிய திசையில் போக முடியவில்லை. ஆதலால் அப்பாவின் மேல் ஒரு கண் வைத்துக்கொண்டே உடலைத் திருப்ப முயன்றான். எவ்வளவு வேகமாகத் திரும்ப முயன்றாலும் மெதுவாகத் தான் நகர முடிந்தது. ஒருவேளை அவனுடைய அப்பா அவன் நோக்கத்தைப் புரிந்துகொண்டோ என்னவோ அவனுடைய அசைவில் குறுக்கிடாமல் தூரத்தில் இருந்தபடியே தடியால் அவன் திரும்ப உதவி செய்தார். ஆனால் அவர் பாம்பு சீறுவது போல சப்தம் போடாமலிருந்தால்...? இந்தச் சப்தம் கிரிகரை என்னவோ செய்தது. இப்போது சுற்றித் திரும்பி விட்டான்; ஆனால் அந்த 'இஸ்...' ஒலி அவனை நிலைகுலைய வைத்தது; தவறான வழியில் நகரத் தொடங்கி விட்டான். அவன் தலை வாயிற்படியின் முன்னால் இருந்தபோது பாதி திறந்த கதவின் வழியாக அவன் உடல் போக முடியாதது போல இருந்தது. கதவை முழுவதுமாகத் திறந்து விட வேண்டுமென்று அவருக்குத் தோன்றும் மன நிலையில் இப்போது அவர் இல்லை. எவ்வளவு விரைவாக அவனை அறைக்குத் துரத்த முடியுமோ அவ்வளவு விரைவாகத் துரத்துவதிலேயே கண்ணாக இருந்தார். கிரிகர் நேராக நிமிர்ந்து நின்று கதவின் இடைவெளியில் நுழைந்து போக அவன் தன்னைத் தயாரிக்கும் அளவிற்கு நேரம் தர அவருக்குப் பொறுமை இருக்காது. ஏதோ அவர் அவனை விரட்ட இன்னும் அதிகமாகச் சப்தம் போட்டிருக்க வேண்டும். அவனுக்குப் பின்னாலிருந்து அந்த சப்தம் கேட்டது. என்ன

நடந்தாலும் நடக்கட்டும் என்று கிரிகர், திறந்த ஒரு கதவின் வழியாக உள்ளே திணித்துக் கொண்டான். உடலின் ஒரு பகுதி மேலே தூக்கியது. வாயிற்படியில் சாய்வாக உள்ளே நுழையும்போது அவனுடைய உடலின் ஒரு பக்கத்தில் சிராய்ப்பு ஏற்பட, வெள்ளைத் தரையில் பயங்கரக் கறை படிந்தது. மாட்டிக் கொண்டான். அப்படியே விட்டிருந்தால் உடலை அசைக்கவே முடிந்திருக்காது. ஒரு பக்கக் கால்கள் காற்றில் துடித்தன. இன்னொரு பக்கத்தில் தரையில் நசுங்கிக் கொண்டிருந்தன. வலி தாங்க முடியவில்லை. ஆனால் அந்த சமயம் அவனுடைய அப்பா பின்னால் ஒரு தள்ளுத் தள்ள - விடுதலை. இரத்தம் சொட்ட உள்ளே பறந்து போய் விழுந்தான். தடியைக் கொண்டு அப்பா கதவை மூடி விட்டார். பிறகு ஒரே அமைதி.

பொழுது சாயும் வரையில் கிரிகர் நன்றாகத் தூங்கினான். தூக்கம் என்று சொல்வதை விட மயக்கம் என்றுதான் சொல்ல வேண்டும். நன்றாகத் தூங்கி ஓய்வெடுத்து விட்டால், தானாகவே சிறிது நேரத்தில் விழித்திருப்பான். ஆனால் ஏதோ வேகமாக ஓடும் காலடிச் சத்தமும், கவனமாகக் கதவை அடைக்கும் சப்தமுமே அவனை எழுப்பியது போல இருந்தது. தெருவிலுள்ள மின் விளக்குகள் கூரையிலும், நாற்காலி மேசைகளிலும் மங்கலான ஒளியைப் பரப்பிக் கொண்டிருந்தாலும், அவன் படுத்திருந்த இடத்தில் இருட்டாகவே இருந்தது. மெதுவாக என்ன நடக்கிறது என்று பார்ப்பதற்குக் கதவை நோக்கி நடந்தான். அவனுடைய இடப்பக்கத்தில் நீண்ட வடு இருந்தது போல உணர்ந்தான். தனது இரண்டு வரிசைக் கால்களாலும் நொண்டி நொண்டி நடக்க வேண்டியிருந்தது. காலையில் நடந்த நிகழ்வுகளில் ஒரு கால் நசுங்கி விட்டிருந்தது. ஒரு கால் மட்டும் நசுங்கியிருந்தது ஒரு அதிசயம் தான். அந்தக் கால் தொங்கிக் கொண்டே இழுத்து இழுத்து வந்தது.

கதவை அடைந்தவுடன்தான் அவனை எது தன்னை அங்கே ஈர்த்தது என்று புரிந்தது. உணவின் மணம்! ஒரு பாத்திரத்தில் வெள்ளை ரொட்டித் துண்டுகள் மிதந்த புதுப்பால் இருந்தது. காலையை விட இப்போது பசி அதிகமாக இருந்ததால் தனக்குள்ளேயே சிரித்துக் கொண்டான். தலையைத் தூக்கிப் பாலுக்குள் நுழைக்க இருந்தான். ஆனால் ஏமாற்றத்துடன் உடனே பின்னுக்கு இழுத்துக் கொண்டான். புண்பட்ட இடது பக்கத்தை வைத்துக் கொண்டு சாப்பிடுவது கடினமாக இருந்தது

மட்டுமின்றி பாலே வெறுப்பாக இருந்தது. ஆனால் பால் இதுவரையில் அவனுக்கு விருப்பமான பானமாக இருந்தது. அதனால் தான் அவனுடைய தங்கை அதனைக் கொண்டு வந்திருந்தாள். வெறுப்புடன் பால் பாத்திரத்தை விட்டு ஊர்ந்து அறையின் மத்திக்குத் திரும்பி விட்டான்.

கதவின் இடுக்கு வழியாகப் பார்த்தபோது முன்னறையில் விளக்கு ஏற்றப்பட்டிருந்தது தெரிந்தது. ஆனால் வழக்கமாக இந்த நேரத்தில் அவனுடைய தந்தை பிற்பகல் செய்தித் தாளை அவனுடைய அம்மாவிற்கு உரக்கப் படித்துக் காட்டுவார். சில சமயங்களில் அவனுடைய சகோதரிக்காகவும் வாசிப்பார். ஆனால் இன்று ஒரு சப்தமும் கேட்கவில்லை. ஒருவேளை இப்போது சப்தமாக வாசிப்பதை அவர் நிறுத்தி விட்டார் போலும். இதுபற்றி அவனுடைய தங்கை பேசும்போதும், கடிதத்திலும் அடிக்கடி குறிப்பிட்டிருந்தாள். ஆனால் சுற்றிலுமே ஒரு அமைதி நிறைந்திருந்தது. அதுவும் அவர்களுடைய அடுக்குமாடிக் குடியிருப்பு காலியாக இருப்பதாகவும் தெரியவில்லை. 'என்னுடைய குடும்பம் என்ன அமைதியான வாழ்க்கை வாழ்ந்து கொண்டிருக்கிறது!' என்று கிரிகர் தனக்குள் சொல்லிக் கொண்டான். அசையாமல் அந்த இருளில் உட்கார்ந்திருந்தபோது, அவனுடைய பெற்றோருக்கும் சகோதரிக்கும் அந்த அருமையான வீட்டில் அருமையான வாழ்க்கையைக் கொடுத்திருக்கிறோம் என்று பெருமைப்பட்டுக் கொண்டான். ஆனால் இந்த அமைதியும், வசதியும் பயங்கரத்தில் இப்போது முடிந்து விட்டதென்றால்... இத்தகைய சிந்தனைகளில் மூழ்கி விடாமல் தன்னைக் காப்பாற்றிக் கொள்ள அறையில் மேலும் கீழுமாக ஊர்ந்தான்.

மாலையில் பக்கத்துக் கதவுகளில் ஒன்று ஒருமுறை திறக்கப்பட்டது. சிறிது திறந்தவுடன் உடனே மூடப்பட்டது. பிறகு அந்தப் பக்கத்துக் கதவும் மூடியது. யாரோ உள்ளே வரவேண்டுமென்று விரும்பித் திறந்திருக்க வேண்டும். பிறகு மாறியிருக்க வேண்டும். இப்போது கிரிகர் முதல் அறையின் கதவருகில் காத்திருக்கிறான். யாராவது தயங்கினால் அவர்களை உள்ளே வருமாறு வற்புறுத்தலாம் அல்லது யார் வருகிறார்கள் என்று அவனால் கண்டுபிடித்து விட முடியும். ஆனால் எல்லாம் வீண். அதிகாலையில் கதவுகள் பூட்டப்பட்டிருந்தபோது அவர்கள் எல்லோரும் உள்ளே வர முயன்றார்கள். இப்போது

அவன் ஒரு கதவைத் திறந்து விட்டான். இன்னொரு கதவையும் திறந்திருக்க வேண்டும். ஆனால் யாரும் உள்ளே வரவில்லை. சாவிகள் கூடக் கதவில் அந்தப் பக்கம் தான் இருந்தன.

பின்னிரவில் முன்னறையில் விளக்கு அணைவதற்கு முன்னர், அவனுடைய பெற்றோரும், சகோதரியும் அதுவரையில் தூங்காமல் இருந்தார்கள் என்று கிரிகரால் சொல்ல முடியும். ஏனென்றால் கட்டை விரல் நுனியில் நடப்பது இவனுக்குக் கேட்டது. எனவே காலை வரையில் அவனைப் பார்க்க யாரும் வர மாட்டார்கள் என்பது உறுதி. ஆகவே காலை வரையில், தன்னுடைய புதிய வாழ்க்கையை எப்படி ஒழுங்குபடுத்திக் கொள்வது என்பது பற்றி அவனால் சுதந்திரமாகச் சிந்திக்க முடியும். ஆனால் இவ்வளவு பெரிய காலியான அறையில் தரையில் முதுகுபடப் படுத்திருக்க வேண்டுமென்றால் அவனுக்குப் பயமாக இருந்தது. ஆனால் அந்தப் பயம் ஏனென்றுதான் புரியவில்லை. ஏனென்றால் இந்த அறையில் தான் ஐந்து ஆண்டுகளைக் கழித்திருக்கிறான். இப்போது உள் மனதின் செயலால், சிறிது அவமான உணர்வுடன் சோபாவிற்கு அடியில் போய் உட்கார்ந்து கொண்டான். அங்கே அவனுக்கு வசதியாக இருந்தாலும், அவனுடைய முதுகுக்கு இடைஞ்சலாக இருந்தது. தலையைத் தூக்க முடியவில்லை. இன்னொன்று, அவனுடைய உடல் முழுவதையும் சோபாவிற்கு அடியில் நுழைக்க முடியவில்லை.

அங்கே இரவு முழுவதும் இருந்தான். அரைத் தூக்கத்தில் அவனுடைய பசி அவனை எழுப்பி விடும் அல்லது கவலைப் பட்டுக்கொண்டு தெளிவற்ற நம்பிக்கைகளோடு யோசித்துக் கொண்டிருப்பான். பொறுமையைக் கடைப்பிடிக்க வேண்டும். அவனுடைய இந்த நிலை அவனுடைய குடும்பத்திற்குத் தரும் இடைஞ்சலை அவர்கள் தாங்கிக்கொள்ள உதவ வேண்டும். அது வரையில் வெளியில் எதையும் காட்டிக் கொள்ளக் கூடாது.

அதிகாலையில், இன்னும் இரவு தான்! அப்போது கிரிகர் தன்னுடைய புதிய தீர்மானங்களைச் சோதிக்கும் காலம் வந்தது. அவனுடைய சகோதரி உடை உடுத்திக்கொண்டு, முன்னறையிலிருந்த கதவைத் திறந்துகொண்டு எட்டிப் பார்த்தாள். முதலில் அவனை அவள் பார்க்கவில்லை. எங்கேயாவது அவன் இருக்க வேண்டும், பறந்து போயிருக்க

முடியாதல்லவா? அவனை சோபாவிற்கு அடியில் பார்த்தவுடன் அவளை அறியாமலேயே கதவை இழுத்து மூடி விட்டாள். ஆனால் உடனே தனது செயலுக்கு வருத்தப்படுபவள் போல, கட்டை விரலில் நடந்து, நோயாளியை, ஏதோ ஒரு அன்னியனைப் பார்க்க வருவதுபோல, உள்ளே வந்தாள். கிரிகர் தனது தலையை சோபாவின் ஓரத்திற்குக் கொண்டுசென்று அவளைப் பார்த்தான். பால் அப்படியே இருப்பதைப் பார்த்து, அவனுக்கு அது பிடிக்கவில்லை என்று அறிந்துகொண்டு வேறு ஏதாவது அவனுடைய சுவைக்கு ஏற்ற உணவைக் கொண்டு வருவாளா? அப்படி அவள் கொண்டு வராவிட்டால், பட்டினியாகக் கிடப்பானே தவிர அவளுக்குத் தெரியும்படி எதுவும் செய்ய மாட்டான். சோபாவின் அடியிலிருந்து குதித்து ஓடி அவள் கால்களில் விழுந்து, ஏதாவது சாப்பிடத் தருமாறு கெஞ்சும் ஆசையைத் தடுத்து விட்டான். ஆனால் அவனுடைய சகோதரி உடனே ஆச்சரியத்தோடு பாத்திரத்தில் உள்ள பால், வெளியில் கொஞ்சம் சிந்தியிருந்ததைத் தவிர, அப்படியே இருந்ததைக் கவனித்து விட்டாள். ஆனால் அவள் அதை வெறும் கையால் தூக்காமல் துணியைப் பிடித்துக் தூக்கி வெளியே கொண்டுபோய் விட்டாள். இதற்குப் பதிலாக அவள் வேறு என்ன கொண்டு வருவாள் என்று தெரிந்துகொள்ளும் ஆசையில் அவனாகவே பல எதிர்பார்ப்புகளை மனத்தில் வளர்த்துக் கொண்டான். ஆனால் அவள் நல்லெண்ணத்துடன் உணவு கொண்டு வந்ததைப் பார்த்தபோது அவன் யூகத்திற்கு அப்பாற்பட்டதாக அது இருந்தது. அவனுக்கு என்ன பிடிக்கும் என்று பார்ப்பதற்குப் பல வகைப்பட்ட உணவுகளை ஒரு பழைய செய்தித்தாளில் வைத்துக் கொண்டு வந்தாள். அழுகிய காய்கறிகள், நேற்றிரவு சாப்பிட்டு மீந்த எலும்புகளில் வெள்ளைச் 'சாஸ்' ஊற்றியது, உலர்ந்த திராட்சை, பிஸ்தா பருப்பு, இரண்டு நாட்களுக்கு முன்னால் அவன் சாப்பிட முடியாதென்று ஒதுக்கி வைத்த சிப்ஸ் - அனைத்தும் இருந்தன. காய்ந்த ரொட்டித் துண்டு, வெண்ணெய் தடவிய ரொட்டியும் இருந்தது. அவற்றோடு முன்னால் கொண்டு வந்த பாத்திரத்தையும் வைத்து அதில் சிறிது தண்ணீர் ஊற்றினாள். அவனுக்காகவே அதைத் தனியாக ஒதுக்கி வைத்துவிட்டார்கள் போலும்! கிரிகர் அவள் இருக்கும்போது சாப்பிட மாட்டான் என்று தெரிந்து அவள் சாதுரியமாக வெளியே போய்க் கதவைப் பூட்டி விட்டாள். அவன்

சாப்பிட எவ்வளவு நேரம் வேண்டுமானாலும் எடுத்துக் கொள்ளலாம் என்று அவள் சூசகமாகத் தெரிவித்தாள். கிரிகரின் கால்கள் உடனே உணவை நோக்கி விரைந்தன. அவனுடைய காயங்கள் முற்றிலுமாகக் குணமாகி இருக்க வேண்டும். அவனுக்கு எந்த வலியும் தெரியவில்லை. இது அவனுக்கு வியப்பைத் தந்தது. ஏனென்றால் போன மாதம் கத்தியால் விரலை வெட்டிக் கொண்டதன் வலி இரண்டு மூன்று நாள் வரையில் இருந்தது. "இப்போது எனக்கு உணர்வுகள் மழுங்கி விட்டனவா?" என்று எண்ணிக்கொண்டான். சீசை முதலில் பேராசையோடு சப்பினான். அதுதான் முதலில் அவனை அதிகமாகக் கவர்ந்தது. திருப்தியினால் ஏற்பட்ட கண்ணீர் வழிய சீசுக்குப் பிறகு காய்கறிகள், சாஸ் ஆகியவற்றை வேகமாக உள்ளே தள்ளினான். இப்போது சமைத்த உணவு அவனுக்குப் பிடிக்கவில்லை. அதன் மணம் கூட அவனுக்கு வெறுப்பாக இருந்தது. உணவை அந்த இடத்திலிருந்து தள்ளிக்கொண்டு போய் விட்டான். அவன் சாப்பிட்டு முடிந்து அங்கேயே ஓய்வு எடுத்துக் கொண்டிருந்தபோது, அவனுடைய தங்கை அவனுக்கு எச்சரிக்கை செய்வது போல மெல்ல சாவியைத் திருகினாள். தூக்கம் கண்ணைச் சொக்கினாலும், உடனே விழித்துக் கொண்டு சோபாவிற்கு அடியில் போய்விட்டான். சகோதரி உள்ளே இருந்த சிறிது நேரம் கூட அவனால் தாக்குப் பிடிக்க முடியவில்லை. நிறையச் சாப்பிட்டு விட்டதால் வயிறு ஊதிக் கொண்டது. உடல் வீங்கியது போல ஆகி விட்டது. ஆகவே சோபாவிற்கு அடியில் இடம் போதவில்லை. மூச்சுத் திணறியது. விழிகளே வெளியே தெறித்து விழுவது போல ஆயிற்று. அவனுடைய சகோதரி அவன் சாப்பிட்ட எச்சங்களையும், தொடாமல் விட்டதையும் சேர்த்துக் கூட்டி ஒரு குப்பைக் கூடையில் போட்டு மூட முடியாமல் மூடித் தூக்கிப் போய் விட்டாள். அவள் வெளியே போன அடுத்த நிமிடம் சோபாவின் அடியிலிருந்து வெளியே வந்து விட்டான்.

இப்படியாக, காலையில் அவனுடைய பெற்றோரும், பணிப் பெண்ணும் தூங்கிக் கொண்டிருக்கும்போது காலையில் அவனுக்கு உணவு கிடைத்தது. பிறகு பிற்பகலில் எல்லாரும் உண்டுவிட்டுப் பெற்றோர் தூங்கும்போது, பணிப் பெண்ணை ஏதாவது சாக்குச் சொல்லி வெளியே அனுப்பிவிட்டு அவனுடைய சகோதரி உணவு கொண்டு வருவாள். அவர்கள் இவனுக்கு உணவு தராமல் பட்டினி போட வேண்டும் என்று

விரும்பியதால் அல்ல. அவனுக்கு எப்படி உணவு தருகிறாள் என்று அவர்கள் தெரிந்து கொள்ளாமல் இருப்பது நல்லது என்று நினைத்திருக்கலாம். ஆனால் நிறையத் துன்பங்களைத் தாங்கிக் கொள்ள வேண்டி இருந்த அவர்களுக்கு இந்தச் சிறிய பதற்றங்களைத் தவிர்ப்பதற்காககூட இருக்கலாம்.

என்ன சமாதானம் சொல்லி மருத்துவரையும், பூட்டுச் சாவி போடுபவரையும் அன்று அனுப்பி விட்டார்கள் என்று கிரிகரால் கண்டுபிடிக்க முடியவில்லை. ஏனென்றால் அவன் பேசியது அவர்களுக்குப் புரியாததால், அவர்கள் பேசியதும் இவனுக்குப் புரியாது என்று அவனுடைய சகோதரி உட்பட அனைவரும் நினைத்திருக்க வேண்டும். எனவேதான் அவனுடைய தங்கை அறைக்குள் நுழையும் போதெல்லாம் அவள் பெருமூச்சு விடுவதை அல்லது எப்போதும் புனிதர்களிடம் வேண்டுவதை மட்டுமே அவனால் கேட்க முடிந்தது. சிறிது காலத்திற்குப்பிறகு, அந்தச் சூழலுக்கு கொஞ்சம் பழகி விட்ட பிறகு சில சமயங்களில் ஏதாவது பேசுவாள். அது அன்பினால் சொன்னதாக எடுத்துக் கொள்ள வேண்டும். கொண்டு வந்த அனைத்தையும் கிரிகர் உண்டு விட்டால், “இன்றைய உணவு அவனுக்குப் பிடித்திருக்க வேண்டும்,” என்று அவள் கூறுவாள். அவன் ஒன்றும் சாப்பிடாவிட்டால், அடிக்கடி அவன் சாப்பிடாமல் இருந்தால், வருத்தத்துடன், “ஒன்றுமே சாப்பிடவில்லை,” என்று கூறுவாள்.

கிரிகருக்கு நேரடியாகச் செய்தி எதுவும் கிடைக்காவிட்டாலும், பக்கத்து அறைகளிலிருந்து நிறையச் செய்திகளை ஒட்டுக் கேட்க முடிந்தது. ஏதாவது சப்தம் கேட்டால் உடனே சப்தம் வந்த அறைக் கதவை நோக்கி ஓடிக் கதவில் உடல் முழு வதையும் அழுத்திக் கொள்வான். முதலில் சில நாட்கள் அவனைப் பற்றிதான் பேச்சு இருந்தது. இரண்டு நாட்களாக சாப்பிடும்போதுகூட குடும்பம் முழுவதும் ஆலோசனை நடத்தின. என்ன செய்யலாம் என்று அப்போதும், சாப்பாட்டிற்கு இடையிலும் கூடப் பேச்சு நடந்தது. எப்படியும் எப்போதும் இரண்டு பேர் இருந்தார்கள். யாரும் தனியாக இருக்கப் பயந்தார்கள். ஒருவருமில்லாமல் விட்டுப் போகவும் முடியாது. முதலில் சமையல்காரப் பெண் அவளுக்கு எவ்வளவு தெரிந்திருக்கும் என்று தெரியாது- அவனுடைய அம்மாவிடம் காலில் விழுந்து அவளை விட்டு விடுமாறு கெஞ்சினாள்.

போகும்போது அவளை விலக்கியதற்குக் கண்ணீரோடு, ஏதோ பெரிய உபகாரம் செய்ததுபோல, நன்றி கூறி "இதுபற்றி யாரிடமும் சொல்ல மாட்டேன்" என்று உறுதி கூறிவிட்டுச் சென்று விட்டாள்.

இப்போது கிரிகரின் தங்கை சமைக்க வேண்டியதிருந்தது, அவர்கள் சாப்பிடுவதே கொஞ்சம். ஆதலால் சமைக்க வேண்டியதும் அதிகம் இல்லை. குடும்பத்தில் யாராவது ஒருவர் அடுத்தவரைச் சாப்பிடுமாறு கட்டாயப்படுத்துவதும், "போதும், நிறையச் சாப்பிட்டு விட்டேன்" என்று மறுப்பதும் கிரிகருக்குக் கேட்கும். எதுவும் குடிக்கவும் மாட்டார்கள் போலும். அடிக்கடி அவனுடைய சகோதரி அப்பாவிடம் பியர் வேண்டுமென்று கேட்பதும், தானே சென்று வாங்கி வருவதாகச் சொன்னதும், அவர் பதிலொன்றும் சொல்லாதபோது, காவல்காரரை பியர் வாங்கி வர அனுப்புவதாகக் கூறுவதும், அவர் வேண்டாம் என்று மறுப்பதும் கிரிகருக்கும் கேட்கும்.

முதல் நாளே கிரிகரின் அப்பா குடும்பத்தின் நிதிநிலையைப் பற்றி அம்மாவிடமும் சகோதரியிடமும் விளக்கினார். அவ்வப்போது எழுந்துபோய் பெட்டகத்திலிருந்து ரசீது எதையாவது எடுத்து வருவார். அந்தப் பெட்டகம் அவருடைய வியாபாரம் ஐந்து ஆண்டுகளுக்கு முன்னர் நொடித்தபோது மிஞ்சியது. அவர் அதன் பூட்டுகளைத் திறப்பதையும், காகிதங்களைத் தேடுவதையும், மீண்டும் மூடுவதையும் முழுவதும் கேட்க முடிந்தது. அவனுடைய அப்பா சொன்ன செய்தி அவரைச் சிறையில் அடைத்ததற்குப் பிறகு கிடைத்த மகிழ்ச்சியான செய்தி. அவனுடைய தந்தையின் வியாபாரத்தில் எதுவும் மிஞ்சவில்லை என்றுதான் அவன் நினைத்திருந்தான். அப்பாவும் எதுவும் சொன்னதில்லை. இவனும் அவரிடம் நேரடியாக எதையும் கேட்டுக் கொள்ளவில்லை. அப்போது கிரிகரின் நோக்கம் எல்லாம், எவ்வளவு சீக்கிரம் அவர்கள் வியாபாரத்தை நொடிக்க வைத்துக் குடும்பத்தையே சிதைத்துப் போட்ட பேரழிவை குடும்பம் மறக்க உதவ முடியுமோ அந்த அளவிற்கு ஏதாவது செய்யவேண்டும் என்பதுதான். இந்தப் பெரிய ஆர்வத்தோடு வேலைக்குப் போனவுடன் சாதாரண எழுத்தராக வேலைக்குச் சேராமல் பயணம் செய்யும் பிரதிநிதியாக ஆகிவிட்டான். ஏனென்றால் இதில் அதிகப் பணம் சம்பாதிக்க முடியும். அவனுடைய முதல் வெற்றியாகக் குடும்பம்

வியப்பும் மகிழ்ச்சியும் அடையும் வகையில் மேசையில் வட்டக் காசை வைத்தான். அவை எல்லாம் அருமையான நாட்கள். அந்த அளவிற்குப் புகழோடு அவை திரும்பி வரவில்லை. எனினும் அவன் நிறையவே சம்பாதித்து வீட்டுச் செலவிற்கு முழுவதும் கொடுத்தான். அவனுடைய குடும்பத்தாருக்கும் கிரிகருக்கும் கூட அது பழகிப்போய் விட்டது. அவர்களும் நன்றியோடு ஏற்றுக் கொண்டார்கள். அவனும் மகிழ்ச்சியோடு கொடுத்தான். ஆனால் ஒரு நெருக்கமான அன்பு உணர்ச்சி இருந்ததாகக் கூறமுடியாது. அவனுடைய தங்கையுடன் மட்டும்தான் அவன் நெருக்கமாக இருந்தான். அவளுக்கு அவனைப் போலில்லாமல் இசை பிடிக்கும். நன்றாக வயலின் வாசிப்பாள். அடுத்த ஆண்டு அவளை இசைப்பள்ளிக்கு அனுப்ப வேண்டுமென்பது அவனுடைய இரகசியத் திட்டம். நிறையச் செலவாகும் தான். ஆனால் சமாளித்துக் கொள்ளலாம். அவன் வீட்டுக்கு வரும்போதெல்லாம் அவனுடைய தங்கையிடம் இசைப் பள்ளி பற்றிப் பேச்செடுப்பான். நிறைவேற முடியாத கனவு போல அதைப் பற்றிப் பேசுவான். இப்படி இதைப் பற்றிக் குறிப்பிடுவதைக் கூட அவனுடைய பெற்றோர் ஆதரிக்க மாட்டார்கள். எனினும் கிரிகர் முடிவு செய்து விட்டான். அடுத்த கிறிஸ்துமசின்போது அறிவிக்க வேண்டியது தான்.

இப்போது நினைவுகள் அதுபற்றித்தான் இருந்தன. இப்போதைய நிலையில் நிறைவேற வாய்ப்பே இல்லை. கதவைப் பிடித்து தொங்கிக்கொண்டு கேட்டுக் கொண்டிருப்பான். சில வேளைகளில் களைப்பினால் கேட்பதை விட்டுவிட்டுக் கதவில் தலையைச் சாய்த்துக் கொள்வான். ஆனால் உடனே நிமிர்த்திக் கொள்ள வேண்டியிருந்தது. ஏனென்றால் அவன் தலை ஏற்படுத்திய சின்னச் சப்தத்தைக் கூட பக்கத்து அறையில் கேட்டு உடனே அவர்கள் பேசுவதை நிறுத்தி விடுவார்கள். "அவன் இப்போது என்ன செய்து கொண்டிருக்கிறான்?" என்று அவனுடைய அப்பா சிறிது நேரம் கழித்துக் கேட்பார். தடைபட்டுப்போன உரையாடல் மீண்டும் தொடங்கும்.

இப்போது கிரிகருக்கு முழு விபரங்களும் தெரிந்தன. ஏனென்றால் அவனுடைய தந்தை திரும்பத் திரும்பச் சொன்னார். இந்த மாதிரி காரியங்களைக் கையாண்டு நாளாகி விட்டது ஒரு காரணம். இன்னொரு காரணம் அவனுடைய அம்மாவிற்கு இரண்டு மூன்று தடவை சொன்னால்தான் புரியும். என்ன

செய்தி என்றால் அவர் செய்திருந்த முதலீட்டில் சிறிது மட்டும் தப்பித்து விட்டிருந்தது. அதிலிருந்து வரும் ஈவுத் தொகையையும் இதுவரையில் தொடாததால் அது கொஞ்சம் கூடியுமிருந்தது. மேலும் கிரிகர் தனக்கென்று சில டாலர்களை வைத்துக் கொண்டு ஒவ்வொரு மாதமும் கொடுத்த பணம் எல்லாம் முழுவதும் செலவாகி விடவில்லை. மிச்சமிருந்த பணம் சேர்ந்து ஒரு மூலதனத் தொகையாக ஆகியிருந்தது. கதவுக்குப் பின்னாலிருந்து கிரிகர் தலையை அசைத்துக் கொண்டான். சிக்கனம், முன்னெச்சரிக்கையால் கிடைத்தது. இந்தப் பணத்தைக் கொண்டு முதலாளியிடம் பட்ட கடனைச் சிறிது அடைத்து சீக்கிரமே வேலையை விட்டு வந்திருக்க முடியும். எனினும் அவனுடைய அப்பா செய்ததும் 'நல்லதற்குத்தான்.'

ஆனால் இந்தப் பணத்திலிருந்து வரும் வட்டி குடும்பச் செலவிற்குப் போதாது. முதலும்கூட ஒன்றிரண்டு ஆண்டுகளுக்கு மேல் வராது. எனவே இந்தப் பணத்தைத் தொடவே கூடாது. மிக மோசமான நாட்களில் பயன்படும். இப்போது செலவிற்குச் சம்பாதித்தே ஆக வேண்டும். அவனுடைய தந்தை நன்றாகத் தான் இருந்தார். ஆனால் வயதாகி விட்டது. மேலும் ஐந்து ஆண்டுகளாக வேலை ஒன்றும் செய்யாததால் அவரிடமிருந்து ஒன்றும் எதிர்பார்க்க முடியாது. கடினமான உழைப்பாளி தான். ஆனால் வியாபாரம் நொடித்த பிறகு ஓய்வாக இருந்ததில் உடல் பெருத்து விட்டது; சோம்பேறியாகி விட்டார். கிரிகரின் வயதான அம்மாவிற்கு இளைப்பு நோய். வீட்டில் நடந்தாலே மூச்சிரைக்கும். அடிக்கடி ஜன்னலுக்கு அருகிலுள்ள சோபாவில் மூச்சு வாங்கப் படுத்து விடுவாள். அவளாலும் ஒன்றும் செய்ய முடியாது. தங்கைக்குப் பதினேழு வயது தான். இதுவரையில் நன்றாக உடுத்திக்கொண்டு, நன்றாகத் தூங்கி, வீட்டு வேலையில் உதவி, எப்போது அதிகம் செலவில்லாத பொழுதுபோக்கிற்குப் போய்க்கொண்டு, வயலின் வாசித்துக் கொண்டு மகிழ்ச்சியாகக் காலம் கழிக்கும் அவளையா சம்பாதிக்கச் சொல்வது? பணம் சம்பாதிக்க வேண்டிய அவசியம் பற்றிப் பேச்சு வரும்போது கிரிகர் கதவை விட்டுவிட்டு, தோல் சோபாவில் படுத்தபோது, வெட்கமும் துக்கமும் அவனை நிறைத்து விடும்.

இரவுகளில் தூங்காமல் சோபாவைப் பிராண்டியபடி படுத்துக் கொண்டிருப்பான். அல்லது மிகுந்த முயற்சியுடன் நாற்காலியை ஜன்னல் வரை தள்ளி ஜன்னல் விளிம்பில் ஊர்ந்து ஏறி ஜன்னல்

உருமாற்றம் | 45

கண்ணாடியில் சாய்ந்து கொள்வான். முன்னர் எல்லாம் கண்ணாடி வழியாக வெளியே பார்ப்பது அவனுக்கு விடுதலை உணர்வைக் கொடுக்கும். அதே நிறைவு இப்போதும். ஆனால் உண்மையில் நாளுக்கு நாள் தொலைவிலுள்ள பொருட்கள் எல்லாம் மங்கலாகத் தெரிந்தன. தெருவுக்கு அடுத்தப் பக்கம் இருந்த மருத்துவமனை அவனுடைய பார்வைக்குள் வருவதில்லை. சார்லட் தெருவில், நகரத்தில் அமைதியான அந்தத் தெருவில், குடியிருப்பது அவனுக்குத் தெரியாவிட்டால், கருமேகமும், கருநீலமும் வித்தியாசம் தெரியாமல் சேரும் பாலைவனத்தை ஒட்டி அவனுடைய ஜன்னல் இருப்பதாக நினைக்கத் தோன்றும். அவனுடைய தங்கை இந்த நாற்காலி ஜன்னலருகே கிடப்பதைக் கவனித்து, கூட்டிய பிறகு மீண்டும் அதை அங்கேயே போட்டு விட்டாள். ஜன்னல் கதவுகளைத் திறந்து வைத்து விடுவாள்.

அவளுடன் அவனுக்குப் பேச முடிந்து அவள் செய்ததற்கெல்லாம் அவனால் நன்றி கூற முடிந்திருந்தால், அவளுடைய பணிவிடைகளை எல்லாம் அவனால் பொறுத்துக் கொண்டிருக்க முடியும். ஆனால் இப்போது அவனை அழுத்தவே செய்தது. அவளுக்குப் பிடிக்காததையெல்லாம் செய்தபோது அதை எல்லாம் ஒரு பொருட்டாகக் காட்டிக் கொள்ளவில்லை. காலம் செல்லச் செல்ல அவளால் அப்படி நன்றாகவே நடிக்க முடிந்தது. ஆனால் கிரிகருக்குப் புரியத் தொடங்கிற்று. அவள் உள்ளே வந்தாலே இவனுக்கு மனச் சோர்வு ஏற்பட்டு விடும். அறைக்குள் நுழைந்தவுடன் கதவை அடைக்காமல் கூட நேராக ஜன்னலை நோக்கி ஓடி கதவைத் திறந்து விடுவாள். கடுங்குளிரிலும், குளிர்ந்த காற்றைச் சுவாசித்துக் கொண்டு சிறிது நேரம் நிற்பாள். இப்படி அவள் செய்தது கிரிகரைப் பாதித்தது. உடனே நடுங்கிக்கொண்டு சோபாவிற்கு அடியில் பதுங்கிக் கொள்வான். அவள் முன்னால் கதவைத் திறக்காமல் இருக்க முடிந்திருந்தால் இந்தத் தொந்தரவைத் தவிர்த்திருப்பான்.

ஒருமுறை, கிரிகருடைய உருமாற்றத்திற்கு ஒரு மாதத்திற்குப் பிறகு, அவனுடைய உருவத்தைப் பார்த்துப் பயப்பட எந்தக் காரணமும் இல்லாத நேரத்தில், வழக்கத்திற்கு முன்னதாகவே அவள் வந்து விட்டாள். அப்போது அவன் அசையாது கண்ணாடி வழியாக வெளியே பார்த்துக் கொண்டிருந்தான். அவள் உள்ளே நுழையாமலிருந்தாலே அவன் ஆச்சரியப்பட்டிருக்க

மாட்டான். ஆனால் அவள் திரும்பியதோடு இல்லாமல், குதித்து ஓடிக் கதவை ஓங்கி அறைந்து மூடிவிட்டாள். வெளியாள் யாரும் பார்த்தால் அவன் அவளைக் கடிப்பதற்காகவே காத்துக் கொண்டிருப்பதாக நினைத்திருப்பார்கள். அவன் சோபாவிற்கு அடியில் போய் மறைந்துகொண்டான். ஆனால் மறுபடியும் அவள் வர மதியம் ஆகி விட்டது. இப்போது அவள் வழக்கத்தைக் காட்டிலும் அதிகமாகச் சங்கடப்படுவது போலத் தெரிந்தது.

அவனுடைய உருவம் அவளுக்கு எவ்வளவு அருவருப்பாக இருந்திருக்கும் என்று அவனுக்கு அப்போதுதான் புரிந்தது. அருவருப்பு தொடரத்தான் செய்யும். சோபாவிற்கு வெளியில் நீட்டிக் கொண்டிருக்கும், அவனுடைய உடலின் சிறிய பகுதியைப் பார்த்து ஓடாமல் இருந்ததே பெரிது. இந்த இடைஞ்சலை அவளுக்குக் கொடுக்காமலிருக்க, நான்கு மணி நேர உழைப்பிற்குப் பிறகு ஒரு துணியை எடுத்துக் கொண்டு வந்து அவனை முழுவதுமாக மறைத்துக் கொண்டான். அவள் குனிந்து பார்த்தாலும் இப்போது அவனைப் பார்க்க முடியாது. அவளுக்கு அந்தத் துணி தேவையில்லை என்றிருந்தால் அவள் அதனை எடுத்துப் போட்டிருப்பாள். ஏனென்றால் இப்படித் திரைச் சீலைக்குப் பின்னால் இருப்பது அவனுக்கு வசதியாக இருக்காது என்று அவளுக்குப் புரிந்திருக்கும். ஆனால் அவள் அதை எடுத்துப் போடவில்லை. இந்தப் புதிய ஏற்பாட்டை அவள் எப்படி எடுத்துக் கொள்கிறாள் என்று பார்ப்பதற்காக அவன் துணியைச் சிறிது விலக்கிப் பார்த்தபோது அவளுடைய கண்களில் நன்றி தென்பட்டது போல அவனுக்குத் தோன்றியது.

முதல் இரண்டு வாரங்களுக்கு அவனுடைய பெற்றோர்களுக்கு அவனுடைய அறைக்குள் நுழையத் துணிவு வரவில்லை. அவனுடைய தங்கையை அவள் செய்த வேலைகளுக்காகப் பாராட்டியதை அவன் அடிக்கடி கேட்டிருக்கிறான். முன்னரெல்லாம் அவளை எதற்கும் உதவாத மகளென்று அடிக்கடி திட்டிக் கொண்டிருப்பார்கள். ஆனால் இப்போது, அவனுடைய தங்கை அறையைச் சுத்தம் செய்தபோது அவனுடைய அப்பாவும் அம்மாவும் கதவுக்கு வெளியில் காத்திருப்பார்கள். அவள் வெளியே வந்தவுடன் அறையில் என்ன என்ன எப்படி இருந்தன என்றும், கிரிகர் என்ன சாப்பிட்டான் என்றும், இப்போது எப்படி நடந்து கொண்டான் என்றும்,

அவனுடைய நிலைமையில் ஏதாவது முன்னேற்றம் இருந்ததா என்றும் அவர்களுக்கு அவள் விளக்க வேண்டும். அவனுடைய அம்மாவோ அவனைப் பார்க்க வேண்டுமென்று விரும்பினாள். ஆனால் அவனுடைய அப்பாவும், தங்கையும் அவளைப் போக விடாமல் தடுத்து விட்டார்கள். அவர்களுடைய வாதங்களைக் கவனமாகக் கேட்ட கிரிகர் அவற்றை ஆமோதித்தான். பிறகு, அவள், "கிரிகரை நான் பார்க்க விடுங்கள். என்னுடைய துரதிஷ்டமுள்ள மகன்! நான் அவனைப் பார்க்க வேண்டுமென்று உங்களுக்குப் புரியவில்லையா?" என்று கத்தி அவள் போக முயன்றபோது அவளைப் பலவந்தமாகப் பிடித்து நிறுத்தினார்கள். கிரிகர் அவள் வந்தால், தினமும் அல்ல, வாரத்திற்கு ஒரு முறையாவது வந்தால், நல்லது என்று நினைத்தான். அவனுடைய தங்கையைக் காட்டிலும் அவள் அவனை நன்றாகப் புரிந்து கொள்வாள். என்ன இருந்தாலும் அவனுடைய தங்கை குழந்தை தானே? குழந்தைத்தனத்தினால் தான் இந்தக் கடினமான வேலைகளை ஏற்றுக் கொண்டிருக்க வேண்டும்.

தன்னுடைய தாயைப் பார்க்க வேண்டுமென்ற கிரிகரின் ஆசை விரைவிலேயே நிறைவேறிற்று. பகல் நேரத்தில் ஜன்னல் அருகே உட்காருவதில்லை. அவனுடைய பெற்றோருக்கு மனவருத்தம் தரும் என்பதாலேயே அப்படிச் செய்வதில்லை. ஆனால், தரையிலேயே அவனால் அதிக தூரம் ஊர முடியவில்லை. சாப்பாட்டில் இருந்த ஆர்வம் வேகமாகக் குறைந்துவிட்ட நிலையில் இரவிலும் அமைதியாகப் படுத்துக் கொண்டிருக்க முடியவில்லை. எனவே பொழுதுபோக்கிற்காக என்று சுவர்களிலும் மேற் கூரையிலும் குறுக்கும் நெடுக்குமாக ஊர்வதைப் பழக்கமாக வைத்துக் கொண்டான்.

மேற்கூரையிலிருந்து தொங்கிக் கொண்டிருப்பது அவனுக்கு மிகவும் பிடித்த ஒன்று. தரையில் கிடப்பதை விட இது எவ்வளவோ மேலாக இருந்தது. இப்போது நன்றாக மூச்சு விடலாம். ஊசலாடலாம், லேசாக அசைந்தாடலாம். இப்படித் தொங்கும்போது, மகிழ்ச்சியில் மூழ்கித் திளைத்திருக்கும் போது கீழேகூட விழுந்து விடுவான். ஆனால் தனது உடலைத் தன் கட்டுக்குள் வைத்திருந்ததால் முன்னர் போல உடலில் அடிபடவில்லை. அவனுடைய தங்கை அவனுடைய புதிய பொழுதுபோக்கைப் புரிந்து கொண்டான். அவன் ஊர்ந்த போது

அவனுடைய பாதங்களிலிருந்து கசிந்த திரவம் ஒரு கறையை விட்டுச் சென்றிருந்தது. எனவே அவன் ஊர்வதற்கு நிறைய இடம் கொடுத்தால் நன்றாக இருக்கும் என்று நினைத்து தடங்கலாக இருந்த மேசை நாற்காலிகளையும், பெட்டகங்களையும் ஒதுக்க முயன்றாள். ஆனால் அவை கனமாக இருந்தன. அவளுடைய அப்பாவிடமும் உதவி கேட்கத் துணியவில்லை. பணிப் பெண்ணைப் பொறுத்தவரையில் அவள் பதினாறு வயதுச் சிறுமி. சமையல்காரி போன பிறகு பயப்படாமல் இங்கேயே இருந்து விட்டாள். ஆனால் சமையல் அறைக் கதவைப் பூட்டியே வைத்திருக்க அனுமதி வாங்கியிருந்தாள். அவளையும் கூப்பிட முடியாது. ஒரே வழி அவனுடைய அப்பா இல்லாத நேரத்தில் அம்மாவைக் கூப்பிடுவது தான். அவர்கள் அம்மாவும் மிக ஆர்வம் கலந்த மகிழ்ச்சியோடு தான் வந்தாள். ஆனால் கிரிகரின் அறைக்குள் நுழையக் காலடி எடுத்து வைத்தவுடன் அந்த ஆர்வம் போய் விட்டது. கிரிகரின் தங்கைதான் அம்மாவை உள்ளே அழைத்துப் போகுமுன் எல்லாம் சரியாக இருக்கிறதா என்று பார்ப்பதற்காக முதலில் வந்தாள். கிரிகர் அவசரமாகத் தனது துணியை இழுத்து விட்டுக் கொண்டான். இப்போது தலையை நீட்டி வெளியே பார்க்கவில்லை. அவனுடைய அம்மாவைப் பார்க்கும் ஆசையைத் தியாகம் செய்து விட்டான். அவள் அவனைப் பார்க்க வந்ததே போதும். “உள்ளே வாருங்கள், அவன் மறைவாக இருக்கிறான்,” என்றாள் அவனுடைய தங்கை; கையைப் பிடித்து உள்ளே கூட்டி வந்திருக்க வேண்டும். இப்போது இரு பெண்களும் பெரிய பெட்டகத்தை நகர்த்தும் ஒலி கேட்டது. அம்மா சொன்னதையும் கேட்காமல் அதிகமான சுமையைத் தன் பக்கம் வைத்துக் கொண்டாள் தங்கை. நகர்த்த வெகு நேரம் ஆயிற்று. கால்மணி நேரம் கழித்து, அது இருந்த இடத்திலேயே இருந்திருக்கலாம் என்று அம்மா கருதினாள். ஏனென்றால் முதலாவதாக அது கனமாக இருந்தது, அவர்கள் அப்பா வருவதற்கு முன்னர் வெளியே கொண்டு போய்விட முடியாது. நடுவிலேயே இருந்தாலும் கிரிகர் ஊர்வதற்குத் தடையாகத் தான் இருக்கும். இரண்டாவதாக அதை நகர்த்துவதால் அது கிரிகருக்குச் சாதகமாக இருக்கும் என்பதற்கு எந்த உறுதியும் இல்லை. வெறும் சுவர்களைப் பார்த்தபோது அவளுக்கே மனம் கனத்தது. கிரிகருக்கும் அதே உணர்வுதான். அந்த மரச் சாமான்களுக்கு அவன் பழகிப் போய் விட்டதால், அவை இல்லாவிட்டால் அவனுக்கு அது இழப்பு போல இருக்கும்.

அவளும் தணிந்த குரலில் பேசினாள். அவள் அந்த அறையில் இருக்கும்போது கிசு கிசு குரலில் தான் பேசினாள். ஏனென்றால் அவன் இருக்குமிடம் அவளுக்குச் சரியாகத் தெரியாது. மேலும் அவளுடைய வார்த்தைகள் அவனுக்குப் புரியாது என்று அவள் உறுதியாக நம்பினாள். "இந்த சாமான்களை எல்லாம் எடுத்து விடுவதால், அவன் சுகமாவான் என்ற நம்பிக்கையை நாம் இழந்து விட்டதாகவும், அவனை இரக்கமின்றிக் கைவிட்டு விட்டதாகவும் நாம் காட்டுவது போல இருக்காதா?" என்று மெல்லிய குரலில் சொன்னாள். "எப்போதும் இருப்பது போல அறையை விட்டுவிடுவது தான் நல்லது என்று நினைக்கிறேன். அவன் நம்மிடம் திரும்பி வரும்போது எந்த மாறுதலும் இல்லாததைப் பார்த்து இடையில் நடந்ததை எளிதில் மறந்து விடுவான்," என்றாள். அவனுடைய அம்மாவிடமிருந்து இந்த வார்த்தைகளைக் கேட்டவுடன், இந்த இரண்டு மாதங்களாக மனிதக் குரலோடு நேரடித் தொடர்பு விட்டுப் போனதும், வாழ்க்கையும் ஒரே மாதிரி அலுப்புத் தட்டுவதாக இருந்ததும் அவனுடைய அறிவைக் குழப்பி இருக்க வேண்டும் என்று நினைத்தான். இல்லையென்றால் அவனுடைய அறையில் பெட்டிகள், மேசை நாற்காலிகள் இல்லாமல் காலியாக இருப்பதை அவன் விரும்புவதற்கு வேறு காரணம் என்ன சொல்ல முடியும்? பழைய மரச் சாமான்கள் நிறைந்த அவனுடைய கதகப்பான அறை, ஒரு குகை போல மாறுவதை விரும்பினானா? அவனுடைய மனிதப் பின்னணியை மறந்து எல்லாத் திசைகளிலும் ஊர்ந்து செல்வதைத் தான் விரும்பினானா? அப்படியே மறதியின் விளிம்புக்குப் போயிருப்பான். அவனுடைய அம்மாவின் குரல் தான் அவனை மீண்டும் நனவு உலகத்திற்குக் கொண்டு வந்தது. அறையிலிருந்து எதையும் எடுத்துப் போகக் கூடாது. அவனுடைய மன நிலையில் மேசை, நாற்காலி, பெட்டகங்கள் தான் ஒரு நல்ல அனுபவமாக இருந்தன. அவன் அர்த்தமின்றி அங்கும் இங்கும் ஊர்வதற்கு அவை தடையாக இருப்பது வசதிக் குறைவு இல்லை. உண்மையில் வசதிதான்.

ஆனால் அவனுடைய தங்கை கிரிட்டுக்கு வேறு கருத்து இருந்தது. அவளுடைய பெற்றோரை விட அவளுக்கு கிரிகரையும், அவனுடைய தேவைகளையும் பற்றி அதிகம் தெரிந்திருக்கும் என்று கருதினாள். அதில் நியாயமும் இருந்தது. ஆனால் இப்போது அவளுடைய அம்மாவின் ஆலோசனையை

மீறி மேசை, நாற்காலி, பெட்டிகள் மட்டுமில்லாமல் சோபாவைத் தவிர அனைத்தையும் எடுத்து விடுவது என்று தீர்மானித்து விட்டாள். இந்த உறுதிக்கு அவளுடைய சிறு பிள்ளைத்தனமோ, தன்னம்பிக்கையோ மட்டும் காரணம் இல்லை. அவளுடைய தன்னம்பிக்கை அதிகமாகி விட்டது என்பது உண்மைதான். ஆனால் அது மட்டுமின்றி கிரிகருக்கு ஊர்ந்து செல்ல அதிக இடம் தேவைப்படும் என்று நினைத்தாள். மேலும் பிற சாமான்கள் இருப்பதால் அங்கு எந்தப் பயனும் இல்லை. மேலும் அந்த இளம் பெண்ணின் உற்சாகமும் ஒரு காரணமாக இருக்கலாம். கிரிகரின் பயங்கர நிலையை அதிகப்படுத்திக் காட்டவும், அப்போது அதிகமாக அவனுக்கு உதவ வாய்ப்பைப் பயன்படுத்தவும் அவள் எதிர்பார்த்துக் கொண்டிருந்தாள். கிரிட்டைத் தவிர வேறு யாரும் கால் வைக்காத ஓர் அறையில் கிரிகர் மட்டுமே ஆட்சி செலுத்திக் கொண்டிருப்பான்.

அவளுடைய முடிவிலிருந்து அவளுடைய அம்மாவால் அவளை மாற்ற முடியவில்லை. மேலும் அம்மாவிற்கு கிரிகரின் அறையில் இருப்பது ஒரு மாதிரியாக இருந்தது. ஆதலால் அவளால் ஒன்றும் பேச முடியவில்லை. அவளுடைய மகளுக்குப் பெட்டகத்தைத் தள்ள உதவி செய்தாள். கிரிகருக்குப் பெட்டகம் போனால் போகட்டும். ஆனால் எழுதும் மேசை கண்டிப்பாக வேண்டும். முக்கி முனகிக் கொண்டே இரு பெண்களும் பெட்டகத்தை அறைக்கு வெளியே கொண்டுபோய் விட்டார்கள். இப்போது மேசையைக் கொண்டுபோகாமல் தடுப்பதற்கு என்ன செய்யலாம் என்று பார்ப்பதற்கு தலையை வெளியே நீட்டினான். ஆனால் அந்தச் சமயம் பார்த்து அவனுடைய அம்மாதான் உள்ளே வந்தாள். கிரிட் பெட்டகத்தை அடுத்த அறையில் சரியாக நகர்த்தி வைக்க முயன்று கொண்டிருந்தாள். அவனுடைய அம்மா அவனை இதுவரைப் பார்த்ததில்லை. ஆதலால், அவள் பயந்து விடக் கூடும் என்பதால், கிரிகர் சோபாவின் அடுத்த விளிம்பிற்கு வேகமாகப் போய் விட்டான். ஆனால் துணி அசையாமல் தடுக்க முடியவில்லை. அதைப் பார்த்த உடனே எச்சரிக்கை அடைந்த அம்மா ஒரு நிமிடம் நின்று விட்டு கிரிட்டிடம் போய் விட்டாள்.

ஒன்றும் பெரிதாக நடக்கவில்லை என்றும், மரச் சாமான்கள் சிலது மட்டும்தான் இடம் மாறிக்கொண்டிருந்தன என்றும் கிரிகர்

தனக்குத் தானே சமாதானம் சொல்லிக் கொண்டான். ஆனால் அந்த இரண்டு பெண்களும் அங்கும் இங்கும் நடப்பதும், ஆ... ஊ... என்று பேசிக் கொள்வதும், தரையில் மேசை நாற்காலி இழுபடுவதும் அவனைப் பெரிதும் பாதித்தன. ஒரே நேரத்தில் பல திசைகளிலிருந்தும் சப்தம் வருவது போல இருந்தது. தலையையும் கால்களையும் உள்ளே இழுத்துக்கொண்டு தரையோடு கவிழ்ந்து கொண்டிருந்தாலும் இன்னும் அதிக நேரம் தாக்குப் பிடிக்க முடியாது போலத் தோன்றியது. அறையை அவர்கள் காலி செய்து கொண்டிருந்தார்கள். அவனுக்குப் பிரியமான பொருட்களையெல்லாம் வெளியில் கொண்டு போயிருந்தார்கள். ரம்பம் முதலான அவனுடைய கருவிகளை வைத்திருந்த பெட்டகத்தை இழுத்துக்கொண்டு போய் விட்டார்கள். இப்போது எழுதும் மேசையை, நன்றாகத் தரையில் பதிந்திருந்ததை, ஆட்டி அசைத்துக் கொண்டிருந்தார்கள். வணிகவியல் பள்ளியில் படித்த போதும், இலக்கணப் பள்ளியில் படித்தபோதும் வீட்டுப் பாடங்களை அதன் மேல் வைத்துத் தான் செய்வான். அந்த இரண்டு பெண்களின் நல்ல எண்ணத்தை எடை போட்டுக் கொண்டிருக்க நேரமில்லை. அவர்களை அவன் மறந்தே விட்டிருந்தான். ஏனென்றால் அவர்கள் எவ்வளவு களைத்துப் போயிருந்தார்கள் என்றால், அவர்களால் எதுவும் பேச முடியவில்லை. அவர்கள் காலடி ஓசையைத் தவிர வேறு எதுவும் கேட்கவில்லை.

அந்தப் பெண்கள் இருவரும் அடுத்த அறையில் சாய்வு மேசையில் சாய்ந்து கொஞ்சம் ஓய்வு எடுத்துக் கொண்டிருந்த வேளையில், வேகமாக வெளியே வந்தான். முதலில் எதைக் காப்பாற்றுவது என்று தெரியாததால் நான்கு முறை திசையை மாற்றிக் கொண்டான். கடைசியில் எதிர் சுவரில் மாட்டியிருந்த எல்லாவற்றையும் எடுத்ததுபோக ஒரு பெண்ணின் படம் மட்டும் மீதி இருந்தது. அதன் மேல் ஏறி கண்ணாடியில் உடலைப் பதித்துக் கொண்டான். ஒட்டிக் கொள்ள வசதியாக இருந்தது. வெப்பமான வயிற்றுக்கு இதமாகவும் இருந்தது. அவன் உடலினால் முழுவதுமாக மறைந்திருந்த இந்தப் படத்தையாவது யாரும் அகற்றாது இருக்க வேண்டும். பெண்கள் முன்னறையிலிருந்து வருவதைத் தலையைத் திருப்பிப் பார்த்தான்.

அவர்கள் அதிக நேரம் ஓய்வு எடுக்காமல் உள்ளே வந்து விட்டார்கள். கிரிட் தனது கையை அம்மாவின் கையுடன் பிணைத்துக் கொண்டு அவளைத் தாங்கிக்கொண்டு வந்தாள். "சரி, இப்போது எதை எடுக்கலாம்?" என்றாள் கிரிட், சுற்றிலும் பார்த்துக்கொண்டே. அவளுடைய கண்கள் சுவரில் இருந்த கிரிகரின் கண்களைப் பார்த்தன. அவள் தன்னுடைய அமைதியை இழக்காமல், தலையை அம்மாவை நோக்கிக் குனிந்து அவள் மேலே நிமிர்ந்து பார்க்காமல் இருக்க அவளிடம், "வாருங்கள், முன்னறைக்குப் போகலாம்," என்று சொன்னாள். அவளுடைய நோக்கம் கிரிகருக்குத் தெளிவாகத் தெரிந்தது. அவளுடைய அம்மாவைப் பத்திரமாகக் கூட்டிக் கொண்டு போய் விட்டு, அவனைச் சுவரிலிருந்து விரட்டி விட அவள் திட்டமிடுவது தெரிந்தது. அவள் தான் முயன்று பார்க்கட்டுமே! படத்தில் பலமாக ஒட்டிக் கொண்டான், விட மாட்டான். கிரிட்டின் முகத்தில் கூடப் பறந்து விழுந்து விடுவான்.

ஆனால் கிரிட்டின் சொற்கள் அம்மாவைச் சமாதானப்படுத்த முடியவில்லை. ஒரு பக்கம் திரும்பி, பூவேலை செய்திருந்த சுவர்த் தாளின் மேல் ஒட்டியிருந்த பெரிய செம்மண் நிற உருவத்தைப் பார்த்து விட்டாள். தான் பார்த்தது கிரிகர் தான் என்று நினைவுக்கு வருமுன்னரே, "ஐயோ கடவுளே, ஐயோ கடவுளே," என்று கத்திக் கொண்டே சோபாவின் மேல் விழுந்து அசையாமல் கிடந்தாள். "கிரிகர்" என்று கத்திய அவனுடைய தங்கை, கையை அசைத்து முறைத்துப் பார்த்தாள். அவனுடைய உருமாற்றத்திற்குப் பின்னர் இப்போது தான் முதன்முறையாக அவனிடம் நேரடியாகப் பேசுகிறாள். அவளுடைய அம்மாவின் மயக்கத்தை தெரிவிக்க, முகர்வதற்கு மருந்தை எடுத்து வர அடுத்த அறைக்கு ஓடினாள். கிரிகரும் அவளுக்கு உதவ விரும்பினான். படத்தைக் காப்பாற்றுவதைப் பின்னர் பார்த்துக் கொள்ளலாம். அவளுக்கு முன்னரெல்லாம் அறிவுரை சொன்னது போல இப்போதும் அறிவுரை சொல்ல தங்கை பின்னாலேயே ஓடினான். ஆனால் ஒன்றும் செய்ய இயலாமல் அவள் பின்னாலேயே நின்றான். பிறகு அங்கிருந்த பாட்டில்களில் தேடி ஒன்றை எடுத்துக் கொண்டு திரும்பியபோது இவனைப் பார்த்துப் பயந்து அலறிப் பாட்டிலைக் கீழே போட்டு விட்டாள். அது கீழே விழுந்து உடைந்து விட்டது. கண்ணாடித் துகள் ஒன்று கிரிகரின் முகத்தில் வெட்ட ஏதோ உடலை அரிக்கும் மருந்து ஒன்று அவன் மேல் தெளித்தது. ஒரு நிமிடம்

உருமாற்றம் | 53

கூடக் காத்திராமல், கிரிட் எல்லாப் பாட்டில்களையும் தூக்கிக் கொண்டு அம்மாவிடம் ஓடினாள். போகும்போதே கதவைக் காலால் உதைத்துச் சாத்தினாள். இப்போது அவனுடைய அம்மாவிடமிருந்து அவன் பிரிக்கப்பட்டு விட்டான். அம்மா அவனால் செத்துக் கொண்டிருப்பாள். அவனுக்குக் கதவைத் திறந்து கொண்டு உள்ளே போகவும் துணிவில்லை. ஏனென்றால் தங்கை பயந்து விடுவாள். அவள் அம்மாவுடன் இருக்க வேண்டும். அவனால் ஒன்றும் செய்ய முடியாது காத்துக் கிடக்க வேண்டியது தான். இப்போதே தன்னையே கடிந்து கொண்டு, நினைத்த இடத்தில் எல்லாம் மேலும் கீழுமாய் ஊர்ந்து கொண்டிருந்தான். சுவர்கள், மேசை, நாற்காலி, மேற்கூரை என்று அலைந்து விட்டுக் கடைசியில் சோர்ந்து, அறையே அவனைச் சுற்றி வருவதுபோல உணர்ந்து தொப்பென்று மேசையின் நடுவில் விழுந்து விட்டான்.

சிறிது நேரம் ஆயிற்று. கிரிகர் இன்னும் படுத்துக் கிடந்தான். சுற்றிலும் அமைதி. ஒருவேளை இது நல்ல சகுனமாக இருக்கலாம். அப்போது கதவு மணி அடித்தது. பணிப்பெண் சமையலறையைப் பூட்டிக்கொண்டு இருந்தாள். அதனால் கிரிட்தான் கதவைத் திறக்க வேண்டும். அது அவர்கள் அப்பா தான். “என்ன நடந்து கொண்டிருக்கிறது?” என்பதுதான் அவரது முதற் கேள்வி. கிரிட்டின் முகம் எல்லாவற்றையும் அவருக்குச் சொல்லியிருக்க வேண்டும். கிரிட் அவளுடைய முகத்தை அவர் நெஞ்சில் புதைத்துக்கொண்டு பதில் சொன்னாள். “அம்மா மயங்கி விட்டாள். இப்போது பரவாயில்லை. கிரிகர் அவிழ்த்துக் கொண்டு விட்டான்.” “நான் எதிர்பார்த்ததுதான். இதைத் தானே நான் முதலிலிருந்து சொல்லிக் கொண்டிருக்கிறேன். நீங்கள் பெண்கள் கேட்கவே இல்லை,” என்றார் அவர். கிரிட் சொன்னதை அவர் மோசமாக விளங்கிக் கொண்டிருக்க வேண்டும். கிரிகர் வன்முறையில் இறங்கி விட்டான் என்று அவர் அனுமானித்துக் கொண்டிருக்க வேண்டும். எனவே இப்போது கிரிகர் தனது தந்தையைச் சாந்தப்படுத்த வேண்டும். ஏனென்றால் அவருக்கு விளக்கம் தர அவனுக்கு இப்போது நேரமும் இல்லை, வழியும் இல்லை. ஆகவே உடனே தனது அறைக் கதவிற்கருகில் ஓடிப் பதுங்கிக் கொண்டான். அப்பா முன்னறையிலிருந்து உள்ளே வந்தவுடன் மகன் உடனே தனது அறைக்குள் போகத் தயாராக இருக்கிறான், அவனை விரட்ட வேண்டிய அவசியமில்லை என்று அவருக்குத் தெரிந்து

விடும். கதவைத் திறந்த மாத்திரத்தில் அவன் உடனே மறைந்து விடுவான் என்பதை அவர் அறிந்து கொள்வார்.

ஆனால் அவனுடைய அப்பாவிற்கு இப்படிப்பட்ட நுணுக்கங்களை எல்லாம் புரிந்துகொள்ளும் மனநிலை இல்லை. வந்தவுடன் "ஆ" என்றார். அவர் குரலில் கோபமும் கர்வமும் தோன்றின. கிரிகர் கதவிலிருந்து தலையைப் பின்புறம் தாழ்த்தித் தந்தையை நோக்கி உயர்த்தினான். ஆனால் இவர் தான் கற்பனை செய்திருந்த அப்பா இல்லை. கிரிகர் இப்போதெல்லாம் மேற் கூரையில் ஊர்கின்ற பொழுதுபோக்கில் மூழ்கிப் போயிருந்ததால், வீட்டில் தன்னைச் சுற்றி என்ன நடக்கிறது என்பதுபற்றி அக்கறை கொள்ளாதிருந்தான். அவன் மாற்றங்களுக்குத் தன்னை ஆயத்தப்படுத்தியிருக்க வேண்டும். எனினும், இது அவனுடைய அப்பாவா? கிரிகர் தனது தொழில் சம்பந்தமாக வெளியூர் போகும்போதெல்லாம் தனது படுக்கையில் கிடக்கும் அந்த மனிதரா இவர்? அவன் மாலையில் திரும்பி வரும்போது தனது வீட்டில் அணியும் உடையுடன் சாய்வு நாற்காலியில் உட்கார்ந்து தன்னை வரவேற்பவரா இவர்! எழ முடியாமல் தன் கையை மட்டும் வாழ்த்துவதற்காக உயர்த்தும் ஆளா இவர்? தனது குடும்பத்துடன் வெளியே போகும்போது மெதுவாக நடப்பவர்களான அவனுடைய அம்மா மற்றும் கிரிட்டுக்கு இடையில் அவர்களை விட மெதுவாகத் தனது வளைந்த கைத் தடியின் உதவியுடன் கவனமாக நடந்து, ஏதாவது சொல்ல வேண்டுமென்றால், நின்று மற்றவர்களைச் சேர்த்துக்கொண்டு பேசுபவரா இவர்? இப்போது மிகத் தெளிவாகவல்லவா இருக்கிறார்? வங்கி மேலாளர்கள் உடுத்தும் தங்க பட்டன்கள் கொண்ட நீல நிறச் சீருடையில் நாசூக்காக நின்று கொண்டிருந்தார். அவருடைய கோட்டுக்கு மேல் விரைப்பான காலரில் அவருடைய இரட்டைத் தாடை பிதுங்கிக் கொண்டிருந்தது. அவருடைய அடர்ந்த புருவங்களுக்குக் கீழே அவருடைய கறுப்புக் கண்கள் கவனமாகப் பார்த்தன. நடு உச்சி எடுத்து செம்மையாக அவருடைய முடி வாரப்பட்டிருந்தது. ஏதோ வங்கியின் அடையாளமான தங்க இலச்சினை பதித்த தொப்பியை சோபாவில் தூக்கி எறிந்துவிட்டு, கோட்டின் பின் வால்கள் ஆட, பைகளில் கையைப் போட்டுக்கொண்டு கடுமையான பார்வையுடன் கிரிகரை அணுகினார். ஒருவேளை என்ன செய்யப் போகிறோம் என்று தெரியாமலேயே அவர் கால்களை

உயரத் தூக்கினார். கிரிகர் அவருடைய காலணிகளின் பெரிய கீழ்ப்பகுதியைப் பார்த்தவுடன் வாயடைத்துப் போய் விட்டான். ஆனால் அவரை எதிர்க்க விரும்பவில்லை. ஏனென்றால் முதல் நாளே அவனைக் கடுமையாக நடத்தியவர் அவர். எனவே அவனுடைய அப்பாவிற்கு முன்னால் வேகமாக ஓடி, அவர் நிற்கும்போது நின்று, மீண்டும் ஓடினான். இப்படி அறையைப் பலமுறை சுற்றி வந்தார்கள். எதுவுமே நடக்கவில்லை. அது மிக மெதுவாக நடந்ததால், வேடிக்கை போல இருந்தது. ஆனால் கிரிகர் தரையை விட்டு விலகிப் போகவில்லை. ஏனென்றால் அவன் கூரை மேல் ஊர்ந்து சென்றால் அதை ஒரு தீய செயல் என்று அவர் எடுத்துக் கொள்ளக் கூடும் என்று அவன் பயந்தான். எப்படி இருப்பினும், இப்படியே அவன் போய்க் கொண்டிருக்க முடியாது. ஏனென்றால் அவனுடைய அப்பா ஒரு அடி எடுத்து வைப்பதற்குள் இவன் பல யுத்திகளைக் கையாள வேண்டியிருந்தது. மூச்சுத் திணறத் தொடங்கியது. அவனுடைய முந்தைய வாழ்க்கையிலும் அவனுடைய நுரையீரல்கள் அவ்வளவு உறுதியாக இருந்ததில்லை. இப்படி இவன் தத்தளித்துக் கொண்டிருந்தபோது, தனது பலத்தையெல்லாம் தேடுவதில் செலவழித்துக் கொண்டிருந்தபோது, கண்களை திறக்க முடியாமல், ஒரு மயக்க நிலையில் முன்னால் போய்க் கொண்டிருப்பதைத் தவிரத் தப்பிக்க வழி தெரியாமல் திண்டாடிய வேளையில், சுவர்களில் ஏறலாம் என்ற வாய்ப்பையே மறந்து விட்டான். அப்போது ஏதோ ஒரு எறிபொருள் அவன் பக்கத்தில் வந்து விழுந்து உருண்டது. அது ஒரு ஆப்பிள். அதனைத் தொடர்ந்து இன்னொரு ஆப்பிள். பயந்து போய் கிரிகர் நின்று விட்டான். ஓடுவதில் அர்த்தமில்லை. அவனுடைய அப்பா அவனைக் குறி வைத்தே ஆப்பிளைக் கொண்டு தாக்குகிறார். அவருடைய கையில் ஆப்பிள்களை நிரப்பிக் கொண்டு ஒவ்வொன்றாக அவன் மேல் எறிகிறார். குறி வைத்து எறிந்த மாதிரி தெரியவில்லை. சிறிய ஆப்பிள்கள் தரையில் உருண்டு ஒன்றோடொன்று மோதிக் கொண்டன. அதிக வேகமில்லாமல் எறிந்த ஒரு ஆப்பிள் கிரிகரின் முதுகை ஒட்டிச் சென்றது. ஆனால் அடுத்து வந்தது முதுகில் பட்டு அவனை அமுக்கி விட்டது. கிரிகர் நம்ப முடியாத வலியால் துடித்தாலும், அதை மறந்து விடலாம் என்ற நம்பிக்கையில் முன்னால் இழுத்துக் கொள்ள விரும்பினான். ஆனால் அது அவனை அந்த இடத்தில் அப்படியே ஆணியால் அடித்தது

போல நிறுத்தி விட்டது. தனது அறிவே மங்கி விட்டது போல அப்படியே கிடந்தான். அவனுக்கு நினைவிருக்கும்போது அவனுடைய அலங்கோலமான தாய், ஓடி வருவதையும், அவள் பின்னால் அவளுடைய தங்கை வருவதையும் காண முடிந்தது. அதோடு அவனுடைய அம்மா தந்தையை நோக்கி ஓடியதையும், ஓடும்போது அவளுடைய உள்ளாடைகள் ஒவ்வொன்றாய் கீழே விழுவதையும், அவரைத் தழுவி அவரோடு ஒன்றாகி, அவருடைய கழுத்தைப் பிடித்து தனது மகனின் உயிருக்காகக் கெஞ்சுவதையும் பார்த்தான்.

கிரிகருக்கு ஏற்பட்ட காயம் கடுமையானது. அது அவனை ஒரு மாதத்திற்கு அசைய விடாமல் செய்து விட்டது. முதுகில் விழுந்த ஆப்பிள் அங்கேயே ஒட்டிக் கொண்டிருந்தது. அதை எடுக்க யாருக்கும் துணிவு வரவில்லை. எல்லோரையும் ஞாபகப்படுத்தும் ஒரு அடையாளமாகக் கூட இருந்தது. கிரிகர் குடும்பத்தில் ஒருவன் என்றும், இப்போதைய அவனுடைய உருவம் வெறுக்கத்தக்கதாக இருந்தாலும், அவனை ஒரு எதிரி போல நடத்தக் கூடாது என்றும், அருவருப்பை மறைத்துக் கொண்டு பொறுமையோடு அணுக வேண்டும் என்றும் அவனுடைய அப்பா எண்ணுவதற்கு அந்த ஆப்பிள் காரணமாக இருந்தது.

இந்தக் காயம் அவனை ஒருவேளை நிரந்தரமாக நகரவிடாமல் செய்து விட்டாலும் வயதான நோயாளி போல அவனுடைய அறையில் ஊர்ந்து செல்வதற்கு அதிக நேரம் எடுத்துக் கொண்டாலும், வேறு ஒரு வகையில் இந்த இழப்பிற்கு ஈடு கிடைத்திருந்தது. மாலையில் எப்போதும் முன்னறையின் கதவு திறந்தே இருந்தது. ஆனால் இப்போது அவன் தன்னுடைய அறையின் இருட்டில் படுத்துக்கொண்டே குடும்பத்திற்குத் தெரியாமலேயே அவர்கள் விளக்கு ஒளியில் மேசைக்கு அருகில் உட்கார்ந்திருப்பதைப் பார்க்கவும், அவர்கள் பேசியதைக் கேட்கவும் முடிந்தது. முன்பெல்லாம் அவர்கள் பேசியதை ஒட்டுக் கேட்க வேண்டியதிருந்தது.

ஆனால் முன்னர் அவர்கள் பேசிக் கொண்டது போல இப்போது இல்லை என்பது உண்மைதான். அப்போது விடுதியின் சிறிய அறைகளில் களைத்துப் படுத்திருந்தபோது அவன் அந்த உரையாடல்களை நினைவு கூர்வது வழக்கம்.

உருமாற்றம் | 57

இப்போது பெரும்பாலும் மௌனமாகவே இருந்தார்கள். இரவு உணவுக்குப் பிறகு அவனுடைய அப்பா அவருடைய நாற்காலியிலேயே தூங்கி விடுவார். அவனுடைய அம்மாவும் தங்கையும் அமைதியாக இருக்குமாறு ஒருவரிடம் ஒருவர் கூறிக் கொள்வார்கள். அவனுடைய அம்மா ஒரு உள்ளாடை நிறுவனத்திற்காக, விளக்கு வெளிச்சத்தில் குனிந்து தைத்துக் கொண்டிருப்பாள். அவனுடைய தங்கை விற்பனைப் பிரிவில் வேலை பார்த்துக்கொண்டே மாலையில் சுருக்கெழுத்தும், பிரெஞ்சும் கற்றுக் கொண்டிருந்தாள். சில வேளைகளில் அப்பா தூக்கத்திலிருந்து விழித்து, தான் தூங்கிக் கொண்டிருப்பது தெரியாதது போல, "இன்றைக்கு எவ்வளவு தையல் தைக்கிறாய்?" என்று கேட்டுவிட்டு உடனே தூங்கப் போய் விடுவார். பெண்கள் இருவரும் புன்முறுவல் பூத்துக் கொள்வார்கள்.

வீட்டில் இருக்கும்போது கூட அவனுடைய தந்தை சீருடையுடன் இருந்தது அவருடைய தோரணையைக் காட்டுவதாக இருந்தது. அவருடைய இரவு உடை வீணாகித் தொங்கிக் கொண்டிருக்க அவர் நன்றாக உடை உடுத்திக்கொண்டு உட்கார்ந்த இடத்திலேயே தூங்கிக் கொண்டிருந்தார். ஏதோ தன் வேலைக்கு எந்த நேரமும் தான் ஆயத்தமாக இருப்பது போலவும், தனது மேலதிகாரியின் ஆணைக்குக் காத்திருப்பது போலவும் ஒரு தோற்றத்தை உண்டாக்கிக் கொண்டார். இவருடைய சீருடை ஏற்கனவே பழையது தான். இப்போது இன்னும் அழுக்காகி விட்டிருந்தது. அவனுடைய அம்மாவும் தங்கையும் அதனை சுத்தமாக வைத்திருக்கக் கவனமாக முயன்றாலும், அழுக்குப் போகவில்லை. உடையில் அழுக்குக் கரைகளை எண்ணுவதில் கிரிகர் மாலை முழுவதும் செலவழிப்பான். தங்கப் பித்தான் மட்டும் பளபளக்கும். உடை அணிந்திருந்தது வசதிக் குறைவாக இருந்தாலும், கிழவர் அதைப் போட்டுக்கொண்டே அமைதியாக உட்கார்ந்தே தூங்கினார்.

பத்துமணி அடித்தவுடன் அவனுடைய அம்மா இனிமையாகப் பேசி அவரை எழுப்ப முயன்றார். எழுப்பி அவரைப் படுக்கையில் படுக்க வைக்க வேண்டும். அப்போதுதான் அவர் ஒழுங்காகத் தூங்க முடியும். தூங்கினால் தான் காலையில் ஆறு மணிக்கு வேலைக்குப் போக முடியும். ஆனால் வங்கி மேலாளராக ஆனதில் இருந்து மேசையருகிலேயே அதிக நேரம்

இருக்க வேண்டும் என்று அடம் பிடித்தார். அங்கேயே தூங்கி விடுவார். சிரமப்பட்டுத்தான் நாற்காலியிலிருந்து எழுந்து படுக்கைக்குப் போக வேண்டும். கிரிகருடைய அம்மாவும் தங்கையும் ஒரு கால் மணி நேரம் அவரை எழுப்பி உட்கார வைக்க முயல்வார்கள். அவர் தலையாட்டிக் கொண்டே கண்ணை மூடிக்கொண்டு, எழ மறுத்து விடுவார். பிறகு அம்மா அவருடைய உடையை இழுத்து, காதில் அன்பாகப் பேசி எழச் செய்ய முயல்வார். தங்கை தனது பாடத்தை விட்டு விட்டு அம்மாவுக்கு உதவ ஓடி வருவாள். ஆனால் அவர் அசைய மாட்டார். இன்னும் நாற்காலிக்குள் முடங்கிக் கொள்வார். பிறகு இரண்டு பெண்களும் சேர்ந்து அவரைத் தூக்கினால்தான் கண் விழித்து இரண்டு பேரையும் ஒருவரை மாற்றி ஒருவராகப் பார்த்து "இது தான் வாழ்க்கை; வயதான காலத்தில் அமைதியான சமாதான வாழ்க்கை," என்பார். பிறகு இரண்டு பேர் மேலும் சாய்ந்துகொண்டு சிரமப்பட்டு, ஏதோ தனக்கு தான் ஒரு சுமை போலக் காட்டிக்கொண்டு எழுவார். பிறகு அவர்கள் அவரைக் கதவு வரையில் கூட்டிப் போக அனுமதித்து அங்கு போனவுடன், கையை அசைத்து விட்டுத் தானாக உள்ளே போகப் பார்ப்பார். ஆனால் அம்மா தனது தையல் வேலையைப் போட்டுவிட்டு, தங்கை தனது பேனாவை வைத்து விட்டு உதவுவார்கள்.

இப்படி அதிகப்படியான வேலை செய்து களைத்துப் போயிருக்கும் குடும்பத்தில் யார் கிரிகரைப் பற்றித் தேவைக்கு அதிகமாகக் கவலைப்படுவார்கள்? வீட்டில் வேலையாட்களும் படிப்படியாகக் குறைந்து விட்டார்கள். வேலைக்காரப் பெண் நின்று விட்டாள். ஒரு தடியான பெண் நரைத்த வெள்ளைத் தலையுடன் காலையிலும் மாலையிலும் வந்து மேல் வேலைகளைச் செய்தாள். மற்ற வேலையை எல்லாம் அம்மா தான், தையல் வேலையையும் செய்து கொண்டே பார்த்தாள். விருந்துகள் கொண்டாட்டங்களுக்கு அம்மாவும் தங்கையும் அணியும் குடும்ப நகைகளையெல்லாம், ஒவ்வொன்றாக விற்று விட்டார்கள். ஒரு நாள் அதில் கிடைத்த பணத்தைப் பற்றி அவர்கள் விவாதித்துக் கொண்டிருந்தபோது, அதை கிரிகர் கேட்க நேர்ந்தது. ஆனால் அவர்கள் அதிகம் வருத்தப்பட்டது இந்தப் பெரிய வீட்டை விட்டுப் போக முடியாதது பற்றித்தான். கிரிகரை தூக்கிக் கொண்டு எப்படிப் போவது என்பதுதான் பெரிய பிரச்சனை. அதுதான் அவனைத் தூக்கிப் போவதைத்

தடுத்தது, அவன் மேலுள்ள இரக்கத்தினால் அல்ல என்பது அவனுக்கு நன்றாகத் தெரியும். ஒரு பெட்டியில் துளைகள் போட்டு அதில் வைத்து எளிதாகக் கொண்டுபோய் விடலாம். ஆனால் அவர்கள் வேறு வீட்டிற்குப் போகாமல் இருந்ததற்குக் காரணம் நம்பிக்கை இன்மை தான். மேலும் அவர்களுடைய உறவினர்களுக்கோ தெரிந்தவர்களுக்கோ நடந்திராத ஒரு துரதிர்ஷ்டம் தங்களை மட்டும் பிடித்துக் கொண்டது என்ற எண்ணமும் ஒரு காரணம். ஏழைகளிடமிருந்து உலகம் எதிர்பார்த்த எல்லாவற்றையும்தான் அவர்கள் செய்தார்கள். தந்தை வங்கியிலுள்ள எழுத்தர்களுக்குக் காலை உணவு கொண்டு போனார். அம்மா உடை தயாரிப்பதில் முழு சக்தியையும் செலவிட்டாள். தங்கையும் வாடிக்கையாளர்களைத் திருப்திப்படுத்தக் கடையில் அங்கும் இங்கும் அலைந்தாள். அதற்கு மேல் எதுவும் செய்ய உடலில் சக்தி இல்லை. அவனுடைய அம்மாவும், தங்கையும் அப்பாவைப் படுக்கையில் கிடத்திய பிறகு திரும்ப வந்து வேலையைப் போட்டுவிட்டு பக்கத்துப் பக்கத்தில் உட்கார்வார்கள். அம்மா அவனுடைய அறையைக் காட்டி “கதவை உடனே அடை, கிரிட்,” என்பாள். இப்போது அவன் இருளில் கிடப்பான். கதவுக்கு அந்தப்புறம் பெண்கள் கண்ணீரில் நனைவார்கள் அல்லது கண்ணீர் வறண்டு போய் மேசையையே பார்த்துக் கொண்டிருப்பார்கள். அவ்வேளைகளில் கிரிகருக்கு தனது முதுகுப் புண் அதிகமானது போலத் தோன்றும்.

கிரிகருக்கு இரவும் பகலும் தூக்கமே இல்லை. அடுத்த முறை கதவு திறக்கும் போது முன்னர் மாதிரியே இப்போது குடும்பப் பொறுப்புகளை எல்லாம் தானே கையிலெடுத்துக் கொள்ள வேண்டியதிருக்குமோ என்ற எண்ணம் மனத்தை உறுத்தியது. அதிக நாட்கள் இடைவெளிக்குப் பிறகு மீண்டும் முதலாளி, தலைமை எழுத்தர், கொஞ்சம் மன முதிர்ச்சியில்லாத சுமை தூக்குபவர், வேறு நிறுவனங்களிலுள்ள மூன்று நண்பர்கள், பயணம் போய் வியாபாரம் செய்யும் முகவர்கள், அவர்களுடைய பயிற்சியாளர்கள், இனிமையான நினைவுகளைக் கிளப்பும் ஒரு விடுதியிலுள்ள பணிப் பெண், இவன் காதலித்துப் பின்தொடர்ந்து போன ஒரு பெண், கடையில் பணியாற்றிய காசாளர் - இவர்களுடைய உருவங்கள் எல்லாம் அவனுடைய மனக்கண் முன் தோன்றின. அவர்களோடு வெளி ஆட்கள், அவன் மறந்து விட்டிருந்தவர்கள் எல்லாம்

வந்தார்கள். ஆனால் அவர்கள் யாரையும் அவன் அணுக முடியாது, அவர்கள் அவனுக்கு உதவி செய்ய முடியாது. அது உடனே மறைந்து விட்டது இவனுக்கு மகிழ்ச்சி தான். பிற வேளைகளில் அவனுடைய குடும்பத்தினரைப் பற்றியே கவலைப்படும் மனநிலையில் இருக்க மாட்டான். அவனைக் கவனிக்காமல் விட்டு விடுவது பற்றிக் கோபம் அதிகமாகி விடும். அவனுக்கு என்ன சாப்பிடப் பிடிக்கும் என்று அவனுக்குத் தெளிவாகத் தெரியாவிட்டாலும், பசியில்லா விட்டாலும் அவனுக்குரிய உணவை எடுத்துக் கொள்ளத் திட்டம் தீட்டுவான். இப்போதெல்லாம் அவனுடைய தங்கை அவனுக்குப் பிடித்தமான உணவைக் கொண்டுவர அக்கறைப்படுவது இல்லை. அவள் வேலைக்குப் போகுமுன், கிடைத்த உணவைக் காலால் அறைக்குள் தள்ளி விட்டுப் போய்விடுவாள். மாலையில் அவன் சாப்பிட்டானா இல்லையா என்று கூடப் பார்க்காமல் அதைக் கூட்டித் தள்ளி விடுவாள். மாலையில்தான் அவனுடைய அறையைச் சுத்தம் செய்வாள். வேகமாக அதை முடித்து விடுவாள். சுவர்களிலும் தரையிலும் தூசியும் அழுக்கும் கற்றை கற்றையாக இருக்கும். மிகவும் அழுக்குத் தேங்கி இருக்கும் மூலையைப் பார்த்து அவனுடைய தங்கை வரும் நேரத்தில், அதைக் குத்திக் காட்டுவது போல அங்கேயே இருப்பான். ஆனால் பல வாரங்கள் ஆனாலும்கூட அந்த இடம் சுத்தமாகாது. அவள் நிச்சயமாக அழுக்கைப் பார்த்திருப்பாள். ஆனால் அதை அப்படியே விட்டு விடத் தீர்மானித்து விட்டாள் போலத் தோன்றும். ஆனால் கிரிகரின் அறையைப் பாதுகாக்கும் உரிமை தனக்கு மட்டும்தான் என்பதில் கவனமாக இருந்தாள். ஒருமுறை அவர்கள் அம்மா அறை முழுவதையும் சுத்தமாகக் கழுவி விட்டாள். பல வாளி தண்ணீரை ஊற்றித்தான் அதைச் செய்ய முடிந்தது. ஈரம் கிரிகரைப் பாதித்து விட்டது. சோபாவில் பேசாமல் படுத்து விட்டான். அதற்கு அவளுக்குத் தகுந்த தண்டனை கிடைத்து விட்டது. அன்று மாலை திரும்பி வந்த தங்கை அறையில் ஏற்பட்டிருந்த மாற்றத்தைப் பார்த்தவுடன் முன்னறைக்கு ஓடிப் போய்த் தேம்பித் தேம்பி அழத் தொடங்கி விட்டாள். அவர்கள் அப்பா அதற்குள் நாற்காலியிலிருந்து எழுந்து விட்டார். அம்மாவும் அப்பாவும் அதிர்ச்சியில் பேசவில்லை. பிறகு அப்பா வலது பக்கத்திலிருந்த அம்மாவிடம் "கிரிகரின் அறையை கிரிட்டிடம் ஏன் விட்டு விடவில்லை?" என்று கத்தினார். பிறகு

இடப் பக்கம் திரும்பி கிரிகரின் அறையை அவள் இனிமேல் சுத்தம் செய்ய அனுமதிக்கக் கூடாது என்றார். அவர் உணர்ச்சி வசப்பட்டுத் தன்னை மறந்து கத்தியதால், அம்மா அவரைப் படுக்கை அறைக்கு இழுக்க முயன்றாள். தங்கை விம்மிக் கொண்டே தனது சிறிய முட்டிகளால் மேசையைக் குத்தினாள். கிரிகர் கோபத்தில் சப்தமாக இஸ் என்றான். அவன் இந்தக் காட்சியைப் பார்க்காமலும், சப்தத்தைக் கேட்காமலும் இருக்கக் கதவை மூட வேண்டுமென்று யாருக்கும் தோன்றவில்லை.

அவனுடைய தங்கை வேலையினால் களைப்படைந்திருக்கலாம் அல்லது கிரிகரைக் கவனிப்பது பாரமாக இருந்திருக்கலாம். ஆனால் அதற்காக அவனுடைய அம்மா குறுக்கிட்டிருக்க வேண்டியதில்லை, அல்லது கிரிகரைக் கவனிக்காமல் விட்டுவிடத் தேவையுமில்லை. சுத்தம் செய்யும் வேலைக்கார அம்மா இருந்தாள். அவள் ஒரு வயதான விதவை. அவளுடைய திடகாத்திரமான உடல் கடினமான வாழ்க்கையைத் தாங்கிக் கொள்ள உதவியிருந்தது. கிரிகரைப் பார்த்த அவள் அருவருப்படையவில்லை. எதையும் தெரிந்து கொள்ளும் ஆசையும் இல்லை. தற்செயலாக ஒரு நாள் அவனுடைய அறையைத் திறந்து விட்டாள். கிரிகர் ஆச்சரியப்பட்டு அங்கும் இங்கும் ஓடினான். ஆனால் அவள் கைகளைக் கட்டிக்கொண்டு பேசாமல் நின்றாள். பிறகு அடிக்கடி கதவைத் திறந்து பார்ப்பாள். முதலில் அவள் அவனை அருகில் "வா, வா, கிழட்டு சாணி வண்டே," என்றுகூட அழைத்தாள் அல்லது "இந்தக் கிழட்டு சாணி வண்டைப் பாரேன்," என்பாள். அவள் நட்பாகத் தான் அந்த வார்த்தைகளைச் சொன்னாள். எனினும் கிரிகர் பதில் சொல்லாமல் நின்ற இடத்திலேயே, கதவு திறக்கப்படாதது போல அசையாமல் நின்றாள். இப்படி அடிக்கடி அவனுக்குத் தொந்தரவு கொடுக்க அவளை அனுமதிக்காமல் அவளையே அறையைச் சுத்தம் செய்யச் சொல்லியிருக்கலாம். ஒருமுறை காலையில் பெரிய மழை ஜன்னல் கண்ணாடிகளில் அடித்துக் கொண்டிருந்தபோது, அவள் அப்படிக் கூப்பிட்டவுடன் கிரிகருக்கு எரிச்சல் அதிகமாகி மெதுவாக அவளைத் தாக்குவது போல அவளுக்கு அருகில் ஓடினான். அந்த வேலைக்காரி பயப்படாமல் அருகிலிருந்த நாற்காலியைத் தலைக்கு மேல் தூக்கி விட்டாள். அவள் வாய் அகலமாகத் திறந்திருந்தது. நாற்காலியை கிரிகரின் முதுகில் தூக்கிப் போட்டால் ஒழிய அவளுடைய திறந்த வாய் மூடப்

போவதில்லை என்று அவன் நினைத்தான். “என்ன, கிட்டத்தில் வந்து விடுவாயா?” என்று அவள் கேட்டவுடன், கிரிகர் திரும்பி விட்டான். அவளும் நாற்காலியை மூலையில் வைத்து விட்டாள்.

கிரிகர் இப்போது ஒன்றும் சாப்பிடுவதில்லை. அவனுக்காக வைக்கப்பட்ட உணவைக் கடந்து போகும்போது வாயில் எதையாவது விளையாட்டாகப் போட்டு ஒரு மணிநேரம் வாய்க்குள்ளேயே வைத்திருந்து பிறகு துப்பி விடுவான். அவனுடைய அறையிலிருந்த நிலை பற்றிய அவனுடைய கடுப்பினால்தான் அவன் சாப்பிட முடியவில்லை என்று முதலில் நினைத்தான். ஆனால் விரைவில் அவனுடைய அறையில் ஏற்பட்ட மாற்றங்கள் பழகிப் போய் விட்டன. வேறு அறைகளில் இடம் இல்லாதபோது இவனுடைய அறையில் சாமான்களைத் தள்ளுவது பழக்கமாகி விட்டது. அறைகளில் ஒன்றை மூன்று பேருக்கு வாடகைக்கு விட்டுவிட்டதால் இவனுடைய அறையில் நிறையப் பொருட்களை அடைத்து விட்டார்கள். அந்த மூன்று பேரும் இளைஞர்கள். கிரிகர் ஒருமுறை கதவிடுக்கின் வழியாக அவர்களைப் பார்த்தான். முழு தாடி வைத்துக்கொண்டு எதிலும் ஒழுங்குமுறையை எதிர்பார்க்கிறவர்களாக இருந்தார்கள். அவர்களுடைய அறையில் மட்டுமில்லாமல் அவர்கள் இப்போது குடும்பத்தின் உறுப்பினர்களாக இருந்ததால், எல்லா இடங்களிலும், குறிப்பாக - சமையல் அறையையும், ஒழுங்குபடுத்தினார்கள். தேவையில்லாத பொருட்களை அவர்களால் தூக்கிக்கொள்ள முடியாது. மேலும் அவர்களுக்குத் தேவையான பொருட்களை அவர்களே கொண்டு வந்திருந்தார்கள். எனவே பல பொருட்கள் தேவையில்லாமல் போய்விட்டன. அவற்றை விற்கவும் முடியாது, வெளியே போடவும் முடியாது. அவை எல்லாம் கிரிகரின் அறைக்கு வந்துவிட்டன. சாம்பல் கூடை, சமையலறை குப்பைக் கூடை எல்லாம் கிரிகரின் அறையில்தான். வேலைக்கார அம்மா தேவையில்லாதவற்றை எல்லாம் கிரிகரின் அறையில் எறிந்து விட்டாள். அவள் எதையும் அவசரத்தில் செய்தாள். கிரிகர் அந்தப் பொருளையும், அதைக் கொண்டு வந்த கையையும் மட்டும்தான் பார்த்தான். ஒருவேளை நேரம் காலம் ஒத்து வரும்போது அவற்றை எடுத்துக்கொண்டு போக நினைத்திருக்கலாம், அல்லது எல்லாவற்றையும் மொத்தமாகச் சேர்த்துக் கொண்டு போவதற்கு வசதியாகப்

போட்டிருக்கலாம். எப்படியிருந்தாலும் நினைத்த இடத்தில் தூக்கிப் போட்டுவிட்டுப் போய் விடுவாள்.

அவள் போட்ட இடத்திலேயே அவை கிடந்தன. அந்தக் குப்பையின் வழியாக கிரிகர் தள்ளிக்கொண்டு போவான். அப்போது அவை இடத்தை விட்டு நகரும். முதலில் அவன் ஊர்வதற்கு இடம் தேவைப்பட்டதால் நகர்த்தினான். பிறகு அவனுக்கு அதுவே விளையாட்டுப்போல ஆயிற்று. அப்படி அவற்றைத் தள்ளுவதால் களைப்படைந்து பல மணி நேரம் அசையாமல் படுத்துக் கிடப்பான். வாடகைக்குத் தங்கியிருந்த இளைஞர்கள் இரவு உணவைப் பொது முன்னறையில் சாப்பிட்டதால் அந்தக் கதவு மாலையில் மூடியே இருக்கும். ஆனால் கதவு மூடியிருந்தது அவனுக்கு பழக்கமாகப் போய் விட்டது. தன்னையே சமாதானப்படுத்திக் கொண்டான். சில வேளைகளில் கதவு திறந்திருந்தாலும் அதனைப் பற்றிக் கவலைப்படாமல் அறையின் இருட்டு மூலையில் குடும்பத்தில் யாரும் பார்க்காதவாறு படுத்துக் கிடந்தான். ஆனால் ஒருமுறை வேலைக்கார அம்மா கதவைச் சரியாக மூடாமல் சிறிது திறந்திருக்குமாறு விட்டு விட்டாள். அந்த இளைஞர்கள் வந்து விளக்கை ஏற்றிய போதும் திறந்தே இருந்தது. மேசையின் மேற்பக்கத்தில் அவனும், அப்பா, அம்மாவும் அமர்ந்து சாப்பிடும் இடத்தில் அவர்கள் உட்கார்ந்து கைத் துண்டுகளை விரித்து கத்தியையும், ஃபோர்க்கையும் கையில் எடுத்தார்கள். உடனே அவனுடைய அம்மா இன்னொரு கதவின் வழியாக தட்டில் இறைச்சியுடன் வர அவள் பின்னால் தங்கை உருளைக்கிழங்கு நிறைந்த பாத்திரத்தைக் கொண்டுவந்தாள். உணவிலிருந்து வந்த மணம் அறையை நிரப்பிற்று. குடியிருப்பவர்கள் அவர்கள் முன் வைத்த உணவைக் குனிந்து பார்த்தார்கள். நடுவிலிருந்தவன் மற்ற இருவரையும் அதிகாரம் செய்பவன் போலத் தோன்றிற்று. அவன் இறைச்சியை ஒரு துண்டு வெட்டினான். அது வெந்திருக்கிறதா என்று பார்ப்பதற்காக இருக்கும். இல்லாவிட்டால் சமையல் அறைக்குத் திருப்பி அனுப்புவதற்காக இருக்கும். அவன் திருப்தியைக் காட்டியவுடன், கிரிகரின் தங்கையும் அம்மாவும் நிம்மதியாக மூச்சுவிட்டுப் புன்முறுவல் பூத்தார்கள்.

குடும்பத்தினர் தங்கள் உணவை சமையலறையிலேயே சாப்பிட்டிருக்க வேண்டும். எனினும் அப்பா சமையலறைக்குள்

போவதற்கு முன்னர் கையில் தொப்பியுடன் தலைகுனிந்து வணக்கம் சொல்லிக்கொண்டே மேசையை வலம் வந்தார். அந்த இளைஞர்களும் எழுந்து தங்கள் தாடிக்குள் எதையோ முணுமுணுத்தார்கள். அவர்கள் தனியாக இருந்தபோது முழு அமைதியுடன் சாப்பிட்டார்கள். பல சப்தங்களுக்கு மத்தியில் அவர்கள் உணவை மெல்லும் சப்தம் மட்டும் கிரிகரால் கேட்க முடிந்தது குறிப்பிடத்தக்கது. சாப்பிட வேண்டுமென்றால் பல் வரிசை தேவையென்று காட்ட இது ஒரு அடையாளமாக இருந்தது. பல்லில்லாத தாடையால் ஒன்றும் செய்ய முடியாது. "எனக்குப் பசி. ஆனால் இதுபோன்ற உணவிற்கு இல்லை. இவர்கள் எப்படித் திணித்துக் கொண்டிருக்கிறார்கள். நான் இங்கே பசியால் செத்துக் கொண்டிருக்கிறேன்!" என்று கிரிகர் தனக்குள் சொல்லிக் கொண்டான்.

அன்றைய மாலையே சமையல் அறையிலிருந்து வயலின் இசை கேட்டது. அவனுக்கு இதற்கு முன்னர் வயலின் வாசித்துக் கேட்டதாக நினைவில்லை. இளைஞர்கள் சாப்பிட்டு முடித்திருந்தார்கள். அவர்களில் நடுவில் இருந்தவன் செய்தித் தாளை எடுத்து மற்ற இருவருக்கும் ஒரு தாளைக் கொடுத்தான். இப்போது அவர்கள் சாய்ந்துகொண்டு செய்தித்தாள் படித்தார்கள். புகை பிடித்தார்கள். வயலின் வாசிக்கத் தொடங்கியவுடன், அவர்கள் காதுகளைத் தீட்டி கதவு வரையில் கட்டை விரலில் நடந்து போய் ஒன்றாகச் சேர்ந்து நின்றார்கள். அவர்கள் நடந்தது சமையலறைக்குக் கேட்டிருக்க வேண்டும். ஏனென்றால் கிரிகரின் அப்பா சப்தமாக "வயலின் வாசிப்பது தொந்தரவாக இருக்கிறதா? உடனே நிறுத்தி விடலாம்," என்றார். "இல்லை, இல்லை," என்றான் நடுவில் இருந்தவன். "செல்வி சம்சா, இங்கே வந்து எங்கள் பக்கத்தில் வயலின் வாசிக்கலாமே..! இங்கே வசதியாக இருக்கும்." "சரி," என்றார் அப்பா, அவர்தான் வயலின் வாசிப்பவர் போல. மூவரும் முன்னறையில் வந்து காத்திருந்தார்கள். கிரிகரின் அப்பா இசை மேசையுடன் வந்தார்; அம்மா இசைத் தாள்களையும், தங்கை வயலினையும் கொண்டு வந்தார்கள். அவனுடைய தங்கை எல்லா ஏற்பாடுகளையும் செய்தாள். அவனுடைய பெற்றோருக்கு இதுவரையில் யாருக்கும் வாடகைக்கு விட்ட அனுபவம் இல்லாததால் மரியாதையாகத் தங்கள் நாற்காலிகளில் உட்காராமல் நின்றார்கள். அப்பா கதவில் சாய்ந்து கொண்டார். ஆனால் இளைஞர்களில் ஒருவன் அம்மாவிற்கு ஒரு நாற்காலி கொடுத்தான்.

கிரிகரின் தங்கை வயலின் வாசிக்கத் தொடங்கினாள். அம்மாவும் அப்பாவும் இரு பக்கங்களிலிருந்தும் அவளுடைய கை அசைவுகளைப் பார்த்துக் கொண்டிருந்தார்கள். கிரிகர் இசையால் கவரப்பட்டு முன்னால் வந்தான். அவன் தலை மட்டும் முன்னறைக்குள் நீட்டிக் கொண்டிருந்தது. மற்றவர்களைப் பற்றி இப்போதெல்லாம் அதிகம் கவலைப்படாதது அவனுக்கு ஆச்சரியமாக இருந்தது. ஒரு காலத்தில் அவன் பிறர்மேல் அக்கறை காட்டுவது பற்றிப் பெருமைப்பட்டுக் கொண்டான். எனினும் இப்போது அவன் தன்னை மறைத்துக் கொள்வதற்கு அதிகக் காரணம் இருந்தது. ஏனென்றால் அவனுடைய அறையிலிருந்த தூசி சிறிது அசைவிலும் மேலே கிளப்பி அவனை முழுவதும் மூடியிருந்தது. அழுக்கும், முடியும், உணவு எச்சங்களும் அவனுடைய முதுகிலும் பக்கவாட்டிலும் பட்டு அவனோடு கூடவே வந்தன. எதைப் பற்றியும் ஒரு அக்கறையின்மையால் அவன் முதுகைத் திருப்பி தலைவிரிப்பில் உரசிச் சுத்தப்படுத்திக் கொள்ளக் கூடத் தோன்றவில்லை. முன்னாலெல்லாம் அடிக்கடி செய்வான். இந்த நிலையிலும், அழுக்கில்லாத முன்னறையில் சிறிது முன்னே நகருவதற்கு அவனுக்கு வெட்கமாக இல்லை.

அவன் வந்ததை ஒருவரும் கவனிக்கவில்லை. குடும்பத்தினர் வயலின் வாசிப்பிலேயே மூழ்கி விட்டிருந்தார்கள். அந்த மூன்று இளைஞர்களும் கைகளைப் பைகளில் விட்டுக்கொண்டு இசை மேசைக்கு மிக அருகில் நின்றுகொண்டு கேட்டார்கள். அவனுடைய தங்கைக்கு அது இடைஞ்சலாக இருந்திருக்கும். இப்போது ஜன்னலருகில் சென்று பாதி தலையைக் குனிந்து கொண்டு தங்களுக்குள் இரகசியமாகப் பேசிக் கொண்டார்கள். அங்கேயே நின்று கொண்டிருந்த அவர்களை ஆவல் நிறைந்த கண்களோடு பார்த்தார் அப்பா. அவர்களைப் பொறுத்தவரையில் அவர்கள் நல்ல வயலின் வாசிப்பைக் கேட்கலாம் என்ற ஆசையில் ஏமாற்றம் அடைந்ததையும், கேட்டது போதுமென்றாகி விட்டது என்பதையும், மரியாதையின் நிமித்தமே அவர்களுடைய அமைதி கெடுவதைப் பொறுத்துக் கொண்டார்கள் என்பதையும் தெளிவாகவே வெளியில் காட்டிக் கொண்டிருந்தார்கள். சுருட்டிலிருந்து புகையை மூக்கின் வழியாகவும், வாய் வழியாகவும் மேலே விட்டுக் கொண்டிருந்ததைப் பார்த்தாலே அவர்களின் எரிச்சல் புரியும். எனினும் கிரிகரின் தங்கை அழகாக வாசித்துக் கொண்டிருந்தாள்.

அவள் முகம் பக்கவாட்டில் சாய்ந்திருக்க, அவளுடைய கண்கள் சோகமாக இசைக் குறிப்புகளைப் பார்த்துக் கொண்டிருந்தன. கிரிகர் இன்னும் கொஞ்சம் முன்னால் ஊர்ந்து போய், அவளுடைய கண்களைச் சந்திக்கும் வகையில் தலையைத் தரையை நோக்கித் தாழ்த்தினான். இந்த இசையினால் அவன் இவ்வளவு பாதிக்கப்படுவதற்கு அவன் என்ன மிருகமாக இருக்க முடியுமா? அவன் வேண்டிய பெரிய ஊட்டப் பொருள் அவன் முன்னால் திறந்திருப்பது போல அவன் உணர்ந்தான். முன்னே உந்திச் சென்று, அவனுடைய தங்கையை அடைந்து அவளுடைய பாவாடையை இழுத்து, தன்னுடைய அறையில் வந்து அவள் வாசிக்க வேண்டும் என்று தெரிவிக்க வேண்டுமென்று அவன் தீர்மானமாக இருந்தான். ஏனென்றால் இங்கே யாரும் அவளுடைய இசையை அவனைப்போல ரசிக்கவில்லை. அவளை அவனுடைய அறையை விட்டு, அவனுடைய உயிர் இருக்கும் வரைப் போக விடமாட்டான். முதல் முறையாக அவனுடைய பயங்கரமான தோற்றம் அவனுக்குப் பயனுள்ளதாக இருக்கும். அவளை அறையில் வைத்துக் காவல் காத்துக் கொள்வான். குறுக்கே வருபவர்கள் மேல் உமிழ்ந்து விடுவான். அவனுடைய தங்கைக்கு எந்தக் கட்டுப்பாடும் இருக்காது. அவனுடைய விருப்பப்படியே அவனோடு இருக்க வேண்டும்.

சோபாவில் அவனுக்குப் பக்கத்தில் உட்கார வேண்டும். அவனை நோக்கிக் குனிந்து, அவளை இசைப் பள்ளிக்கு அனுப்பத் தான் திட்டமிட்டிருந்ததையும், இந்த விபத்து நடந்திருக்காவிட்டால் கிறிஸ்துமஸ் சமயத்திலேயே எந்த எதிர்ப்பையும் அனுமதிக்காமல் இதனை எல்லோருக்கும் அறிவித்திருப்பான் என்று அவன் சொல்வதை அவள் கேட்க வேண்டும். இதனைச் சொன்ன பிறகு இதனால் பாதிக்கப்பட்ட தங்கை கண்ணீர் விடுவாள். அப்போது கிரிகர் அவளைத் தூக்கி அவளது கழுத்தில் முத்தமிடுவான். அவள் வேலைக்குப் போவதால் இப்போது கழுத்துப்பட்டி எதுவும் அணிந்திருக்க மாட்டாள்.

"திரு. சம்சா" என்று மத்தியிலிருந்தவன் கிரிகரின் தந்தையிடம் கத்திக் கொண்டே முன்னால் ஊர்ந்து வந்து கொண்டிருந்த கிரிகரை நோக்கிக் காண்பித்தான். வயலின் அமைதி ஆயிற்று. மத்தியிலிருந்தவன் தனது தலையை ஆட்டிக்கொண்டே தனது நண்பர்களைப் பார்த்து சிரித்து விட்டு கிரிகரை

மீண்டும் பார்த்தான். கிரிகரை அறைக்குள் தள்ளுவதை விட்டு விட்டு, அவனுடைய தந்தை அந்த மூவரையும், முதலில் சமாதானப்படுத்துவது அவசியம் என்று நினைத்தார். அவர்கள் மூவரும் கலவரப்பட்டதாகத் தெரியவில்லை. வயலின் இசையை விட கிரிகரைப் பார்ப்பது வேடிக்கையாகப் பட்டது போலும். அவர்களை நோக்கிக் கைகளை அகல விரித்தபோது அவர்களுடைய அறைக்குப் போகுமாறு சொல்லிக்கொண்டே கிரிகரை அவர்களுடைய பார்வையிலிருந்து மறைக்க முயன்றார். இப்போது அவர்களுக்கு உண்மையிலேயே சிறிது கோபம் வந்து விட்டது. கிழவர் நடந்துகொண்ட முறையினாலா அல்லது கிரிகரைப் போன்ற ஒருவனுக்கு அருகில் இருந்தது இப்போது தான் தெரிய வந்ததாலா என்று தெரியவில்லை. அவர்கள் அப்பாவிடமிருந்து விளக்கம் கேட்டுக் கொண்டிருந்தார்கள். அவரைப் போலவே கைகளை ஆட்டினார்கள். தாடிகளை இழுத்து விட்டுக் கொண்டார்கள். விருப்பம் இல்லாமலேயே அவர்களுடைய அறைக்குள் போனார்கள். இதற்கிடையில் தான் வயலின் வாசிப்பது இடையிலேயே தடைபட்டதனால் ஒன்றும் செய்யாது நின்று கொண்டிருந்த கிரிகரின் தங்கை தன்னிலைக்கு வந்தாள். வயலினையும் வில்லையும், கையில் வைத்துக் கொண்ட இசைத்தாளைப் பார்த்துக்கொண்டு நின்றவள், மூச்சுத் திணறிக்கொண்டு நாற்காலியிலேயே உட்கார்ந்திருந்த அம்மாவின் மடியில் வயலினைத் தள்ளி விட்டு மூவரும் தங்கியிருந்த அறையினுள் ஓடினாள். அவர்கள் போவதற்கு முன்னால் நுழைந்து தலையணை, கட்டில் முதலியவற்றைச் சரியாக வைத்தாள். அவர்கள் வருவதற்கு முன்னர் வேலையை முடித்து விட்டு வெளியேறி விட்டாள்.

கிழவருக்கு மீண்டும் முரட்டுத்தனம் வந்து விட்டது போல, அறையில் தங்கியிருந்தவர்களிடம் காட்ட வேண்டிய மரியாதையை முற்றிலும் மறந்து விட்டார். அவர்களைப் படுக்கை அறை வரையில் விரட்டிக்கொண்டு போனார். கதவருகில் போனவுடன் மத்தியில் இருப்பவன், தனது காலை ஓங்கி உதைத்து நின்றான். ஒரு கையை உயர்த்திக்கொண்டு கிரிகரின் அம்மாவையும் தங்கையையும் பார்த்துக்கொண்டே, “இந்த வீட்டிலும் குடும்பத்திலும் இருக்கும் வெறுக்கத்தக்க நிலையின் காரணமாக, நான் உடனே காலி செய்து கொள்கிறேன் என்று அறிவிக்கிறேன். உங்களுக்கு நான் தங்கியிருந்ததற்காக ஒரு காசும் தர மாட்டேன். மாறாக, உங்கள் மேல் இழப்பு

ஈடு கேட்டு வழக்குப் போடுவேன்,” என்றான். பேச்சை நிறுத்திவிட்டு நேராகப் பார்த்துக்கொண்டு நின்றான். உடனே அவர்களுடைய கூட்டாளிகள் இருவரும் வந்து “நாங்களும் முன்னறிவிப்புக் கொடுக்கிறோம்,” என்றனர். கதவை ஓங்கி அடித்து மூடினர்.

கிரிகரின் தந்தை நாற்காலியில் வந்து விழுந்தார். மாலைத் தூக்கத்திற்குச் சாய்ந்திருப்பது போல நீட்டிப் படுத்திருந்தார். ஆனால் அவர் தூங்கவில்லை. கிரிகர் முதலில் இருந்த இடத்திலேயே அப்படியே கிடந்தான். அவனுடைய திட்டம் தோல்வியடைந்த ஏமாற்றத்தோடு பசியினால் ஏற்பட்ட இயலாமையாலும் அவனால் நகர முடியவில்லை. எந்த நேரமும் இந்த அழுத்தம் தன்மேல் வெடிக்கலாம் என்று அவன் காத்துக் கொண்டிருந்தான். அவனுடைய அம்மாவின் மடியிலிருந்து அவளுடைய நடுங்கும் விரல்களிலிருந்து நழுவிக் கீழே விழுந்த வயலின் ஏற்படுத்திய சப்தத்திற்குக் கூட அவன் அசையவில்லை.

அவனுடைய தங்கை முன்னுரை சொல்வது போல மேசையில் தட்டி, “அம்மா, அப்பா, இப்படியே நிலைமை போய்க் கொண்டிருக்க முடியாது. உங்களுக்கு ஒருவேளை புரியாமல் இருக்கலாம். ஆனால் எனக்குப் புரிகிறது. இந்த ஜந்துவின் முன்னால் என்னுடைய அண்ணனின் பெயரைச் சொல்ல மாட்டேன். ஆனால் நான் சொல்ல வருகிறதெல்லாம், இதனை எப்படியாவது தள்ளி விட வேண்டும். அதனைப் பாதுகாக்கவும், தாங்கிக் கொள்ளவும் முயற்சிக்கு உட்பட்ட எல்லாவற்றையும் செய்துவிட்டோம். யாரும் எந்தக் குறையும் சொல்ல முடியாது,” என்றாள்.

“இவள் சொல்வதும் சரி தான்,” என்று அப்பா தனக்குத் தானே சொல்லிக் கொண்டார். அம்மா இன்னும் மூச்சு விடத் திணறிக் கொண்டே தனது கையில் வரட்டு இருமல் இருமி எங்கேயோ பார்த்துக் கொண்டிருந்தாள்.

தங்கை அவளிடம் ஓடி அவளுடைய நெற்றியைப் பிடித்துக் கொண்டாள். கிரிட் சொன்ன சொற்களினால் அப்பாவின் சிந்தனைகளின் தெளிவின்மை போய் நிமிர்ந்து உட்கார்ந்து மேசையில் கிடந்த தனது தொப்பியைத் தடவிக்கொண்டே அப்போதைக்கப்போது கிரிகரின் அசையாத உருவத்தைப் பார்த்தார்.

"இதை எப்படியாவது தள்ளி விட வேண்டும்," என்றாள் தங்கை இப்போது வெளிப்படையாக. அப்பாவிடம்தான் சொன்னாள். ஏனென்றால் அம்மா இன்னும் விடாது இருமிக் கொண்டிருந்தாள். பேசுவது அவளுக்குக் கேட்காது. "உங்கள் இரண்டு பேருக்கும் சாவு தான். நாம் எல்லோருமே கடுமையாக உழைக்கும்போது, அதற்கும் மேல் சுமையாக இந்த சித்திரவதைகளையும் தொடர்ந்து தாங்கிக் கொள்ள முடியாது. என்னால் கண்டிப்பாக முடியவில்லை." உடனே குலுங்கிக் குலுங்கி அழ ஆரம்பிக்க, அவளுடைய கண்ணீர்த் துளிகள் அம்மாவின் முகத்தில் விழுந்தன. அவள் அதைத் துடைத்துக் கொண்டாள்.

"கிரிட்" என்றார் கிழவர் நன்றாகப் புரிந்துகொண்டு, பரிவுடன் "ஆனால் நம்மால் என்ன செய்ய முடியும்?"

கிரிகரின் தங்கை இயலாமைக்கு அடையாளமாக அவளுடைய தோளைக் குலுக்கிக் கொண்டாள். அவளுடைய அழுகை அவளுடைய தன்னம்பிக்கையை மூழ்கடித்து இயலாமையில் கொண்டுபோய் விட்டது.

"அவனால் நம்மைப் புரிந்து கொள்ள முடியுமென்றால்..." என்றார் அப்பா, கேள்விக் குறியோடு. கிரிட் விம்மிக் கொண்டே "அதை நினைத்துப் பார்க்க முடியாதென்று" கையை ஆட்டினாள்.

"அவனால் நம்மைப் புரிந்து கொள்ள முடியுமென்றால்..." என்று அது முடியாதென்ற தனது மகளுடைய நம்பிக்கையை எண்ணிப் பார்ப்பது போலக் கண்களை மூடிக் கொண்டு கிழவர் திரும்பச் சொன்னார். "அப்போது அவனோடு ஏதாவது ஒரு ஒப்பந்தத்திற்கு வந்திருக்கலாம். ஆனால் இப்போது..."

"அவன் போக வேண்டும்," என்று கத்தினாள் கிரிட். "அது ஒன்று தான் வழி, அப்பா. இது கிரிகர் தான் என்ற எண்ணத்தை விட்டு விடுங்கள். நாம் அப்படி இதுவரையில் நம்பி வந்ததுதான் இத்தனை துன்பத்துக்குக் காரணம். இது எப்படி கிரிகராக இருக்க முடியும்? இது கிரிகராக இருந்திருந்தால் இப்படிப்பட்ட ஒரு ஜந்துவோடு மனிதர்கள் வாழ முடியாது என்று முன்னாலேயே உணர்ந்து, தானாகவே போயிருப்பான். அப்படியிருந்தால் எனக்கு அண்ணன் இருந்திருக்க மாட்டான். நாமும் அவனுடைய நினைவைப் போற்றிக்கொண்டு தொடர்ந்து

வாழ்ந்து கொண்டிருப்போம். ஆனால் இந்த ஜந்து நம்மை இம்சைப்படுத்துகிறது; குடியிருப்பவர்களைத் துரத்தி விடுகிறது. வீடு முழுவதும் தனது என்று சொந்தம் கொண்டாடிக் கொண்டு, நாமெல்லாம் சாக்கடையில் தூங்க வேண்டுமென்று நினைக்கிறது போலும்,'' என்றாள். பிறகு திடீரென்று ''பாருங்கள் அப்பா,'' என்று வீரிட்டுக் கத்தினாள். கிரிகருக்கு ஒன்றும் புரியவில்லை. பயத்தில் அவள் அம்மாவை விட்டு விட்டு, அவள் விழுந்தாலும் பரவாயில்லை என்று நாற்காலியை பின்னுக்குத் தள்ளி அப்பாவின் பின்னால் ஓடி நின்று கொண்டாள். அவளுடைய இந்தக் கலவரத்தினால் அப்பாவும் எழுந்து அவளைப் பாதுகாப்பதற்குப் போல கைகளை விரித்துக் கொண்டார்.

கிரிகருக்கு யாரையும் பயமுறுத்த வேண்டும் என்ற நோக்கமே இல்லை. அதுவும் அவனுடைய தங்கையைப் பயமுறுத்துவானா? தன்னுடைய அறைக்கு ஊர்ந்து போகத் திரும்பத்தான் செய்தான். ஆனால் அது பார்ப்பதற்குப் பயங்கரமானதாகத் தான் தோன்றும். ஏனென்றால் அவனுடைய ஊனமுற்ற நிலையில் திரும்புவது கடினமாக இருந்தது. தலையைத் தூக்கித் திரும்பத் திரும்பத் தரையில் அழுத்தி அவன் திருப்ப வேண்டும். இப்போது நிறுத்தி, சுற்றிலும் பார்த்தான். இப்போது அவனுடைய நல்ல நோக்கங்கள் புரிந்திருக்க வேண்டும். பய எச்சரிக்கை போய்விட்டிருந்தது. எல்லோரும் சோகமான மௌனத்தில் அவனைப் பார்த்துக் கொண்டிருந்தார்கள். அவனுடைய அம்மா கால்கள் இரண்டையும் நீட்டி இறுக்கிக் கொண்டு நாற்காலியில் படுத்துக் கிடந்தாள். கண்கள் களைப்பில் மூடியிருந்தன. அப்பாவும் தங்கையும் அருகருகே உட்கார்ந்திருந்தார்கள். தங்கையின் கை அப்பாவின் கழுத்தைச் சுற்றி இருந்தது.

தான் இப்போது திரும்பலாம் என்று நினைத்தான் கிரிகர். பிறகு மறுபடியும் தன்னுடைய முயற்சியைத் தொடர்ந்தான். ஆனால் அவனுக்கு மூச்சு வாங்கியது. அடிக்கடி மூச்சு இழுக்க நிற்க வேண்டியிருந்தது. யாரும் இப்போது அவனுக்குத் தொந்தரவு கொடுக்கவில்லை. அவனைச் சுதந்திரமாக விட்டு விட்டார்கள். முழுவதுமாகத் திரும்பியவுடன், தனது அறையை நோக்கி ஊர ஆரம்பித்தான். அவனுக்கும் அவனுடைய அறைக்கும் இருந்த தூரத்தைப் பார்த்து மலைத்து விட்டான். அவனுடைய வலிமையற்ற காலில் சிறிது நேரத்திற்கு முன்னர்

எப்படி இவ்வளவு தூரம் வரமுடிந்தது என்பது அவனுக்குப் புரியவில்லை. எவ்வளவு விரைவாக முடியுமோ அவ்வளவு விரைவாக அறையை அடைய ஊர்ந்து கொண்டிருந்த அவன், அவனுடைய குடும்பத்தினரிடமிருந்து ஒரு வார்த்தை கூட, ஒரு சப்தம் கூட வராததைக் கவனிக்கவே இல்லை. வாயில்படியை அடைந்தவுடன் தான் அவன் தலையைத் திருப்பினான். அதுவும் முழுவதுமாகத் திருப்ப முடியவில்லை. அவனுடைய கழுத்துத் தசை இருகி விட்டது போல இருந்தது. திரும்பிய அளவில் அறையில் ஒரு மாற்றமும் இல்லை என்பது தெரிந்தது. அவனுடைய தங்கை எழுந்திருந்தாள். தூக்கம் சொக்கிக் கொண்டிருந்த அம்மாவின் மேல்தான் அவனுடைய கடைசிப் பார்வை விழுந்தது.

அவன் அறைக்குள் நுழைந்தது தான் தாமதம், கதவு வேகமாக மூடப்பட்டு தாழ் போடப்பட்டது. பின்னால் கேட்ட சப்தம் அவனைத் தூக்கிப் போட்டது. கால்கள் தளர்ந்து விட்டன. அவனுடைய தங்கை தான் இவ்வளவு அவசரப்பட்டிருக்கிறாள். காத்துக் கொண்டே நின்று கொண்டிருக்கிறாள். அவன் உள்ளே நுழைந்தவுடன் குதித்து வந்திருக்கிறாள். அதனால்தான் கிரிகருக்கு அவள் வந்தது கேட்கவில்லை. "அப்பாடா, கடைசியாக முடிந்தது," என்று தனது பெற்றோரிடம் சொன்னாள்.

"இப்போது என்ன?" என்று கிரிகர் தனக்குள் சொல்லிக் கொண்டான், இருளில் பார்த்துக்கொண்டே. இப்போது அவனால் அசைய முடியவில்லை என்று கண்டு கொண்டான். அவனுக்கு அது ஆச்சரியத்தைத் தரவில்லை. இந்தச் சின்னக் கால்களைக் கொண்டு இவ்வளவு தூரம் அசைய முடிந்ததே இயற்கைக்கு அப்பாற்பட்டது தான் என்று தோன்றியது. மற்றபடி அவனுக்கு வசதியாகவே இருந்தது. உடல் முழுவதும் வலித்தது உண்மைதான். ஆனால் வலி சிறிது சிறிதாகக் குறைந்துகொண்டே வந்து கடைசியில் போய்விட்டது. அவனுடைய முதுகில் இருந்த அழுகிய ஆப்பிளும், அதைச் சுற்றியிருந்த வீக்கமும், மேலே மூடியிருந்த தூசியும் அவனைத் தொந்தரவு செய்யவில்லை. அவனுடைய குடும்பத்தாரை அன்போடும் கனிவுடனும் நினைத்துக் கொண்டான். முடியுமானால் மறைந்துபோய் விடவேண்டுமென்ற முடிவு அவனுடைய தங்கையை விட அவனுக்கு அதிகம் இருந்தது.

இந்த அமைதியான, வெறுமையான தியானத்தில் காலை மூன்று மணி வரையில் இருந்தான். ஜன்னலுக்கு வெளியிலிருந்த உலகில் தோன்றிய முதல் ஒளி அவனுடைய நினைவிற்குள் மீண்டும் நுழைந்தது. பிறகு அவன் தலை தானாகவே தரையில் சாய்ந்தது. அவனது மூக்கிலிருந்து மெல்லிய கடைசி மூச்சு வந்தது.

வீட்டைச் சுத்தம் பண்ணும் வேலைக்கார அம்மா காலையில் வந்தாள். அவள் வந்தவுடன் அந்தக் குடியிருப்பிலேயே யாரும் நிம்மதியாகத் தூங்க முடியாத அளவிற்கு கதவுகளை சத்தமாக அடித்து மூடினாள். கிரிகரின் அறையைத் திறந்து எட்டிப் பார்த்தவள் உள்ளே எந்த மாற்றத்தையும் காணாததால் வேண்டுமென்றே கோபத்தில் அவன் அசையாமல் படுத்திருப்பதாக நினைத்து விட்டாள். அவனுக்கு அறிவு இருப்பதாக அவள் ஏற்றுக்கொண்டாள். அவள் கையில் நீண்ட துடைப்பம் இருந்ததால் அதைக் கொண்டு வாசலில் இருந்தபடியே அவனைக் கிச்சு கிச்சுக் காட்ட முயன்றாள். அதற்கு எந்த விதத்திலும் அவன் நெளியக் கூடச் செய்யாததால், கொஞ்சம் ஆத்திரப்பட்டுச் சிறிது பலமாகவே தள்ளினாள். அவள் தள்ளியபோது அவனிடம் எந்த எதிர்ப்பும் இல்லாததால் அவளுடைய கவனம் அதிகமாயிற்று. அவளுக்கு உண்மை நிலை தெரிய அதிக நேரம் ஆகவில்லை. கண்கள் அகலமாக விரிய, சீட்டி அடித்துக்கொண்டே, காலம் தாழ்த்தாமல் சம்சா தம்பதியினரின் படுக்கை அறையைத் திறந்து இருட்டில் உரத்த குரலில் கத்தினாள். "இங்கே வந்து பாருங்கள். அது செத்து விட்டது. இங்கே செத்துக் கிடக்கிறது."

சம்சா தம்பதியர் தங்கள் படுக்கையில் எழுந்து உட்கார்ந்தார்கள். வேலைக்கார அம்மாவின் அறிவிப்பு ஏற்படுத்திய அதிர்ச்சியிலிருந்து விடுபட சிறிது நேரம் ஆயிற்று. ஆனால் உடனே கட்டிலின் இருபக்கமும் இருவரும் வேகமாக இறங்கினார்கள். திரு சம்சா ஒரு போர்வையைப் போர்த்திக் கொண்டார். திருமதி சம்சா இரவு உடையில் இருந்தாள். இந்தக் கோலத்தில் இருவரும் கிரிகரின் அறையினுள் நுழைந்தார்கள். இதற்கிடையில் முன்னறையின் கதவு திறந்தது. அங்கேதான் அறையை வாடகைக்கு விட்டதற்குப் பின்னர் கிரிட் தூங்குவாள். அவள் பகலுடையிலேயே இருந்தாள். அவள் இரவு முழுவதும் தூங்காமலேயே இருந்திருக்க வேண்டும். அவளுடைய வெளுத்த முகம் அதைக் காட்டிக் கொடுத்தது. "இறந்து விட்டானா?"

உருமாற்றம் | 73

என்றாள் திருமதி சம்சா வேலைக்காரப் பெண்ணைப் பார்த்துக் கொண்டே. தானே இதைக் கண்டுபிடித்திருக்க முடியும், இதற்கு ஒரு ஆராய்ச்சி தேவையில்லை என்று சொல்லாமல் சொல்வது போலிருந்தது அவள் பார்வை. "ஆமாம்," என்று சொன்ன வேலைக்கார அம்மா, தனது துடைப்பக் குச்சியால் கிரிகரின் உடலைத் தள்ளி தனது வார்த்தைகளை நிரூபித்தாள். அவளை நிறுத்த முயல்வது போலத் திருமதி சம்சா இரண்டு அடி எடுத்து வைத்தவள் நிறுத்திக் கொண்டாள்.

"ஆ, கடவுளுக்கு நன்றி," என்றார் திரு சம்சா. சிலுவை அடையாளம் வரைந்து கொண்டார். மற்ற மூன்று பெண்களும் வரைந்து கொண்டார்கள். கிரிட்டின் கண்கள் உடலை விட்டு விலகவில்லை. "எவ்வளவு மெலிந்து போயிருக்கிறான் என்று பாருங்கள். அவன் சாப்பிட்டே எத்தனையோ நாளாயிற்று. சாப்பாடு உள்ளே கொண்டு போனது போலவே திரும்பி வந்து விடும்." கிரிகரின் உடல் காய்ந்து உலர்ந்து தரையோடு கிடந்தது. இப்போது கால்களால் உடல் தாங்கப்படாததால் நன்றாகத் தெரிந்தது. அருகில் சென்று பார்க்கவும் முடிந்தது.

"கிரிட், எங்களுடன் வா," என்று திருமதி சம்சா மகளைக் கூட்டிக்கொண்டு அவர்களுடைய படுக்கை அறைக்குப் போனாள். வேலைக்காரி அம்மா கதவை மூடி ஜன்னலைத் திறந்து விட்டாள். அதிகாலையாக இருந்தாலும், காற்றில் ஒரு மென்மை தெரிந்தது. மார்ச் முடியப் போகிறது.

குடியிருந்தவர்கள் மூன்று பேரும் அறையை விட்டு வெளியே வந்தார்கள். காலை உணவு இல்லை. மறந்து விட்டார்கள் போலும். "எங்கே, எங்கே எங்கள் சாப்பாடு?" என்று வேலைக்கார அம்மாவிடம் கேட்டான் நடுவில் இருப்பவன். அவள் விரலை உதட்டில் வைத்து, ஒன்றும் பேசாமல் கிரிகரின் அறைக்குப் போய்ப் பார்க்குமாறு சைகை காட்டினாள். உடனே அவர்களும் அழுக்குக் கோட்டில் கைகளை நுழைத்துக்கொண்டு உள்ளே போய் கிரிகரின் உடலைச் சுற்றி நின்றார்கள். இப்போது அறை வெளிச்சமாக இருந்தது.

அப்போது சம்சாவின் படுக்கை அறைக் கதவு திறக்க, திரு சம்சா தன்னுடைய சீருடையில் மனைவி ஒரு பக்கமும், மகள் ஒரு பக்கமுமாக உள்ளே வந்தார். அவர்கள் அழுது கொண்டிருந்தது

போலத் தோன்றிற்று. அவ்வப்போது கிரிட் தன்னுடைய முகத்தை தந்தையின் கையில் புதைத்துக் கொண்டாள்.

"வீட்டை விட்டு உடனே வெளியே போங்கள்!" என்றார் திரு சம்சா, கதவை நோக்கிக் கையைக் காட்டிக்கொண்டே. "இதற்கு என்ன அர்த்தம்?" என்று கேட்டான் நடுவில் இருந்தவன். கொஞ்சம் அதிர்ச்சியடைந்து மற்ற இருவரும் தங்கள் கைகளைத் தேய்த்துக் கொண்டு ஏதோ போட்டியில் தாங்கள் வெற்றி பெறப் போவது போல நின்றார்கள். "நான் சொன்னதுதான் அர்த்தம்," என்று சொல்லிக்கொண்டே பக்கத்தில் இருந்த இருவருக்கு முன்னால் எட்டு வைத்தார். முதலில் நடுவில் இருந்தவன், அசையாமல் அமைதியாகத் தரையைப் பார்த்துக்கொண்டு நின்றான். பிறகு "அப்படியானால் நாங்கள் போகிறோம்," என்று சொல்லிக்கொண்டே, ஏதோ தங்கள் செயலுக்கு அனுமதி கேட்பது போல திரு சம்சாவைப் பார்த்தான். திரு சம்சா தனது தலையை இரண்டு மூன்று முறை ஆட்டினார். உடனே நடுவில் இருந்தவன் வேகமாக நடந்து முன்னறைக்குப் போய் விட்டான். அவனுடைய நண்பர்களும் கையைத் தேய்ப்பதை நிறுத்திவிட்டு அவனைப் பின் தொடர்ந்தார்கள். முன்னறையில் மூவரும் தங்கள் தொப்பி, கைத்தடிகள் ஆகியவற்றை எடுத்துக்கொண்டு அமைதியாகத் தலையைத் தாழ்த்திவிட்டு, போய் விட்டார்கள். சந்தேகப்பட்டு, அவரும் இரண்டு பெண்களும் அவர்கள் பின்னாலேயே படிக்கட்டு வரையில் போனார்கள். கைப்பிடியில் நின்று கொண்டு அவர்கள் படியில் இறங்குவதை உறுதி செய்து கொண்டார்கள். ஒவ்வொரு தளத்திலும் படிக்கட்டுகளில் மறைந்து மீண்டும் வெளிப்பட்டார்கள். சம்சா குடும்பத்தினர்க்கு அவர்கள் மேல் இருந்த ஆர்வமும் குறைந்து விட்டது. இறைச்சிக் கடைக்காரன் தலையில் தட்டுடன் வந்தபோது திரு சம்சாவும் பெண்களும் ஏதோ சுமை ஒன்று இறங்கியது போல் வீட்டிற்குள் சென்றார்கள்.

அன்றைக்கு ஓய்வு எடுத்துக்கொள்ளத் தீர்மானித்தார்கள். அவர்கள் இந்த ஓய்வுக்கு உண்மையிலேயே தகுதியானவர்கள் தான். அவர்களுக்கு இந்த ஓய்வு தேவையும்பட்டது. எனவே மேசையில் அமர்ந்து மூன்று கடிதங்கள் எழுதினார்கள். ஒன்று திரு சம்சாவின் மேலாளருக்கு, திருமதி சம்சாவின் முதலாளிக்கு, கிரிட் அவளுடைய நிறுவனத்தின் தலைவருக்கு. அவர்கள் எழுதிக்கொண்டிருந்த போது வேலைக்கார அம்மா வந்து

வேலை முடிந்து விட்டதால் போவதாகச் சொன்னாள். முதலில் பார்க்காமலேயே தலையை அசைத்தார்கள். ஆனால் அங்கேயே அவள் நின்றதால் திரு சம்சா "சரி" என்றார். வாசலிலேயே அந்த அம்மாள் ஏதோ நல்ல செய்தி வைத்திருப்பது போலவும், ஒழுங்காகக் கேட்டால் தான் சொல்லுவாள் போலவும் ஒரு தோரணையோடு நின்றாள். "சரி என்ன வேண்டும்?" என்றாள் திருமதி சம்சா. "ஓ" என்றாள் அந்த அம்மா சிரித்துக் கொண்டே. "இது தான். நீங்கள் அதை எப்படிக் கடத்துவது என்று கவலைப்பட வேண்டாம். ஏற்கனவே முடிந்து விட்டது," என்றாள். திருமதி சம்சாவும் கிரிட்டும் கடிதம் எழுதுவதில் மீண்டும் இறங்கி விட்டார்கள். அவள் அதை விவரிக்கப் போகிறாள் என்பதைத் தெரிந்துகொண்ட திரு சம்சா கையை அசைத்து நிறுத்தி விட்டார். அவளுடைய கதையைச் சொல்ல அனுமதிக்கப்படவில்லை என்றவுடன் வேகமாகப் போக வேண்டியிருப்பது போலக் காட்டிக்கொண்டு வணக்கம் கூறி விட்டு கதவை அறைந்து சாத்தி விட்டுப் போய்விட்டாள்.

"இன்றிரவே இவளை அனுப்பிவிட வேண்டியது தான்" என்றார் திரு சம்சா. ஆனால் அவருடைய மனைவியோ மகளோ பதில் சொல்லவில்லை. ஓரளவு அவர்கள் நிம்மதி அடைந்திருந்ததை வேலைக்கார அம்மா உடைத்து விட்டாள். அவர்கள் எழுந்து ஜன்னல் அருகே சென்று கட்டிப் பிடித்துக் கொண்டு நின்று விட்டார்கள். திரு சம்சா நாற்காலியில் மாறி உட்கார்ந்து அவர்களையே சிறிது நேரம் பார்த்தார். பிறகு, "விடுங்கள், போனவை போனவையாக இருக்கட்டும். என் நிலைமையையும் கொஞ்சம் பாருங்கள்," என்றார். இருவரும் உடனே அவரிடம் வந்து அவரைச் சமாதானப்படுத்தி விட்டுக் கடிதம் எழுத உட்கார்ந்து விட்டார்கள்.

பிறகு மூவரும் ஒன்றாக வெளியே போனார்கள். மூன்று மாதமாக அவர்கள் இப்படிப் போனதே இல்லை. டிராமில் ஏறி நகரத்திற்கு வெளியே போனார்கள். டிராமில் ஆட்களே இல்லை. நல்ல வெம்மையான வெளிச்சம். இருக்கையில் சாய்ந்துகொண்டு வருங்காலத்தைப் பற்றி எண்ணிப் பார்த்தார்கள். அவ்வளவு ஒன்றும் மோசமில்லை. அவர்கள் பார்த்துக்கொண்டிருந்த வேலை பற்றி அவர்கள் இதுவரையில் பேசிக் கொண்டதில்லை. இப்போது அவை நல்ல வேலைகளாகவே தெரிந்தன. நல்ல வருங்காலம் இருந்தது. உடனே அவர்கள் வேறொரு வீட்டிற்குக்

குடிபோக வேண்டும். சிறிய வீடாக, வாடகை குறைவாக, நல்ல இடத்தில் இருக்கக் கூடியதாக இருக்க வேண்டும். இப்போது இருந்த வீடு கிரிகர் பார்த்தது. இப்படி இவர்கள் பேசிக் கொண்டிருந்தபோது திடீரென்று சம்சா தம்பதியருக்குத் தங்கள் மகளுடைய உற்சாகம் பெரிதாகத் தெரிந்தது. அண்மையில் ஏற்பட்ட துக்ககரமான வீழ்ச்சிக்குப் பிறகும் அவள் நல்ல உடல்வாகுள்ள அழகிய இளம் பெண்ணாக வளர்ந்து விட்டாள். இருவரும் ஒருவரையருவர் பார்த்துக் கொண்டார்கள். அவளுக்கு நல்ல கணவனைப் பார்க்க வேண்டிய நேரம் வந்து விட்டது. அவர்களுடைய புதிய கனவுகளுக்கும், நல்ல நோக்கங்களுக்கும் பதில் கூறுவது போல, பயணம் முடிந்தவுடன் மகள் முதலில் குதித்து எழுந்து தனது அழகான உடலைச் சோம்பல் முறித்தாள்.

✧ ✧ ✧

சீனாவின் நெடுஞ்சுவர்

சீனாவின் நெடுஞ்சுவர் முதலில் அதன் வடகோடி எல்லையில் முடிக்கப்பட்டது. பிறகு தென் கிழக்கிலிருந்தும், தென் மேற்கிலிருந்தும் சுவர்கள் எழுப்பப்பட்டு அவை அதனுடன் இணைக்கப்பட்டன. இப்படிப் பகுதி பகுதியாகக் கட்டப்படும் கொள்கையைச் சிறிய அளவில் கிழக்கிலும் மேற்கிலும் உள்ள இரண்டு பெரிய தொழில் படைகளும் பின்பற்றின. அதாவது, இருபது தொழிலாளர்கள் கொண்ட ஒரு அணி ஐநூறு அடிகள் சுவரைக் கட்டும். அதேபோல இன்னொரு அணி அதனோடு சேர்க்க அதே நீளத்தில் சுவரைக் கட்டும். இப்போது ஆயிரம் அடிகள் நீள சுவர் கட்டப்பட்டு விடும். ஆனால் விட்ட இடத்திலிருந்து சுவர் தொடராது. மாறாக அந்த இரண்டு அணிகளையும் வேறு இடத்திற்கு மாற்றி சுவர் கட்டச் செய்தார்கள். இப்படிச் செய்ததால் பல இடைவெளிகள் ஏற்படுவது இயற்கை. சிறிது சிறிதாக இந்த இடைவெளிகளை நிறைத்தார்கள். சுவர் கட்டியாகி விட்டது என்று அறிவித்த பின்னருங் கூட இந்த வேலை நடைபெற்றது. இன்னும் கூட மூடப்படாத இடைவெளிகள் இருப்பதாகச் சொல்கிறார்கள். சுவர் கட்டியதைப் பற்றிய பல கதைகளில் இதுவும் ஒன்றாக இருக்கலாம். அத்தனை பெரிய நீண்ட சுவரை ஒரு தனி மனிதன் பார்த்துச் சரியா தவறா என்று சொல்ல முடியாது.

நினைத்துப் பார்த்தால், சுவரைத்தொடர்ந்து கட்டியிருந்தால், அல்லது குறைந்தபட்சம் இரண்டு பகுதிகளுக்குள்ளாவது தொடர்ச்சியாகக் கட்டியிருந்தால் பயனுள்ளதாக இருந்திருக்கும் என்று தோன்றும். ஏனென்றால் வடக்கிலிருந்து வரும் மக்களிடமிருந்து பாதுகாக்கத்தான் சுவர் கட்டப்பட்டது என்று சொல்லப்பட்டது. தொடர்ச்சியாக இல்லாவிட்டால்

அது எப்படிப் பாதுகாப்பு அரணாக இருக்க முடியும்? அது பாதுகாக்க முடியாதது மட்டுமில்லை, இருக்கும் சுவருக்கு எப்போதும் ஆபத்துதான். ஆள் நடமாட்டமில்லாத பகுதிகளில் இருக்கும் சுவர்ப் பகுதிகளை நாடோடிக் கூட்டங்கள் அழித்து விட முடியும். ஏனென்றால் இந்த சுவர் கட்டப்படுவதைக் கண்டு பயந்து போயிருந்த பழங்குடியினர் மிக வேகமாகத் தங்கள் கூடாரங்களை வெட்டுக்கிளிகள் போல மாற்றிக் கொண்டிருந்தார்கள். கட்டிடம் கட்டும் எங்களைவிட கட்டிடம் எழும்பியதை அவர்கள் நன்றாகப் பார்க்க முடிந்தது. எனினும் கட்டிடம் கட்டுவது வேறு எந்த வழியிலும் நடந்திருக்க முடியாது. இதைப் புரிந்துகொள்ள வேண்டுமென்றால் கீழ்க்கண்டவற்றைக் கவனத்தில் கொள்ள வேண்டும்: பல நூற்றாண்டுகள் அரணாக நிற்க வேண்டிய சுவர் அது. எனவே கட்டிடம் கட்டுவதில் தீவிரக் கவனமும், பல்லாண்டுகளாக, பல மக்களின் கட்டிடக் கலை அறிவைப் பயன்படுத்துவதும், கட்டிடம் கட்டுபவர்களிடம் மாறாத பொறுப்புணர்ச்சியும் இந்தப் பணிக்கு அவசியமாகத் தேவைப்பட்டன.

உடல் உழைப்பிற்கு, நல்ல கூலிக்காகப் பணிபுரிய முன்வரும் ஆண்கள், பெண்கள், குழந்தைகள் மத்தியிலிருந்து படிப்பறியாத தொழிலாளர்களை வேலைக்குச் சேர்த்துக்கொள்ள முடியும் தான். ஆனால், நான்கு பேரை மேற்பார்வையிடக் கட்டிடக் கலையில் தேர்ந்த ஒருவர் தேவைப்பட்டார். அவர் குறிப்பிட்ட வேலையில் முழு மனதுடனும், முழு உணர்வுடனும் ஈடுபடத் தகுந்தவராக இருக்க வேண்டும். பெரிய வேலையாக இருந்தால், பொறுப்பும் அதிகம். வேலைக்குத் தேவையான திறமை படைத்தவர்கள், அப்படி எத்தனை பேர் கிடைத்தாலும், ஏற்றுக் கொண்டனர். எனினும் அதிக எண்ணிக்கையில் கிடைத்தார்கள் என்றுதான் சொல்ல வேண்டும்.

ஏனென்றால், இந்த வேலையை முன்யோசனை இல்லாமல் தொடங்கவில்லை. முதல் மூலைக் கல்லை வைப்பதற்கு ஐம்பது ஆண்டுகளுக்கு முன்னரே கட்டிடக் கலை, குறிப்பாக கல் தச்சுக் கலை சுவர் கட்டப்பட வேண்டிய பகுதி முழுவதிலும் முதன்மையான கலைப்பிரிவு என்று அறிவிக்கப்பட்டு விட்டது. பிற கலைகள் எல்லாம் அதனோடு தொடர்பு கொண்டிருந்தால்தான் அங்கீகரிக்கப்பட்டன. எனக்குச் சின்ன வயதில் நடந்தது நினைவிருக்கிறது. நாங்கள் அப்போதுதான்

காலூன்றி நிற்கத் தொடங்கியிருந்தோம். கூளாங்கற்களை வைத்துச் சுவர் கட்டச் சொன்னார்கள். முடிந்தவுடன் ஆசிரியர் ஆடையை மேலேற்றிக் கட்டிக் கொண்டு வேகமாக வந்து அதன் மேல் மோதித் தகர்த்து விட்டார். எங்களுடைய மோசமான வேலைக்கு எவ்வளவு கத்தினாரென்றால், நாங்கள் அழுதுகொண்டே வீடுகளுக்கு ஓடி விட்டோம். சின்ன நிகழ்ச்சி தான். ஆனால் அப்போதைய மனநிலையை அது படம் பிடித்துக் காட்டுகிறது.

என்னுடைய இருபதாம் வயதில் தொடக்கப் பள்ளியில் தேர்ச்சி பெற்று விட்டேன். சுவர் கட்டத் தொடங்கும்போது இது நடந்தது எனக்கு அதிர்ஷ்டம் என்றுதான் சொல்ல வேண்டும். அதிர்ஷ்டம் என்று ஏன் சொல்கிறேன் என்றால், எனக்கு முன்னால் உயர்படிப்புப் படித்தவர்கள் எல்லாம் தங்கள் அறிவைக்கொண்டு என்ன செய்வது என்று தெரியாமல் திரிந்தார்கள். தங்கள் தலையில் மிகச் சிறந்த கட்டிடக் கலைத் திட்ட வரைவுகளை வைத்துக்கொண்டு பயனில்லாமல் சுற்றிக் கொண்டிருந்தார்கள். ஆயிரக்கணக்கில் நம்பிக்கையில்லாமல் கிடந்தார்கள். ஆனால் கடைசியாக மேற்பார்வையாளராக வேலை கிடைத்தவர்கள், வேலை மிகத் தாழ்ந்ததாக இருந்தாலும் அந்த வேலைக்கு மிகப் பொருத்தமானவர்களாக இருந்தார்கள். பல கொத்தனார்கள் சுவர் கட்டுவது பற்றியே சிந்தித்துக் கொண்டிருந்தார்கள். சிந்திப்பதை நிறுத்தவே இல்லை. முதல் கல்லை ஊன்றியபோதிலிருந்து கட்டிடத்தின் ஒரு பகுதியாகவே தங்களை எண்ணிக் கொண்டிருந்தார்கள். அப்படிப்பட்ட கொத்தனார்கள் தங்கள் வேலையைச் சுத்தமாக முடிக்க வேண்டுமென்பதில் வேகமாக இருந்தார்கள். தினக் கூலிகளுக்கு இந்த அவசரம் இல்லை. ஏனென்றால் அவர்களுக்குக் கூலிதான் முக்கியம். மேல்நிலை மேற்பார்வையாளர்களும், நடுத்தரத்து மேற்பார்வையாளர்களும் கூட கட்டிடம் பல வழிகளிலும் வளர்வதைப் பார்த்து உற்சாகமாக இருந்தார்கள். ஆனால் கீழ்மட்டத்திலிருந்த மேற்பார்வையாளர்கள் தங்களுக்குத் தரப்பட்டிருக்கும் சாதாரண வேலையை விட அதிக அறிவாற்றல் உள்ளவர்களாக இருந்தார்கள். அவர்களை உற்சாகப்படுத்த வேறு வழிகளைக் கையாள வேண்டியிருந்தது. எடுத்துக்காட்டாக தங்கள் வீடுகளிலிருந்து நூற்றுக்கணக்கான மைல்கள் வந்து, பல மாதங்களாக, பல ஆண்டுகளாக ஒரு கல்லின் மேல் இன்னொரு கல்லை வைக்க வேண்டுமென்று, அதுவும் ஆள்

அரவமற்ற மலைப்பகுதிகளில் செய்ய வேண்டுமென்று, எதிர்பார்க்க முடியாது. நீண்ட நாள் உயிரோடு இருந்தாலும் தங்கள் வாழ்நாளில் முடிக்க முடியாத வேலைக்காக கடுமையாக உழைக்க வேண்டியிருக்கிறதே என்ற நம்பிக்கை இன்மை வேறு. இதனால் ஏற்பட்ட தோல்வி மனப்பான்மையில் அவர்கள் திறமையாக வேலை செய்ய முடியவில்லை. இதனால்தான் பகுதி பகுதியாகச் சுவரைக் கட்டும் திட்டம் முடிவு செய்யப்பட்டது. ஐந்து ஆண்டுகளில் ஐநூறு முழங்கள் தான் முடிக்க முடிந்தது. அதற்குள் மேற்பார்வையாளர்கள் களைப்படைந்து தங்கள் மேலேயே நம்பிக்கையில்லாமல் போய் விட்டார்கள்; தங்கள் மீது மட்டுமில்லாமல், சுவரின் மீதே உலகின் மீதே நம்பிக்கை போய்விட்டது. எனவே, ஓராயிரம் முழங்களை முடித்து அவர்கள் அதைக் கொண்டாடும்போதே அவர்கள் தொலைதூரத்திற்கு அனுப்பப்பட்டார்கள். போகும் வழியில் சுவர் அங்கும் இங்கும் எழுந்து கொண்டிருப்பதைப் பார்த்தார்கள். மேல்மட்ட அலுவலர்களின் அலுவலகங்கள் வழியாகப் போனார்கள். விருதுப் பதக்கங்களைப் பெற்றுக் கொண்டார்கள். நாட்டின் உட்புறத்திலிருந்து வரும் தொழிலாளர் கூட்டங்களின் மகிழ்ச்சி ஆரவாரங்களைக் கேட்டார்கள். சுவர்களுக்கு முட்டுக் கொடுக்க காடுகள் வெட்டப்படுவதையும், மலைகள் சுவருக்குக் கற்களாக அறுக்கப்படுவதையும் பார்த்தார்கள். சுவர் முடிவதற்காக பக்தி செபங்களும், பாடல்களும் கோவில்களில் பாடப்படுவதைக் கேட்டார்கள். இவையெல்லாம் அவர்களுடைய பொறுமையின்மையைக் குறைத்தன. அவர்கள் வீடுகளில் ஓய்வு எடுத்தபோது அந்த அமைதி அவர்களைப் பலப்படுத்தியது. அவர்கள் சொன்ன கதையை எல்லாம் பணிவோடும் நம்பிக்கையோடும் கேட்ட எளிய குடிமக்கள் சுவர் கட்டி முடிந்து விடும் என்று உறுதியாக இருந்தார்கள். இவை எல்லாம் அவர்களுடைய ஆன்மாவின் நாண்களை மீண்டும் இறுக்கமாகக் கட்டிப் போட்டன. எப்போதும் நம்பிக்கையோடு இருக்கும் குழந்தைகள் போல அவர்கள் விடைபெற்றுக் கொண்டார்கள். நாட்டிற்காக சுவரைக் கட்ட வேண்டும் என்ற ஆசையைத் தடுக்க முடியவில்லை. குறிப்பிட்ட நாளுக்கு முன்னரே புறப்பட்டு விட்டார்கள். பாதிக் கிராமம் அவர்கள் கூடவே நெடுந்தூரம் வந்து வழியனுப்பிற்று. சாலை எல்லாம் மக்கள் பதாகைகளையும், கைத் துண்டுகளையும் அசைத்து வரவேற்றார்கள். அவர்களுடைய அன்புக்கு

இவ்வளவு தகுதியானவர்களை நாடு தங்களது என்பது இப்படி வெளிப்பட்டதை அவர்கள் இதற்கு முன் பார்த்ததில்லை. நாட்டுக் குடிமகன் ஒவ்வொருவனும் சகோதரன். அவனுக்கு பாதுகாப்பு அரணான சுவரைக் கட்டுகிறோம். தன்னிடம் உள்ளதையெல்லாம் தந்து இதற்காக வாழ்நாள் முழுவதும் நன்றி செலுத்துவான். ஒற்றுமை! ஒற்றுமை! தோளோடு தோள் நிற்கும் சகோதரர்கள். ஒரு உடலில் மட்டுமே ஓடும் இரத்தம் இல்லை, இப்போது சீனாவின் முடிவற்ற தெருக்களில் எல்லாம் இனிமையாக ஓடித் திரும்புகிறது.

இப்படிப் பார்க்கும்போதுதான் துண்டு துண்டாக சுவரைக் கட்டுவதன் பொருள் புலப்படுகிறது. மேலும் சில காரணங்களும் இருந்தன. இந்தப் பிரச்சனை பற்றி இவ்வளவு நேரம் செலவழிப்பதில் வியப்படைவதற்கு ஒன்றுமில்லை. முதலில் பார்ப்பதற்கு அவ்வளவு முக்கியம் இல்லாதது போலத்தான் தெரியும். ஆனால் சுவர் கட்டுவதில் முக்கியமான சிக்கல்களில் இதுவும் ஒன்று. அக்காலத்திலிருந்த மனநிலைகளையும், உணர்வுகளையும் புரியும்படிப் புலப்படுத்த வேண்டுமென்றால், இதுபற்றி ஆழமாகச் சொல்லித்தான் ஆக வேண்டும்.

முதலாவதாக, பேபல் கோபுரம் கட்டடத்திற்குக் கீழாகக் கட்டி விடக் கூடாது. ஆனால் தெய்வீக அனுமதியைப் பொறுத்த வரையில் இவ்வேலை வேறாக இருந்தது. இதை ஏன் சொல்கிறேன் என்றால், கட்டிடம் ஆரம்பமான புதிதில் ஒரு அறிஞர் இரண்டையும் தீர ஆராய்ந்து ஒப்பிட்டு ஒரு நூல் எழுதினார். பேபல் கோபுரம் அதனுடைய நோக்கத்தை அடையத் தவறியதற்கான காரணத்தை நிரூபிக்க முயன்றார். எல்லோரும் சொல்கின்ற காரணங்கள் இல்லையாம். எழுத்தில் இருந்த தரவுகள் அறிக்கைகளை மட்டுமின்றி நேரே அந்த இடத்திற்கே சென்று ஆய்வு செய்ததாகச் சொல்லிக் கொள்கிறார். கோபுரம் முடிக்கப்படாமல் விழுந்து விட்டதற்குக் காரணம், அதன் அஸ்திவாரம் பலமின்றி இருந்ததுதான் என்று கண்டுபிடித்தார். இதைப் பொறுத்தவரையில் நமது காலம் அந்தக் காலத்தை விட எவ்வளவோ சிறந்தது. நமது காலத்தில் படித்த எல்லோருமே கொத்தனார்கள் தான். அஸ்திவாரம் போடுவதில் அனைவரும் கை தேர்ந்தவர்கள். இதனை நிரூபிப்பது நமது அறிஞரின் நோக்கம் இல்லை. ஏனென்றால் மனித வரலாற்றில் முதல்முறையாக, புதியதொரு பேபல்

கோபுரத்திற்குப் பாதுகாப்பான ஒரு அஸ்திவாரத்தைக் கொடுக்கக் கூடியது பெரிய சுவர்தான் என்பது அவருடைய நம்பிக்கை. எனவே முதலில் சுவர், பிறகு கோபுரம். அந்தக் காலத்தில் ஒவ்வொருவருடைய கையிலும் அந்தப் புத்தகம் இருந்தது. ஆனால் இன்றுவரையிலும் எப்படி அவர் கோபுரத்தைத் திட்டமிட்டார் என்பது தெரியவில்லை. வட்டமாக அமையாத ஒரு சுவர், அரை வட்டம், கால் வட்டம் கூட இல்லாத ஒரு சுவர் எப்படி ஒரு கோபுரத்திற்கு அஸ்திவாரமாக இருக்க முடியும்? ஒரு ஆன்மீகக் கருத்தின் அடிப்படையில்தான் அது இருக்க வேண்டும். அப்படியானால் அதற்கு உருக்கொடுத்து ஒரு சுவரை ஏன் கட்ட வேண்டும்? அதுவும் பல லட்சக்கணக்கான மக்களின் உழைப்பை ஏன் செலவழிக்க வேண்டும்? தெளிவில்லாமல் இருந்தாலும் கூட கோபுரத்தின் வரைபடங்களும், விளக்கமான திட்டங்களும் மக்களுடைய சக்திகளை எல்லாம் திரட்ட ஏன் முன்வைக்கப்பட வேண்டும்?

அந்தக் காலத்தில் மக்கள் மனத்தில் பல எண்ணங்கள் இருந்தன. இந்த அறிஞரின் புத்தகம் ஓர் எடுத்துக்காட்டுத்தான். ஒருவேளை இதற்குக் காரணம் ஒரு பெரிய இலக்கை அடைய பலரும் தங்களாலான பணிகளை ஆற்ற முயன்றிருக்கலாம். மனித இயற்கை மாறக் கூடியது, தூசியைப் போல நிலையற்றது. கட்டுப்பாட்டை ஏற்றுக் கொள்ளாது. அது தன்னைத்தானே கட்டிக் கொண்டது என்றால் உடனே அந்தக் கட்டுகளை அறுத்துப் போட முயல்கிறது. அனைத்தையும், சுவர், தளைகள், ஏன் தன்னையே கூட உடைத்துப் போடும்வரை விடுவதில்லை.

துண்டு துண்டாகச் சுவரைக் கட்டும் முறையைத் தீர்மானித்த போது தலைமை இவற்றை எல்லாம் கருத்தில் கொண்டிருக்க வேண்டும். மேலிடத்தின் கட்டளைகளை கவனமாக ஆராய்ந்த பிறகுதான் எங்களுக்கே - அதாவது என்னைப் போன்ற மக்களின் பெயரால் பேசுகிறேன்- தெரிய வந்தது. இந்தப் பெரிய திட்டத்தின் கீழ் நாங்கள் ஆற்றும் சிறு சிறு பணிகளுக்கு, தலைமைப் பீடம் இல்லாவிட்டால், எங்களுடைய புத்தக அறிவோ, மனித அனுபவமோ போதுமானதாக இருந்திருக்காது. இதனைப் பிறகுதான் கண்டுபிடித்தோம். தலைமைப் பீட அலுவலகத்தில் யார் உட்கார்ந்திருந்தார்கள் என்று நான் கேட்டதற்கு அப்போது யாருக்கும் தெரியவில்லை. இப்போதும் தெரியாது. அங்குதான், மனித எண்ணங்களும், ஆசைகளும்,

மனித நோக்கங்களும், சாதனைகளும் இடம் பெற்றிருந்தன என்பது உறுதி. தலைவர்கள் திட்டங்கள் தீட்டியபோது சாளரத்தின் வழியாக தெய்வீக உலகங்களின் பிரதிபலிக்கப்பட்ட சிறப்புகளெல்லாம் அவர்களுடைய கரங்களில் விழுந்தன.

தலைமைப் பீடம் உண்மையில் விரும்பியிருந்தால், தொடர்ச்சியாக சுவர் கட்டுவதைத் தடுக்கும் இடர்ப்பாடுகளை எல்லாம் வெற்றி கொண்டிருக்க முடியும் என்று விருப்பு வெறுப்பற்ற நடுநிலைப் பார்வையாளர் சொல்ல முடியும். எனவே, மேலிடம் வேண்டுமென்றே துண்டு துண்டாகச் சுவர் கட்டும் முறையைத் தேர்வு செய்தது என்று முடிவு செய்வதைத் தவிர வேறு வழியில்லை. துண்டு துண்டாகக் கட்டுவது ஒரு தற்காலிகமானது; மிக அவசர அவசியமானதுமில்லை. அவசியமில்லாததை மேலிடம் தீர்மானித்து விட்டதாகவும் முடிவு செய்து விடலாம்; வினோதமான முடிவு! உண்மை தான். எனினும் ஒரு வகையில் பார்த்தால் அது சரியாகத் தான் தோன்றுகிறது. இப்போது அதுபற்றித் தாராளமாக விவாதிக்கலாம். அந்தக் காலத்தில் மக்களுக்கு, குறிப்பாக உயர்மட்டத்தில் இருப்பவர்களுக்கு, ஒரு இரகசியமான கொள்கை இருந்தது: மேலிடத்தின் கட்டளைகளைப் புரிந்து கொள்ள முடிந்த மட்டும் முயற்சி செய்; ஆனால் ஒரு எல்லை வரையில்தான்; அதன் பிறகு சிந்திப்பதைத் தவிர்த்து விடு. மிக ஞானமுடைய கொள்கைதான். இது ஒரு உவமையின் மூலம் விரிவுபடுத்தப்பட்டது; பின்னர் அது அடிக்கடி மேற்கோள் காட்டப்பட்டது. அப்படித் தியானிப்பது தீமையை உண்டாக்கும் என்பதால் அதைத் தவிர்த்து விடச் சொல்லவில்லை. ஏனென்றால் அது தீமையை உண்டாக்கும்; என்பது உறுதி இல்லை. இந்தக் கேள்விக்கு எது தீமையை உண்டாக்கும், எது நன்மையை உண்டாக்கும் என்பது கேள்வி இல்லை. வசந்த காலத்தில் ஓர் ஆற்றை எடுத்துக் கொள்ளுங்கள். பெரிதாகிக் கொண்டே போகிறது. நீண்ட கரைகளில் உள்ள மண்ணை வளப்படுத்திக்கொண்டே போகிறது. கடலை அடையும் வரையில் அதே பாதையில் போகிறது. கடலுக்குப் போகும்போது கடலுக்கு உறவுக்கார ஆறுக்கு வரவேற்புதான். அதுவரையில் மேலிடத்தின் கட்டளைகளைப் பற்றித் தியானிக்கலாம் - ஆனால் அதன்பிறகு கடல் கரைகளுக்கு வெள்ளமாகப் பெருக்கெடுக்கிறது. அதனுடைய உருவமே மாறிப் போய் விடுகிறது. அதனுடைய வேகம் குறைகிறது;

தன்னுடைய விதியை மறந்து நிலப்பகுதியில் சிறு சிறு தீவுகளை உண்டாக்கி, வயல்களை அழித்து விடுகிறது. புதிய ஓட்டத்தில் தன்னையே கட்டுப்படுத்த முடியாமல் கரைகளுக்கு இடையே பின்னோக்கி ஓடுகிறது. கோடையில் வறண்டு போகிறது. மேலிடத்தின் கட்டளைகளைப் பற்றி இதற்கு மேல் தியானிக்கக் கூடாது.

சுவர் கட்டப்பட்டுக் கொண்டிருந்த சமயத்தில் இந்த உவமைக்கு மிகுந்த ஆழமும் ஆற்றலும் இருந்திருக்கலாம். ஆனால் என்னுடைய இந்தக் கட்டுரைக்கு இது சிறிதளவே தொடர்பு உடையது. என்னுடைய ஆய்வு முழுவதுமாக வரலாறு தான். மறைந்துபோன இடி மேகங்களின் மின்னல்கள் இல்லை. எனவே துண்டு துண்டாகச் சுவர் கட்டும் முறைக்கான எனது விளக்கம் அக்காலத்தில் மக்களைச் சமாதானப்படுத்திய விளக்கத்திற்கும் மேல் போகிறது. என்னுடைய சிந்தனை ஆற்றல் எனக்குத் தரும் எல்லைகள் குறுகியவைதான். ஆனால் செல்லக்கூடிய தூரம் முடிவில்லாதது. யாரிடமிருந்து காப்பாற்றுவதற்காக இந்தப் பெரிய சுவர் கட்டப்பட்டது? வடக்கிலிருந்து வரும் மக்களிடமிருந்து காப்பாற்ற! நான் சீனாவின் வடகிழக்குப் பகுதியிலிருந்து வருகிறேன். அங்கு வடக்குப் பக்க மக்கள் யாரும் எங்களைப் பயமுறுத்த முடியாது. அவர்களைப் பற்றிப் பழைய நூல்களில் தான் வாசிக்கிறோம். அவர்களுடைய தன்மைகளுக்குத் தகுந்தாற்போன்ற அரக்கச் செயல்கள் எங்களுடைய அமைதியான மரங்களுக்கு அடியில் பெருமூச்சு விடச் செய்யும். அவர்களுடைய சபிக்கப்பட்ட முகங்கள், பிளந்திருக்கும் வாய்கள், கூரிய பற்கள் கொண்ட தாடைகள், தங்களுடைய தாடைகளால் மென்றுதின்ன இரையைத் தேடும் அரைக் கண்கள்- இவற்றை ஓவியர்கள் தீட்டியிருப்பதைப் பார்த்திருக்கிறோம். எங்கள் குழந்தைகள் அடம்பிடித்தால், சேட்டை பண்ணினால் இந்தப் படங்களைக் காட்டுவோம். உடனே அழுதுகொண்டு எங்கள் மேல் தாவி விடுவார்கள். ஆனால் அதற்கு மேல் இந்த வடக்கத்திக்காரர்களைப் பற்றி எங்களுக்குத் தெரியாது. நாங்கள் அவர்களைப் பார்த்ததே இல்லை. நாங்கள் எங்கள் கிராமத்தில் இருந்தால் அவர்களைப் பார்க்கவே போவதில்லை. தங்கள் முரட்டுக் குதிரைகளில் சவாரி செய்து எங்களை நோக்கிப் பாய்ந்து வந்தாலும் கூடத் தெரியாது. அவர்கள் வரவும்

முடியாது. அவ்வளவு பரந்த நிலம், எங்களிடம் அவர்களை அணுக விடாது.

அப்படி இருக்கும்போது, எங்கள் வீடுகளையும், பாலங்கள் நிறைந்த நீரோடைகளையும், எங்கள் தாய் தந்தையரையும், அழுதுகொண்டிருந்த மனைவியரையும், எங்கள் அரவணைப்புத் தேவைப்பட்ட குழந்தைகளையும் விட்டு விட்டு தொலை தூரத்திலுள்ள நகரத்திற்குப் பயிற்சி பெற நாங்கள் ஏன் போக வேண்டும்? அதற்கும் அப்பாலுள்ள வடக்கிலிருக்கும் சுவரை நோக்கி எங்கள் எண்ணங்கள் செல்ல வேண்டும்? ஏன்? இது தலைமைப் பீடத்திடம் கேட்கப்பட வேண்டிய கேள்வி. எங்கள் தலைவர்களுக்கு எங்களைப் பற்றித் தெரியும். அவர்களுக்குத் தங்களுடைய பெரிய கவலைகளுக்கிடையில், எங்களையும், எங்களுடைய சின்னச் சின்ன வேலைகளையும் பற்றித் தெரியும். நாங்கள் எங்களுடைய எளிய குடிசைகளில் அமர்ந்து, வீட்டுத் தந்தை தன்னுடைய குடும்பத்தின் மத்தியில் சொல்கின்ற மாலை செபத்தை ஏற்றுக் கொள்வதையோ, கொள்ளாததையோ அவர்கள் பார்க்கிறார்கள். தலைமைப் பீடத்தைப் பற்றி நான் எனது கருத்துகளைச் சொல்ல வேண்டும் என்றால், தலைமைப் பீடம் நெடுங்காலமாக இருந்து வந்திருக்கிறது. கூட்டப்பட்ட கூட்டம் இல்லை. அப்படிப்பட்ட கூட்டங்களை குட்டித் தலைவர்கள் யாருடைய கனவைப் பற்றியாவது விவாதிக்க வேகமாக மாநாடு கூட்டுவார்கள்; அதே வேகத்தில் முடிந்து விடும். அன்று மாலையே தீர்மானிக்கப்பட்டவற்றை நிறைவேற்ற மக்கள் தங்கள் படுக்கைகளிலிருந்து எழுப்பப்படுவார்கள். முந்தின நாளில் தலைவர்களுக்கு தெய்வம் செய்த உதவிக்காக ஒளி விளக்குகள் ஏற்றுவது போன்ற சிறிய நிகழ்ச்சியாகக் கூட அது இருக்கலாம்; அடுத்த நாளே விளக்குகள் அணைவதற்கு முன்னரே இருட்டு மூலைகளுக்குத் துரத்தப்படுவார்கள். எனவே தான் தலைமைப் பீடம் முடிவில்லாமல் இருந்து வந்திருக்கிறது என்று நம்புகிறேன். அதேபோலதான் சுவர் கட்டுவதற்கான முடிவும் இருந்திருக்கும். அறிவற்ற வடக்கத்திய மக்கள்! தாங்கள்தான் அதற்குக் காரணம் என்று கற்பனை செய்து கொள்கிறார்கள்! சுவர் கட்டுகின்ற எங்களுக்கு அப்படியில்லை என்று தெரியும். நாங்கள் வாயை மூடிக் கொண்டு இருக்கிறோம்.

சுவர் கட்டப்பட்டபோதும், இன்று வரையிலும் இனங்களின் ஒப்பீடு வரலாற்றில் நான் என்னை முழுமையாக ஈடுபடுத்திக்

கொண்டேன். இந்த முறையில்தான் சில கேள்விகளுக்கு அடிவரையில் சென்று விடைகாண முடியும். சீனர்களாகிய எங்களிடம் சில நாட்டு வழக்கு மற்றும் அரசியல் அமைப்புகள் தெளிவாக இருக்கின்றன. சில புரிந்துகொள்ளக் கடினமான புதிர் போன்று தனித்தன்மையோடு இருக்கின்றன. இந்தத் தனிப்பட்ட தன்மைகளின், குறிப்பாக இரண்டாவது சொன்னதன் காரணங்களைத் தேடும் ஆர்வம் என்னைத் தூண்டியது, இன்றும் தூண்டிக் கொண்டிருக்கிறது. சுவர் கட்டுவதும் இந்தச் சிக்கல்களோடு உள்ளடங்கிப் போயிருக்கிறது.

எங்கள் நிறுவனங்களில் புரிந்துகொள்ள முடியாத புதிர்களில் ஒன்று பேரரசும் ஆகும். பீக்கிங்கில், பேரரசின் அவையில் இதுபற்றி ஓரளவு விளக்கம் கிடைக்கலாம். ஆனால் அதுவும்கூட உண்மை என்று கூற முடியாது, ஒரு மாயை போல இருக்கும். மேலும் உயர்நிலைப் பள்ளிகளில் அரசியல் கூட்டம் மற்றும் வரலாறு கற்றுத் தரும் ஆசிரியர்கள் இவை பற்றி நன்கு தெரிந்து வைத்திருப்பதாகவும் தங்கள் மாணவர்களுக்குச் சொல்ல திறமையிருப்பதாகவும் சொல்லிக் கொள்கிறார்கள். கீழ் வகுப்புகளுக்குப் போகப் போக, அறிவு பற்றிய மாணவர்கள் மற்றும் ஆசிரியர்களின் சந்தேகங்கள் எல்லாம் மறைந்து, ஒரு சில கருத்தாக்கங்களைச் சுற்றி மேலோட்டமானதொரு கலாச்சாரம் மேலோங்கியிருப்பதைப் பார்க்கிறோம். இந்தக் கருத்தாக்கங்கள் பல நூற்றாண்டுகளாக மக்கள் மனத்தில் பதிய வைக்கப்பட்டிருக்கின்றன. இந்தக் கருத்தாக்கங்களில் வெளிப்படையான உண்மையை இழந்து விடாவிட்டாலும் இந்தக் குழப்ப மூட்டத்தால் என்றும் கண்ணுக்குத் தெரியாமலேயே இருக்கின்றன.

என்னுடைய கருத்தின்படி, பேரரசு பற்றிய இந்தக் கேள்வியைப் பாமர மக்களிடம் கேட்க வேண்டும். ஏனென்றால் அவர்கள் தான் பேரரசுக்கு கடைசி ஆதாரம். இங்கே என்னுடைய ஊர் பற்றித்தான் கூற முடியும். இயற்கைத் தெய்வங்கள், அவற்றிற்கான சடங்குகள் தான் ஆண்டு முழுவதும் மாறி, மாறி வந்து கொண்டிருக்கும். இவற்றைத் தவிர நாங்கள் சிந்திப்பது எல்லாம் பேரரசர் பற்றித்தான். ஆனால் இப்போதைய பேரரசர் பற்றியது இல்லை. அவர் யார் எப்படிப்பட்டவர் என்பது பற்றி உறுதியான செய்திகள் தெரிந்திருந்தால்தானே அவரைப் பற்றிச் சிந்திக்க முடியும்! இந்த விஷயம் பற்றி நாங்கள் செய்தி

அறிய முயன்று கொண்டிருக்கிறோம். தெரிந்து கொள்ள வேண்டும் என்ற ஆசை எப்போதும் இருக்கும். ஆனால் பல இடங்களைச் சுற்றி வந்திருக்கும் திருப்பயணிகளிடமிருந்தோ, பக்கத்தில் அல்லது தூரத்தில் இருக்கும் கிராமங்களிலிருந்தோ, எங்களுடைய சிறு நீரோடைகளில் மட்டுமின்றி, தெய்வீக ஆறுகளிலும் படகோட்டிய மாலுமிகளிடமிருந்தோ இது வரையில் எங்களுக்கு ஒரு செய்தியும் கிடைக்கவில்லை. இது வினோதமாக இருக்கலாம். நிறையச் செய்திகள் கேள்விப்படுகிறோம். ஆனால் எதுவும் உறுதியாக இல்லை.

எங்கள் நாடு மிகப் பெரியது. எந்தக் கதையும் அதன் விரிந்து பரந்த நிலப்பரப்பைப் படம் பிடித்துக் காட்ட முடியாது. வானமே கூட அதை மறைக்க முடியாது. பீக்கிங் அதில் ஒரு சிறிய புள்ளி தான். பேரரசின் அரண்மனை அதிலும் சிறிய புள்ளி. அதற்க மாறாக, பேரரசர் உலகின் எல்லாத் தளங்களிலும் மிக வலிமை பொருந்தியவர். இதை ஒத்துக் கொள்ளத்தான் வேண்டும். ஆனால் இப்போது இருக்கும் பேரரசர் எங்களைப் போன்ற மனிதர். பெரிய கட்டிலில் படுத்து உறங்கலாம். ஆனால் குட்டையாக, ஒல்லியாக இருக்கலாம். எங்களைப் போலவே நீட்டி நிமிர்ந்து படுத்துக் கொள்வார். களைப்பாக இருக்கும்போது தன்னுடைய மென்மையான வாயில் கொட்டாவி விடுவார். தெற்கே ஆயிரக்கணக்கான மைல்கள் தள்ளி இருக்கும் எங்களுக்கு, திபெத் மலையின் எல்லையில் இருக்கும் எங்களுக்கு இதுபற்றி எப்படித் தெரிய முடியும்? மேலும், அப்படியே செய்திகள் வந்தாலும் கூட அது எங்களை அடைய அதிக காலம் பிடிக்கும். அதற்குள் செய்தி பழங்கதையாகி விடும். பேரரசரைச் சுற்றி எப்போதும் பிரபுக்களும் அரசுப் பரிவாரங்களும் இருப்பார்கள். நண்பர்கள் பணியாட்கள் என்ற போர்வையில் பகைமையும், வெறுப்பும் சூழ்ந்திருக்கும். பேரரசரின் அதிகாரத்திற்கு எதிரான ஒரு கூட்டம் நஞ்சு தோய்ந்த அம்புகளுடன் தங்கள் மன்னரைத் தள்ளிவிடக் காத்திருக்கும். பேரரசு என்றும் நிலையானது. ஆனால் பேரரசர் தனது அரியணையிலிருந்து கீழே விழக் கூடிய நிலையில் இருக்கிறார். ஆமாம் அரச பரம்பரைகளே இறுதியில் மூழ்கிப் போய் கடைசி மூச்சை விடக் காத்திருக்கும். இந்தப் போராட்டங்களைப் பற்றி, துன்பங்களைப் பற்றி மக்களுக்கு எப்போதும் தெரியப் போவதில்லை. எப்போதும் வருகின்ற பயணிகள்போல, நகரத்தில் அந்நியர்களாக, பக்கத்துத் தெருவில்

கூடியிருக்கும் கூட்டத்தின் ஓரத்தில் நின்று தாங்கள் கையோடு கொண்டு வந்திருக்கும் உணவை அமைதியாக அசைபோட்டுக் கொண்டிருப்பார்கள். தொலைவில், நகரத்தின் மத்தியிலுள்ள சந்தைத் திடலில் அவர்களுடைய மன்னவரின் மரண தண்டனை நிறைவேறிக் கொண்டிருக்கும்.

ஒரு உவமை இந்தச் சூழ்நிலையை நன்றாக விளக்கும். அரசுச் சூரியன் முன்னால் தொலைதூரத்தில் பதுங்கி நிற்கும் ஒன்றுமில்லாத நிழலான உனக்கு, எளிய குடிமகனான உனக்கு, பேரரசர் ஒரு செய்தி அனுப்பியிருக்கிறார் என்று கதை போகிறது.

பேரரசர் தனது மரணப் படுக்கையிலிருந்து உனக்கு மட்டுமே அந்தச் செய்தியை அனுப்பியிருக்கிறார். தூதுவனைத் தனது படுக்கை அருகில் மண்டியிடக் கட்டளையிட்டுச் செய்தியை அவன் காதில் இரகசியமாகச் சொல்லியிருக்கிறார்; அந்தச் செய்திக்கு அவர் எவ்வளவு முக்கியத்துவம் கொடுத்திருக்கிறார் என்றால், செய்தியை மீண்டும் அவர் காதில் இரகசியமாகக் கூறச் செய்திருக்கிறார். பிறகு அது சரியென்று காட்டத் தலை அசைத்திருக்கிறார். அவருடைய இறப்பைப் பார்க்கக் கூடியிருப்பவர்களின் முன்னால் மறைப்பாக இருந்த எல்லாச் சுவர்களும் உடைக்கப்பட்டு திறந்த வெளியிலிருந்த படிக்கட்டுகளில் வட்டமாகச் சுற்றி நின்ற இளவரசர்களின் முன்னால், அவர் தனது செய்தியைத் தந்து விட்டார். தூதுவனும் உடனே தனது பயணத்தைத் தொடுத்து விட்டான். ஆற்றல் மிக்கவன், எதற்கும் அஞ்சாதவன் அவன். கூட்டத்தை இடக்கையாலும், வலக்கையாலும் பிளந்து கொண்டு வந்தான். எதிர்ப்பு எதையாவது சந்தித்தால் அவன் தனது நெஞ்சைக் காட்டினான். அங்கே சூரியனின் குறியீடு பளிச்சிடுகிறது. வழியும் அவனுக்கு எளிதில் கிடைக்கிறது. ஆனால் மக்கள் கூட்டம் அதிகம். எண்ணற்ற மக்கள். திறந்த வெளியாக இருந்திருந்தால் எவ்வளவு வேகமாகப் பறந்து வந்து உன்னுடைய கதவைத் தட்டியிருப்பான்? ஆனால் அவன் பலத்தை விரைவில் இழக்கிறான். இன்னும் கூட அரண்மனையின் உள் அறைகள் வழியாகத்தான் வந்து கொண்டிருக்கிறான். கடைசி வரை வர முடியாது. அப்படியே வந்தாலும் படிக்கட்டுகளைக் கடந்து வர முடியாது. அப்படியே வந்தாலும் அதனால் ஒரு பயனுமில்லை. அரசவையைக் கடக்க வேண்டும். அரசவையைக் கடந்து விட்டால், வெளிச்

சுற்றிலுள்ள அரண்மனை. மீண்டும் படிக்கட்டுகள், அரசவைகள். அதை அடுத்து இன்னொரு அரண்மனை. இப்படியே பல ஆயிரம் ஆண்டுகள். கடைசியாக வெளிக் கதவை அடைந்து விட்டால் அது நடக்கவே முடியாது. தலைநகரம். உலகத்தின் மையம், தனது குப்பையால் நிறைந்து கிடக்கும் நகரம் முன்னால் நிற்கும். இறந்தவருடைய செய்தியைத் தாங்கிக் கொண்டிருந்தாலும் யாரும் இந்தப் பாதையில் தப்பித்துப்போக முடியாது - ஆனால் நீ உனது சாளரத்தின் அருகில், மாலைப் பொழுதில் அமர்ந்து கனவு கண்டு கொண்டிருக்கிறாய்.

இதே மாதிரிதான் எங்கள் மக்களும் பேரரசரை நம்பிக்கையோடும் நம்பிக்கை இல்லாமலும் பார்க்கிறார்கள். எந்தப் பேரரசர் ஆண்டு கொண்டிருக்கிறார் என்று அவர்களுக்குத் தெரியாது. அரச பரம்பரையின் பெயர் பற்றிக் கூட சந்தேகங்கள் இருக்கின்றன. பள்ளிகளிலும் வாரிசுகள் பதவியேற்ற நாட்கள் உட்பட அரச பரம்பரைகளைப் பற்றிப் பாடம் சொல்லித் தருகிறார்கள். ஆனால் பொதுவாக அவை பற்றிய உறுதிப்பாடு இல்லை. எனவே பல அறிஞர்கள் ஆராய்ச்சி மேற்கொள்கிறார்கள். இறந்து போன பழங்காலத்துப் பேரரசர்களை எங்கள் கிராமங்களில் அரியணைகளில் அமர்த்துகிறார்கள். பாடலில் மட்டுமே காணப்படுகின்ற ஒருவருடைய அறிக்கை பலிபீடத்தின் முன்னால் குருவால் வாசிக்கப்பட்டது. பழைய வரலாறாகிப் போன போர்கள் எங்களுக்குப் புதிய செய்திகள். பக்கத்து வீட்டுக்காரர் மகிழ்ச்சியோடு செய்தியைச் சொல்ல ஓடி வருவார். பேரரசர்களின் மனைவிகள் அகந்தையும் செருக்கும் கொண்டு, சூழ்ச்சிக்கார அரசவையினரால் ஏமாற்றப்பட்டு, பேராசையில் வீங்கி, காமத்தை அடக்க முடியாமல் புதிது புதிதாக அவச் செயல்களைச் செய்கிறார்கள். காலத்தால் எவ்வளவு ஆழமாகப் புதைக்கப்படுகிறார்களோ அவ்வளவு பளபளப்பாக அவர்கள் வண்ணம் பூசப்படுகிறார்கள். பல்லாயிரம் ஆண்டுகளுக்கு முன்னர் மடக்மடக்கென்று எப்படி ஒரு பேரரசி தனது கணவனுடைய இரத்தத்தைக் குடித்தாள் என்று கேள்விப்பட்டு எங்கள் கிராமம் கதறி அழுதது.

இறந்துபோன பேரரசர்களை இப்படித்தான் எங்கள் மக்கள் நடத்துகிறார்கள். ஆனால் இப்போது உயிரோடு இருக்கும் அரசனை இறந்தவர்களோடு குழப்பிக் கொள்கிறார்கள்.

எப்போதாவது, வாழ்க்கையில் ஒருமுறை, மாநிலங்களுக்குச் சுற்றுப் பயணம் வரும் ஒரு பேரரசு அலுவலர் தற்செயலாகக் கிராமத்திற்கு வந்து, அரசின் பெயரால் சில அறிவிக்கைகளைத் தந்துவிட்டு, வரி செலுத்துவோர் பெயர்களைச் சரி பார்த்துவிட்டு, பள்ளிக் குழந்தைகளைச் சோதித்துவிட்டு, நடைமுறைக் காரியங்கள் பற்றி குருவிடம் கேட்டுத் தெரிந்து கொண்டு, தன்னுடைய சிவிகையில் ஏறுவதற்கு முன்னர், கூடியிருக்கும் மக்கள் பிரதிநிதிகளிடம் தனது மதிப்பீட்டை ஆடம்பர நடையில் சொல்லும்போது தான் ஒவ்வொருவர் முகத்திலும் புன்னகைக் கீற்று தோன்றும். ஒவ்வொருவரும் அடுத்தவரை இரகசியமாகப் பார்த்துக் கொள்வார். அலுவலர் பார்க்க முடியாத வகையில் தங்கள் குழந்தைகளுடன் குனிந்து பேசுவது போல நடிப்பார். இவர் ஏன் செத்துப்போன மனிதரைப் பற்றி உயிரோடு இருப்பது போலப் பேச வேண்டும் என்று நினைத்துக் கொள்வார். அவருடைய பேரரசர் தான் நெடுங்காலத்திற்கு முன்னரே இறந்து விட்டாரே! அரச பரம்பரை மடிந்து விட்டதே! இந்த நல்ல அலுவலர் நம்மிடம் வேடிக்கை பண்ணுகிறார். ஆனால் அவரைப் பகைக்காதிருக்க, அதைக் கவனிக்காதது போல நடந்து கொள்வோம். ஆனால் இப்போதைய மன்னரைத் தவிர யாருக்கும் பணிந்து போகக் கூடாது. இல்லாவிட்டால் அது பெரும் குற்றமாகும். புறப்பட்டுப் போகும் அரசு அலுவலரின் சிவிகைக்குப் பின்னால், புழுதியாகிப் போன கலையத்திலிருந்து ஒருவர் உயர்த்தப்பட்டுக் கிராமத்தின் ஆட்சியாளராக எழுவார்.

அதுபோலவே எங்கள் மக்களை நாட்டில் நடக்கும் புரட்சியோ, போர்களோ சிறிதும் பாதிக்காது. ஒரு நிகழ்ச்சி, நான் சிறுவனாக இருக்கும்போது நடந்தது, எனக்கு நினைவிற்கு வருகிறது. நெடுந்தொலைவிலுள்ள அடுத்த மாநிலம் ஒன்றில் ஒரு புரட்சி வெடித்தது. எதனால் புரட்சி ஏற்பட்டது என்பது எனக்கு நினைவில்லை. அது முக்கியமும் இல்லை. எந்நேரமும் புரட்சிக்கான காரணங்களைக் காணலாம்; மக்கள் அவ்வளவு உணர்ச்சிவசப்பட்டவர்கள். ஒரு நாள் அந்த மாநிலத்தின் வழியாக வந்த பிச்சைக்காரர் புரட்சிக்காரர்கள் வெளியிட்டிருந்த துண்டுச் சீட்டைக் கொண்டுவந்து எனது தந்தையிடம் கொடுத்தார். அது ஒரு கொண்டாட்ட நாள். எங்கள் அறைகளில் எல்லாம் விருந்தினர்கள் நிறைந்திருந்தனர். குரு மையமான ஓர் இடத்தில் அமர்ந்திருந்தார். அவர் அந்தச் சீட்டை ஆராய்ந்தார்.

திடீரென்று அனைவரும் சிரிக்கத் தொடங்கினார்கள். இந்தச் சந்தடியில் அந்தச் சீட்டுக் கிழிந்து விட்டது. பிச்சைக்காரன் ஏற்கனவே நிறையப் பிச்சை வாங்கியிருந்தான். ஆனால் இப்போது அவனை அடித்து விரட்டி விட்டார்கள். விருந்தினர்களும் அந்த அழகான நாளை மகிழ்ச்சியுடன் கொண்டாடப் போய் விட்டார்கள். ஏன்? அடுத்த மாநிலத்தின் வட்டார மொழி சில விஷயங்களில் எங்களுடையதை விட வித்தியாசமாக இருந்தது. இது தொன்மையான மொழிபோலத் தோன்றச் செய்தது. அந்தக் குரு இரண்டு வரிகள் வாசித்த உடனே நாங்கள் முடிவுக்கு வந்து விட்டோம். பழைய வரலாறு. நெடுநாட்களுக்கு முன்னர் சொல்லப்பட்டது. பழைய துயரங்கள் ஆறி விட்டன. இன்றைய வாழ்க்கையின் கொடூரம் பிச்சைக்காரரின் சொற்களில் மறுக்க முடியாத அளவிற்கு வெளிப்பட்டாலும், நாங்கள் தலைகளை ஆட்டிச் சிரித்து, மேற்கொண்டு கவனிக்க மறுத்து விட்டோம். இன்றையதை அழித்துவிட எங்கள் மக்கள் அவ்வளவு ஆர்வமாக இருந்தார்கள். திரும்ப நினைத்துப் பார்க்கும்போது அப்படித் தோன்றுகிறது.

இந்த வெளித் தோற்றங்களை வைத்து எங்களுக்குப் பேரரசர் இல்லை என்று யாராவது முடிவிற்கு வந்தால், அது பொய்யாகாது. திரும்பத் திரும்ப அதனைச் சொல்லியாக வேண்டும். தெற்கில் உள்ள எங்களைப் போல வேறுயாரும் பேரரசருக்கு அவ்வளவு உண்மை உள்ளவர்களாக இருக்க மாட்டார்கள். ஆனால் எங்களுடைய அரச பக்தியினால் பேரரசருக்கு எந்த நன்மையும் கிடைக்காது. எங்கள் கிராமத்தின் முடிவில் உள்ள தூணில் தெய்வீக வேதாளம் நிற்பது உண்மைதான். மனித நினைவு தெரிந்த நாள் முதல் அது தன்னுடைய நெருப்பை வழிபாட்டின் அடையாளமாக பீக்கிங்கை நோக்கி ஊதிக் கொண்டிருக்கிறது. ஆனால் பீக்கிங்கே அடுத்த உலகை விட எங்கள் கிராமத்து மக்களுக்கு அதிகம் அன்னியமாக இருக்கிறது. எங்கள் குன்றுகளிலிருந்து பார்க்கக் கூடிய தூரத்தை விட அதிகமாக நிலப்பரப்பை எல்லாம் மூடி பக்கத்துப் பக்கத்தில் வீடுகள் உள்ள கிராமம் உண்மையில் இருக்க முடியுமா? இரவும் பகலும் இந்த வீடுகளில் அடைபட்டுக் கிடக்கும் மக்கள் கூட்டம் இருக்க முடியுமா? பீக்கிங்கும் பேரரசரும் ஒன்று தான், காலமெல்லாம் சூரியனுக்கு அடியில் மிதந்து வரும் மேகம்தான் என்று

நம்புவதை விட அப்படிப்பட்ட ஒரு நகரத்தை மனக் கண்முன் படம் பிடித்துக் கொள்வது கடினமாக இருந்தது.

இப்படிப்பட்ட கருத்துகளைக் கொண்டிருப்பது மொத்தத்தில் சுதந்திரமான கட்டுப்பாடற்ற வாழ்க்கை. ஆனால் அதனை ஒழுக்கக் குறைவு என்று கருதக் கூடாது. என்னுடைய சுற்றுப் பயணங்களில் எங்களுடைய கிராமத்திலிருப்பது போன்ற ஒழுக்க நெறியை நான் எங்கும் காணவில்லை. ஆனால் இன்றைய சட்ட திட்டங்களை எவற்றிற்கும் கட்டுப்படாத வாழ்க்கை அது. பழங்காலத்திலிருந்து வருகின்ற அறிக்கைகளையும், எச்சரிக்கைகளையும் மட்டுமே கவனத்தில் கொள்ளும் வாழ்க்கை அது.

எல்லோருக்கும் பொதுவான கருத்தாக நான் இதைச் சொல்லவில்லை. எங்கள் மாநிலத்திலுள்ள எண்ணற்ற கிராமங்களில் அனைத்திலுமோ, சீனாவின் ஐநூறு மாநிலங்களிலுமோ அப்படி இருப்பதாக நான் உறுதியாகச் சொல்ல மாட்டேன். ஆனால் இந்தக் கருத்தியல் பற்றி நான் படித்த நூல்களின் அடிப்படையில் சொல்லத் துணிகிறேன். எல்லா மாநிலங்களின் ஆன்மாக்களை கண்டறியும் புலனுணர்வினை சுவர் கட்டுவது எனக்குத் தரும் வகையில் நான் உற்று நோக்கியவற்றின் அடிப்படையில் சொல்கிறேன். பேரரசர் பற்றி தொடர்ந்து எங்கும் பரவலாகக் காணப்படுகின்ற மனப்போங்கு அடிப்படையில் எங்கள் கிராமத்துடையதை ஒத்திருக்கிறது என்று சொல்லத் துணிகிறேன். இப்போது அந்த மனப்போங்கை ஒரு மதிப்பீடாக, ஒரு விழுமியமாகக் காட்ட விரும்பவில்லை. அதற்கு மாறாகவே இருக்கிறேன். இதற்கு அடிப்படைப் பொறுப்பு அரசாங்கத்திடமே இருக்கிறது என்பது உண்மை. இந்த அரசானது உலகத்தின் மிகப் பழமையான பேரரசில் முழு வளர்ச்சி அடைவதில் வெற்றி காணவில்லை அல்லது வளரத் தவறி விட்டது. பேரரசு என்னும் அமைப்பு நாட்டின் கோடியிலுள்ள தொலைதூர எல்லைகளுக்கும் அதன் பணிகள் நேரடியாகவும், தொடர்ச்சியாகவும், நேரடியாகவோ, மறைமுகமாகவோ விரியும் அளவிற்குத் துல்லியமாக வளரவில்லை. இன்னொரு வகையில் பார்த்தோமென்றால் மக்களிடையே, நம்பிக்கை மற்றும் கற்பனை ஆற்றல் குறைவாகவே இருக்கிறது. இதுதான் பீக்கிங்கிலுள்ள தேக்கத்திலிருந்து பேரரசைத் தூக்கி நிறுத்துவதைத் தடுக்கிறது.

அதனை மக்கள் மார்போடு அணைத்துக் கொள்வதையும் தடுக்கிறது. பேரரசே ஒரு முறை அந்த அணைப்பை உணர்ந்து அதன் பிறகு இறந்து போவதையே விரும்புகிறது.

எனவே தான் இந்த மனப்போங்கு ஒரு விழுமியம் இல்லை. இந்த வலுவின்மைதான் நமது மக்களிடையே ஒருமைப்படுத்தும் மிகப் பெரும் தாக்கமாக இருப்பது போலத் தோன்றச் செய்கிறது. இதுதான் நாம் உயிர் வாழ்வதற்கான அடிப்படை. இங்கே அடிப்படையான ஒரு குறைபாட்டை நிலை நிறுத்துவது நமது மனச்சான்றுகளை மட்டுமில்லை, நமது கால்களையே சாய்க்கக் கூடியதாக இருக்கிறது. அந்தக் காரணத்தினால், நான் இந்தப் பிரச்சனைகளைப் பற்றிய என்னுடைய ஆராய்ச்சியை இந்த நிலைக்கு மேல் எடுத்துச் செல்லப் போவதில்லை.

❊ ❊ ❊

ஒரு நாயின் ஆராய்ச்சி

எனது வாழ்க்கை எவ்வளவு மாறிப் போயிருக்கிறது; ஆனால் அடிப்படையில் எவ்வளவு மாறாமலேயே இருக்கிறது! நாய்களில் ஒரு நாயாக, நாய்ச் சமூகத்தில் ஓர் உறுப்பினனாக இருந்த காலத்தை நினைவுபடுத்திப் பார்க்கிறேன். தொடக்கத்திலிருந்தே நான் ஒரு முரண்பாட்டை, ஒத்துப் போகாத தன்மையை உணர்ந்திருக்கிறேன். இது ஒரு வசதிக் குறைவான உணர்ச்சி. அதனை ஆடம்பரமான பொது நிகழ்ச்சிகள் கூட நீக்க முடியவில்லை. சில சமயங்களில், இல்லை, இல்லை, அடிக்கடி, எனது கூட்டத்திலிருக்கின்ற எனக்குப் பிடித்த நாய் என்னைப் பார்த்தால் கூட, அவனுடைய பார்வைபட்டால் கூட, அதுதான் முதல் தடவையாக நடப்பதுபோல, வகை தெரியாத தடுமாற்றமும் அச்சமும், ஏன் நம்பிக்கையின்மையும்கூட என்னை ஆட்கொள்ளும். என்னால் முடிந்தவரை என்னுடைய அச்சங்களை அடக்கப் பார்த்தேன். நான் இதைப் பற்றிச் சொன்னபோது எனது நண்பர்களும் எனக்கு உதவினார்கள். அமைதியான நாட்களும் வந்தன. அமைதியான நாட்கள்தான் ஆனால் அவற்றில் எதிர்பாராத ஆச்சர்யங்களுக்குக் குறைவில்லை. ஒரு தத்துவார்த்த சிந்தனையோடு அவை ஏற்றுக் கொள்ளப்பட்டன. என்னுடைய வாழ்க்கையோடு தத்துவம் பொருந்திப் போனது. இதனால் ஒரு வகை சோகமும், சோம்பலும் தூண்டப்பட்டிருக்கலாம். எப்படி இருப்பினும் உணர்ச்சியைக் காட்டாத, யார் கூடவும் பழகாமல் விலகி, ஒதுங்கிப்போகும் ஒரு சாதாரண நாயாக இருக்க அனுமதித்தது. உடல் தேறி வரும் இந்த இடைவேளைகள் இல்லாமல் இப்போதைய வயதை நான் எப்படி அடைந்திருக்க முடியும்? இளமையின் பயங்கரங்களைச் சிந்தித்து, முதுமையின்

பயங்கரங்களைத் தாங்கும் அமைதியை அடைய நான் எப்படிப் போராடி இருக்க வேண்டும்? மகிழ்ச்சியற்ற ஒரு நிலையின் விளைவுகளை ஏற்கக் கூடிய ஒரு காலகட்டத்தை நான் எப்படி அடைந்து, அவற்றிற்கு ஏற்பவே முழுவதுமாக வாழ முடிகிறது? தனிமையில், அனைத்தையும் விட்டு விலகி, எனது நம்பிக்கையின்மையைத் தவிர ஒன்றுமில்லாமல், ஆனால் தவிர்க்க முடியாத சிறு சிறு புலன் விசாரணைகளோடு - நான் அப்படித் தான் வாழ்கிறேன். எனினும் நான் தொலைதூரத் தனிமையில் என் மக்களைப் பற்றித் தெரிந்து கொள்ளாமல் இல்லை. செய்தி அடிக்கடி ஊடுறுவி என்னை அடைகிறது. அவ்வப்போது என்னைப் பற்றிய செய்தியும் அவர்களை அடைய அனுமதிக்கிறேன். மற்றவர்கள் என்னை மரியாதையோடு நடத்துகிறார்கள். ஆனால் என்னுடைய வாழ்க்கை முறை அவர்களுக்குப் புரிவதில்லை. ஆனால் அதற்காக என்னை வெறுப்பதில்லை. தூரத்தில் என்னைக் கடந்து போகும் நாய்க் குட்டிகள் கூட, எனக்கு மரியாதையோடு வாழ்த்துக் கூறும்.

ஏனென்றால், எத்தனை தனித்தன்மையான வேறுபாடுகள் என்னிடமிருந்தாலும் நான் என்னுடைய இனத்தின் விதிகளிலிருந்து சிறிதும் விலக்களிக்கப்படவில்லை என்பதை அனுமானித்துக் கொள்ள வேண்டும். உண்மையில் அதுபற்றி நான் சிந்திக்கும்போது, - எனக்கு சிந்திப்பதற்கு நேரமும், ஆர்வமும் திறமையும் இருக்கின்றன - நாயரசு என்பது மிகச் சிறந்த ஒரு நிறுவனம். நாய்களான எங்களை விடுத்து அறிவு குறைந்த மட்டமான, ஊமைப் பிறவிகள் நிறைய உள்ளன. அவற்றுக்கு ஒரே மாதிரியாகக் குரல் கொடுக்கத்தான் தெரியும்; மொழியில்லை. எங்கள் நாய்கள் பலர் அவர்களைப் பற்றி ஆராய்கிறார்கள். அவர்களுக்குப் பெயர் தருவார்கள், உதவி செய்ய முயல்வார்கள், படிப்புச் சொல்லித் தருவார்கள். அவர்களை முன்னேற்றப் பார்ப்பார்கள். என்னைப் பொறுத்தமட்டில், என்னைத் தொந்தரவு செய்யாத வரையில் நான் அவற்றைக் கண்டு கொள்வதில்லை. யார் எவர் என்று குழம்பிப் போகிறது; அவர்களைப் பொருட்படுத்துவதில்லை. ஆனால் ஒன்று மட்டும் என்னுடைய கவனத்திலிருந்து தப்பவில்லை: நாய்களாகிய எங்களோடு ஒப்பிடும்போது அவை ஒன்றாகச் சேர்ந்து இருக்க விரும்புவதில்லை. ஒன்றும் பேசாமல், யாரோ எவரோ என்று ஒரு வகை பகைமை உணர்வோடு ஒருவரை ஒருவர் கடந்து போகிறார்கள். மிகச்

சாதாரண நோக்கங்களுக்காக மட்டும் ஒன்று சேர்வார்கள், பிறகு அவையே வெறுப்புக்குக் காரணமாக அமைந்து விடும். நாய்களாகிய எங்களைப் பாருங்களேன்! நாங்கள் அனைவரும் ஒரே குவியலாக ஒன்றாக இருக்கிறோம் என்று உறுதியாகச் சொல்லலாம். ஆழ்ந்த எண்ணற்ற மாற்றங்கள் காலப்போக்கில் எங்களிடம் ஏற்பட்டிருந்தாலும், நாங்கள் ஒருவருக்கொருவர் வேறுபாடுகள் நிறைந்தவர்களாக இருந்தாலும் ஒன்றாக இருக்கிறோம். ஒரே குவியல்! நாங்கள் ஒருவரோடு ஒருவர் ஒட்டிக் கொள்கிறோம். அந்த இன உந்துதலை நிறைவேற்றிக் கொள்வதை எதுவும் தடுக்க முடியாது. எனக்குத் தெரிந்த எங்களுடைய சட்டங்கள், நிறுவனங்கள் ஆகியவற்றில் பலவற்றை நான் மறந்து விட்டிருக்கிறேன். எங்களால் பெறக்கூடிய பேரின்பத்திற்காக, ஒன்றாகச் சேர்ந்திருக்கும் அந்த சுகத்திற்காக நாங்கள் ஏங்கிக் கிடப்பதையே காட்டுகின்றன. இந்தப் படத்தின் மறுபக்கத்தை இப்போது பாருங்கள். எனக்குத் தெரிந்தவரையில் நாய்களைப் போல வேறு எந்த உயிரினமும் இத்துணை வேறுபாடுகளுடன் இல்லை. எங்களிடம் எத்தனை வர்க்கம், எத்தனை வகை, எத்தனை பணி நிலைகள்! ஒரு பார்வையில் கணக்கெடுக்க முடியாது. ஒன்றாகவே சேர்ந்து இருக்க வேண்டும் என்ற ஒரே ஆசையுள்ள நாங்கள் எது எப்படி இருந்தாலும் திரும்பத் திரும்ப நிலை கடந்த நேரங்களில் வெற்றி பெறுகிறோம். நாங்கள் எங்களுடைய சகோதர நாய்களால் கூட புரிந்துகொள்ள முடியாத வித்தியாசமான பணிகளால் ஒருவரை விட்டுப் பிரிந்து வாழக் கட்டாயப்படுத்தப்படுகிறோம். நாய் உலகத்தோடு தொடர்பில்லாத ஆனால் அதற்கு எதிராகவே ஏவி விடப்பட்ட விதிகளை விடாப்பிடியாக பிடித்துக் கொண்டிருக்கிறோம். இந்தக் கேள்விகள் எவ்வளவு திகைக்க வைக்கின்றன! தொடக்கூட விரும்பாத கேள்விகள்! என்னுடைய நிலைப்பாட்டைவிட இதனை நான் நன்கு புரிந்து கொள்கிறேன். எனினும் இந்த வினாக்களுக்கு நான் முழுவதுமாகச் சரணடைந்து விட்டேன். நான் ஏன் பிறர் செய்வது போலச் செய்வதில்லை? என்னுடைய மக்களோடு இயைந்து வாழாமல், அந்த இயையையும் அமைதியையும், குலைப்பவற்றை ஏற்றுக்கொண்டு, பெரியதொரு அமைப்பில் அதனைச் சிறு குற்றமாகக் கருதாமல், எங்களை மகிழ்வில் ஒன்றாகக் கட்டிப் போடுபவற்றிலேயே கவனம் செலுத்தி, எங்களுடைய

சமுதாய வட்டத்திற்கு வெளியே துரத்தும் சக்திகளைப் பற்றிக் கவலைப்படாமல் என்னால் ஏன் இருக்க முடிவதில்லை?

எனது இளமைப் பருவத்தில் நடந்த ஒரு நிகழ்ச்சி எனக்கு நினைவிற்கு வருகிறது. குழந்தையாக இருக்கும் எல்லாருமே அனுபவித்திருக்கக் கூடிய விளக்க முடியாத பேரின்பப் பரவச நிலையில் அப்போது நான் இருந்தேன். அனைத்தும் என்னை மகிழ்ச்சிப்படுத்தின. அனைத்திலும் நான் அக்கறை காட்டினேன். பெரிய நிகழ்வுகளெல்லாம், என்னைச் சுற்றி நடக்கின்றன, அவற்றிற்கு நான் தான் தலைவன், அவற்றிற்காக நான் குரல் கொடுக்க வேண்டும் என்று நான் நம்பினேன். அவற்றின் பின்னாலேயே ஓடி, அவற்றிற்காக என்னுடைய வாலை ஆட்டா விட்டால் நான் தூக்கி எறியப்பட வேண்டியவனாவேன். குழந்தைப் பருவ புனைவுகள் வயது முதிர்ச்சியில் ஓடிப் போயின. ஆனால் அப்போது அவற்றின் ஆதிக்கம் அதிகமாகவே இருந்தது. அவற்றின் மாந்திரிகத்தில் கட்டுண்டு கிடந்தேன். அண்மையில் ஒரு நிகழ்ச்சி நடந்தது. மிகவும் விந்தையானது. என்னுடைய காட்டுத்தனமான எதிர்பார்ப்புகளை நியாயப்படுத்தியது. அந்நிகழ்ச்சியைப் பொறுத்தவரையில் அது அப்படி ஒன்றும் விந்தையானது, வித்தியாசமானது இல்லை. ஏனென்றால் நான் பலவற்றைப் பார்த்திருக்கிறேன். இவற்றைவிடக் குறிப்பிடத்தக்கவையும் இருந்தன. எனினும் அப்போது அது முதல் முத்திரையின் பலத்தோடு என்னைத் தாக்கியது. துடைத்துப் போட முடியாத, பின்னர் ஒருவருடைய நடத்தையில் தாக்கத்தை ஏற்படுத்தக் கூடிய முத்திரைகளில் இதுவும் ஒன்று. சுருக்கமாகச் சொல்லப் போனால், நான் சிறிய நாய்க் கூட்டத்தைச் சந்தித்தேன். நான் சந்தித்தேன் என்று சொல்வதை விட அவர்கள் என் முன்னால் ஒரு இருளில் சிறிது காலம் ஓடிக் கொண்டிருந்தன. பெரிய காரியங்கள் நடக்கும் என்ற ஒரு முன்னறிவால் நிரம்பிப் போயிருந்தேன். இது மாயையாகக் கூட இருக்கலாம். ஏனென்றால், எனக்கு அது எப்போதும் இருந்தது. இருளில் பல காலம், மேலும் கீழுமாய், எதையும் பாராமலும் கேளாமலும், தெளிவற்ற ஓர் ஆசையால் நடத்தப்பட்டு ஓடிக் கொண்டிருந்தேன். இப்போது திடீரென்று சரியான ஒரு இடத்திற்கு வந்து விட்டோமென்று ஒரு உணர்வினால் நின்று விட்டேன். நிமிர்ந்து பார்த்தபோது வெளிச்சமான நாள் தெரிந்தது; கொஞ்சம் பனி படர்ந்திருந்தது. எங்கும் மயக்க வைக்கும் மனங்களின் சேர்க்கை. காலையைக்

கொஞ்சம் தயக்கத்தோடு குரைத்து வரவேற்றேன். அப்போது நான் மாய மந்திரம் போட்டதுபோல, இருளில் எங்கிருந்தோ, நான் இதுவரையில் கேட்டிராத பேரிரைச்சலோடு ஏழு நாய்கள் வெளிச்சத்திற்கு வந்தன. அவற்றை நாய்கள் என்று தெளிவாக அடையாளம் கண்டிருக்காவிட்டால், அவைதான் அந்தப் பயங்கரச் சத்தத்தைக் கொண்டு வந்தன என்பது எனக்குத் தெரிந்திருக்காவிட்டால் அதை எப்படி உண்டாக்கின என்பது எனக்கு இன்றும் தெரியவில்லை - நான் உடனே அந்த இடத்தை விட்டு ஓடியிருப்பேன். ஆனால் ஓடவில்லை, அங்கேயே நின்றேன். அப்போது எனக்கு நாயினத்திடம் மட்டுமே இருந்த அந்த இசை ஞானத்தைப் பற்றி ஒன்றும் தெரியாது. உற்றுநோக்கும் ஆற்றல் எனக்கு மெதுவாக வளர்ந்தது. எனவே இந்தப் படைப்பாற்றலாகிய கொடை எனக்கு அப்போது பிடிபடவில்லை. நான் என் தாய் மடியில் பால் குடித்த பருவத்திலிருந்து வாழ்க்கையின் இயற்கையான, தவிர்க்க முடியாத பகுதியாக இருந்து வந்திருக்கிறது. வாழ்க்கையின் பிற பகுதிகளிலிருந்து பிரித்தறிய முடியாத ஒரு நிலை. பெரியவர்கள்கூட என்னுடைய குழந்தைப் பருவத்திற்கு ஏற்ற சிறு சிறு குறிப்புகளாக என்னுடைய கவனத்தை ஈர்க்க முயன்றார்கள். இந்த ஏழு இசை வல்லுநர்களும் எனக்கு பெரு வியப்பை உண்டாக்கி விட்டார்கள். அவர்கள் பேசவில்லை; பாடவில்லை; அவர்கள் அனைவரும் மௌனமாக இருந்தார்கள்; வேண்டுமென்றே மௌனம் காத்தார்கள். ஆனால் ஒன்றுமில்லாமையிலிருந்து இசையை மந்திரம் போல உண்டாக்கினார்கள். அனைத்தும் இசையாக இருந்தது. அவர்கள் தங்கள் காலைத் தூக்கித் தரையில் வைத்தது, தலையை ஒரு விதமாய்த் திருப்பியது, ஓடியது, அமைதியாக நின்றது, ஒருவருக்குப் பக்கத்தில் ஒருவர் நின்ற அமைப்பு, - அனைத்தும் இசை தான். ஒரு நாய் தன் முன்மைப் பாதங்களை முன்னாலிருந்த நாயின் முதுகில் வைக்க, அடுத்தது அதன் பின்னால் வைக்க, முதல் நாய் ஆறு நாய்களின் சுமையைத் தாங்கி நிற்கும் ஒழுங்கமைவு, அல்லது தரையில் படுத்துப் பல்வேறு கோணங்களில் தவழ்ந்ததும் ஒரு இசை நிகழ்ச்சி போல. யாரும் தவறான அடி எடுத்து வைக்கவில்லை. கடைசி நாய் கூட, கொஞ்சம் நிச்சயமில்லாமல், சில வேளைகளில் முன்னால் நிற்பவர்களுடன் சரியாகத் தொடர்பு கொள்ளாமல், சில சமயங்களில் கொஞ்சம் தயங்கினாற்போலத் தோன்றியது.

ஆனால் மற்றவர்களுடைய மாறாத உறுதியோடு ஒப்பிட்டுப் பார்க்கும்போதுதான் அதுவும் தெரிந்தது. அந்தக் கடைசி நாய் இன்னும் அதிகமாகத் தயங்கினாலும் கூட அது ஒன்றும் எந்தப் பாதிப்பையும் ஏற்படுத்தாது. ஏனென்றால் மற்றவர்கள் தாளம் சிறிதும் தப்பாமல் செய்தார்கள். ஆனால் அவர்களைத் தெளிவாகப் பார்த்தேனென்று, அவர்களை உண்மையில் பார்த்தேன் என்று கூடச் சொல்வது அதிகப்பிரசிங்கித்தனம் தான். அவர்கள் எங்கிருந்தோ வந்தார்கள்; அவர்களை மனத்திற்குள் நாய்களாக வாழ்த்தினேன். நான் அவர்களுடன் வந்த இரைச்சலால் கொஞ்சம் குழப்பம் அடைந்தாலும் அவர்கள் நாய்கள் தான், உங்களையும் என்னையும் போல. பழக்கத்தின் காரணமாக சாலையில் பார்க்கும் நாய்களாகவே நான் அவர்களைக் கருதினேன். அவர்களை நெருங்கிச் சென்று வாழ்த்துச் சொல்ல விரும்பினேன். அவர்கள் அருகில்தான் இருந்தார்கள்; என்னை விட உறுதியாக வயதாகியிருக்கும். என்னைப் போன்ற நீண்ட கம்பளி முடி இல்லை; ஆனால் எனக்குப் பழக்கமான நாய்கள் போலத் தான் அளவிலும், உருவத்திலும் இருந்தனர். ஏனென்றால் அவர்களைப் போன்ற நாய்களை நிறைய்ப் பார்த்திருக்கிறேன். ஆனால் இதுபோன்ற சிந்தனைகளில் நான் ஈடுபட்டிருந்தபோது, இசை மேலெழுந்து என்னுடைய மூச்சை நிறுத்தி, அந்தச் சிறிய நாய்களை விட்டு என்னைத் தூக்கிப் போட்டது. ஏதோ தாங்க முடியாத வலி ஏற்பட்டது போல நான் ஊளையிட்ட நேரத்தில், என் மனம் இந்த இசை வெடியை விட்டு வேறெதிலும் கவனம் செலுத்த மறுத்தது. அந்த இசை எல்லாப் பக்கங்களிலிருந்தும், உயரங்களிலிருந்தும், ஆழங்களிலிருந்தும் எல்லா இடங்களிலிருந்தும் வந்து கேட்பவனை நடுவில் பிடித்து, அடக்கி, நசுக்கி, மயங்கி விழும் உடலில் நெருப்பை உமிழ்வது போல இருந்தது. எவ்வளவு அருகில் கேட்டது என்றால் எங்கோ தொலைதூரத்திலிருந்து வந்த, காதால் கேட்க முடியாதது போலத் தோன்றியது. பிறகு ஒரு இடைவேளை ஓய்வு. ஏனென்றால் ஏற்கனவே களைத்துப்போய், ஒன்றுமில்லாமல் ஆகி, கேட்கக் கூட முடியாமல் மெலிந்து போய் விட்டோம். இடைவேளை. அந்த ஏழு நாய்களும் குதித்துத் தங்கள் சுழற்சியைத் தொடர்ந்ததை நான் மீண்டும் கண்டேன். தனித்து நின்றாலும், அவர்களை நோக்கிக் கத்தி, எனக்கு ஒளியைத் தருமாறு கெஞ்ச, என்ன செய்து கொண்டிருந்தார்கள் என்று கேட்க விரும்பினேன்.

நான் குழந்தையாக இருந்தேன்; எதைப் பற்றியும் யாரிடமும் கேட்கலாம் என்று நம்பினேன். நான் தொடங்குவதற்கு முன்னர், அந்த எழுவருடன் நாய்கள் உறவினை ஏற்படுத்தி விட்டதாக நினைக்கும் நேரத்தில் மீண்டும் இசை தொடங்கி, என்னுடைய சிந்தையைக் கலக்கியது. நானும் அவர்களால் ஆட்படுத்தப்பட்ட ஒருவனாக இல்லாமல் இசைக் கலைஞர்களில் ஒருவனைப் போல அதனைச் சுற்றி வட்டமாகச் சுழற்றி, நான் எவ்வளவு கெஞ்சியும் கேளாமல் அங்குமிங்கும் அலைக்கழித்தது. கடைசியில் என்னை அங்கே சுற்றி எழுந்திருந்த மர வேலியை நோக்கித் துரத்தி அதன் வன்முறையிலிருந்து மீட்டது. அந்த வேலியை இதற்குமுன் நான் கவனித்தது இல்லை. அது இப்போது வலிமையுடன் பிடித்து எனது தலையைத் தரையில் போட்டு அழுத்தியது. எனக்குப் பின்னாலிருந்த காலி இடத்தில் இன்னும் அந்த இசை எதிரொலித்தாலும் எனக்கு மூச்சு வாங்கச் சிறிது நேரம் கிடைத்தது. அந்த ஏழு நாய்களின் கலை நுணுக்கம் எனக்குப் புரியவில்லை, என்னுடைய திறமைக்கு அப்பாற்பட்டது. ஆனால் நாங்களே படைத்த இசையை நேரடியாக எதிர்கொள்ளும் துணிச்சலையும், மயங்கி விழாமல் அமைதியாக அதனைத் தாங்கிக் கொள்ளும் சக்தியையும் விட இது என்னை அதிகம் வியப்பில் ஆழ்த்தவில்லை. ஆனால் என்னுடைய மறைவிடத்திலிருந்து இப்போது பார்த்தபோது அவர்கள் பாடும்போது எதற்கும் அலட்டிக் கொள்ளாமல் இருந்ததை விட அதிகமான இறுக்கத்தை, விறைப்பைத்தான் பார்த்தேன். அவர்களின் உடல் அசைவுகளில் ஒரு உறுதி தென்பட்டாலும் உண்மையில் பயத்தில் ஒவ்வொரு அடியிலும் உடல் துடிப்பது தெரிந்தது.

தோல்விக்குப் பயந்தது போல நம்பிக்கையின்றி உடல் விறைப்பாகி அடுத்த நாயின் மேல் ஒவ்வொன்றும் கண்களைப் பதித்துக் கொண்டிருந்தன. கொஞ்சம் இறுக்கம் குறைந்தபோது அவற்றின் தாடையிலிருந்து நாக்கு சோர்வாகக் கீழே தொங்கியது. ஆனால் அவர்களை இவ்வளவு ஆழமாகக் கலங்கச் செய்தது தோல்வி பயமாக இருக்க முடியாது. துணிவாக நின்று, இவ்வளவு சாதிக்க முடிந்த நாய்கள் பயப்பட வேண்டிய அவசியமில்லை. அப்படியானால் ஏன் பயப்படுகிறார்கள்? அவர்கள் செய்கின்ற வேலையைச் செய்யுமாறு யார் கட்டாயப்படுத்தியது? என்னால் என்னையே கட்டுப்படுத்த முடியவில்லை. அதுவும் குறிப்பாக அவர்களுக்கு உதவி தேவைப்படுவது போலத் தோன்றும்

இந்நேரத்தில் என்னால் சும்மா இருக்க முடியவில்லை. ஆகவே அந்த இசை இரைச்சலின் மத்தியில் என்னுடைய கேள்விகளைச் சப்தமாகவும் வேகமாகவும் கேட்டேன். ஆனால் அவர்கள் - என்னால் நம்ப முடியவில்லை. நம்ப முடியவில்லை - அவர்கள் பதிலே சொல்லவில்லை! நான் ஒருவன் அங்கிருந்ததையே கண்டுகொள்ளவில்லை. பிற நாய்கள் வாழ்த்து சொல்லும்போது பதில் சொல்லாத நாய்கள் நல்ல பழக்கவழக்கங்களுக்கு எதிராகக் குற்றம் செய்கிறார்கள். இதனை உயர் ரக நாய்கள் முதல் கீழ்நிலை நாய்கள் வரையில் மன்னிக்க மாட்டார்கள். ஒருவேளை இவர்கள் நாய்களே இல்லையோ? ஆனால் அவர்கள் நாய்களாக இல்லாமல் எப்படி இருக்க முடியும்? அவர்களுடைய தணிந்த குரலில் ஒருவரை ஒருவர் உற்சாகப்படுத்திக் கொண்டதையும், இடையூறுகளை ஒருவருக்கொருவர் சுட்டிக்காட்டிக் கொண்டதையும், ஒருவர் ஒருவருடைய குறைகள் பற்றி எச்சரிக்கை செய்து கொண்டதையும் நான் கவனித்துக் கேட்டபோது புரிந்து கொள்ளவில்லையா? பெரும்பாலான இந்தக் குரல்களையெல்லாம் யாருக்காக எழுப்பப்பட்டனவோ அந்தக் கடைசி, குட்டி நாய் அடிக்கடி என் பக்கம் தன் பார்வையைச் செலுத்தியதையும், எனக்குப் பதில் சொல்ல விரும்பியதையும், அது தடுக்கப்பட்டிருந்ததால் அதனைத் தவிர்த்ததையும் நான் பார்க்கவில்லையா? ஆனால் அது ஏன் தடுக்கப்பட வேண்டும்? எங்கள் சட்டங்கள் எந்த நிபந்தனையுமின்றி கட்டளை இட்டிருப்பதை இந்த நிகழ்வில் மட்டும் ஏன் தடுக்க வேண்டும்? எனக்கு வந்த கோபத்தில் நான் பாட்டையே மறந்து விட்டேன். இந்த நாய்கள் கூட்டத்தையே மீறுகின்றன. இவர்கள் பெரிய மாந்தரிகர்களாக இருக்கலாம். ஆனால் சட்டம் அவர்களுக்கும் பொதுவானது தானே! நான் குட்டியாக இருந்தாலும் எனக்கு அது நன்றாகவே தெரியும். இதனை அடையாளம் கண்டுகொண்ட பிறகு வேறொன்றையும் கவனித்தேன். அவர்கள் பேசாமலிருந்ததற்குக் காரணம் இருந்தது. அதாவது அவர்கள் அவமானத்தால் பேசாமல் இருந்தார்கள் என்று வைத்துக் கொண்டால்! அவர்கள் எப்படி நடந்து கொண்டார்கள்? இந்த இசையால் நான் முதலில் அதைக் கவனிக்கவில்லை. வெட்கத்தை எல்லாம் காற்றில் பறக்க விட்டு விட்டு, இந்தக் கீழ்த்தர ஜந்துக்கள் எங்கள் கண்களில் கேலிக் கூத்தாகவும், அநாகரிகமாகவும் தெரிகின்ற ஒன்றை அவர்கள் செய்தார்கள்.

அவர்கள் தங்கள் பின்னங்கால்களால் நடந்து போய்க் கொண்டிருந்தார்கள். வெட்கக்கேடு! தங்கள் முண்டக் கட்டையைத் திறந்து காட்டிக் கொண்டிருந்தார்கள். அதை ஒரு காட்சிப் பொருளாக ஆக்கி ஏதோ பாராட்டுக்குரிய ஒரு செயல் போலச் செய்து கொண்டிருந்தார்கள். அப்போது, தங்களுடைய நல்ல உள்ளுணர்வுகளுக்குக் கீழ்ப்படிந்து, தங்கள் முன்னங் கால்களைக் கீழே கொண்டுவந்தார்கள். உடனே அதனை ஏதோ தவறு போலக் கருதி, இவற்றையே பிழைபோல, மீண்டும் கால்களை மேலே தூக்கி விட்டார்கள். தங்களுடைய அவமரியாதைச் செயலை ஒரு கணம் விட்டுவிடக் கட்டாயப்படுத்தப்பட்டதால், மன்னிப்புக்கேட்பது போலப் பார்த்தார்கள். உலகம் தலைகீழாக நின்றதா? நான் எங்கே இருப்பது? என்ன நடந்திருக்கும்? எனக்காகவேண்டி மட்டுமாவது தாமதிக்காமல், தடுப்புக் கட்டைகளைத் தாண்டிக் கொண்டு குதித்து நாய்களை நோக்கி ஓடினேன். நான் ஒரு இளம் மாணவன் தான். ஆனால் இப்போது ஆசிரியராக மாறி அவர்கள் செய்வது இன்னதென்று புரிந்துகொள்ளச் செய்ய வேண்டும். மீண்டும் அதே பாவத்தைச் செய்யாமல் தடுக்க வேண்டும். "கிழட்டு நாய்கள்! கிழட்டு நாய்கள் கூட இப்படிச் செய்கின்றன...!" என்று சொல்லிக் கொண்டேன் எனக்குள். என்னை விடுவித்துக் கொண்டு அந்த நாய்களைத் தாவி அடைந்து விடக் கூடிய நேரத்தில், இசை மீண்டும் என்னை அதன் சக்திக்குள் கொண்டுவந்து விட்டது. ஒருவேளை என்னுடைய ஆர்வத்தில் அதனைக் கூடத் தாங்க முடிந்திருக்கும். ஏனென்றால் அது எனக்குப் பழக்கமாகிப் போனது. ஆனால் பயமுறுத்தும் வெற்றி கொள்ள முடியாத இசை அலைகளின் நடுவே, தெளிவான தொடர்ந்து, ஊடுறுவிச் செல்லும் ஒரு தொனி தொலைதூரத்திலிருந்து வந்து - இதுதான் இசையின் உண்மையான தொனியாக இருக்கும் போலும் என்னை அடைந்தபோது என்னால் தாக்குப் பிடிக்க முடியவில்லை உடனே அடிபணிந்து விட்டேன். ஆ! இந்த நாய்களின் இசை என்னைப் பைத்தியமாக ஆக்கி விடுகிறது! என்னால் ஒரு அடி கூட எடுத்து வைக்க முடியவில்லை. அவர்களுக்குப் பாடம் கற்றுக் கொடுக்கவும் விரும்பவில்லை. அவர்கள் தங்கள் முன்னங்கால்களைத் தூக்கட்டும்; தொடர்ந்து பாவச் செயலைச் செய்யட்டும்; பேசாமல் பார்த்துக் கொண்டிருப்பவர்களையும் பாவம் செய்யத் தூண்டட்டும்; நான் ஒரு குட்டி நாய்!

என்னிடமிருந்து இப்படிப்பட்ட பணியை யார் எதிர்பார்க்க முடியும்? என்னை நான் இன்னும் குறுக்கிக் கொண்டேன்; விம்மினேன். அந்த நாய்கள் தங்களுடைய சாதனையைப் பற்றி ஏதாவது கேட்டார்கள் என்றால், ஒருவேளை அதற்கு எதிராக நான் ஒன்றும் சொல்ல மாட்டேன். அது மட்டுமில்லை. தங்களுடைய இசையுடனும், பிரகாசத்துடனும் அவர்கள் வந்த இருள் பகுதிக்குள்ளேயே மறைந்து விட்டார்கள்.

நான் ஏற்கனவே சொன்னதுபோல, இந்த நிகழ்ச்சியே குறிப்பிடத்தக்கது இல்லை. நீண்ட வாழ்க்கையில் பலவற்றை எதிர்கொள்கிறோம். அவற்றின் சூழலிலிருந்து தனியாக எடுத்துக் குழந்தையின் கண்கள் மூலம் பார்க்கும்போது வியப்பானவையாகத்தான் தோன்றும். மேலும் ஒருவர் இதையெல்லாம், இதனோடு தொடர்பு உடையவற்றை எல்லாம் தவறாகவே புரிந்து கொண்டிருக்கலாம். அப்போது இந்நிகழ்ச்சி அமைதியான ஒரு காலை நேரத்தில், ஏழு இசைக் கலைஞர்கள் ஒன்றாகச் சேர்ந்து இசை பழகிக் கொண்டிருக்கலாம்; அப்போது ஒரு நாய்க்குட்டி அங்கே வழி தவறி வந்திருக்கலாம். தேவையில்லாமல் மூக்கை நுழைத்த நாய்க்குட்டியை விரட்டப் பயங்கரமான அல்லது மிக மேலான இசையை உண்டாக்கியிருக்கலாம். அந்த நாய்க்குட்டியும் பயப்படாமல் இருந்திருக்கலாம். அந்தக் குட்டி அவர்களைக் கேள்விகள் கேட்டுப் பெரும் பாரமாக இருந்தான். ஏற்கனவே ஒரு புதிய ஆள் வந்ததே ஒரு இடையூறு. அப்படி இருக்கும்போது, அவர்களுடைய கவனத்தைத் திருப்பும் இடையூறுகளுக்குப் பதில் சொல்லிக் கொண்டிருக்க முடியுமா? அனைவருக்கும் பதில் சொல்ல வேண்டும் என்று சட்டம் இருந்தாலும், இந்தக் குட்டி நாயை ஒரு பொருட்டாக மதிக்க வேண்டிய அவசியம் என்ன? ஒருவேளை அவர்களுக்கு அவன் பேசியது புரியாது இருந்திருக்கலாம். ஏனென்றால் அவன் கேள்விகளைக் தொடுத்தது தெளிவாக இருந்திருக்காது. அல்லது அவர்கள் அவன் கேட்டதைப் புரிந்துகொண்டு அதிக சுய கட்டுப்பாட்டோடு பதில் சொல்லியிருக்கலாம். ஆனால் இசையில் பழக்கமில்லாத அவனுக்கு இசையிலிருந்து பேச்சை வித்தியாசம் காண முடியவில்லையோ? பின்னங்கால்களால் நடந்ததைப் பொறுத்த வரையில் ஒருவேளை மற்ற நாய்களைப் போல இல்லாமல், அவற்றைக் கொண்டு தான் நடந்தார்கள் போலும். ஆனால் அது பாவம் என்றால் பாவம் தான்.

ஆனால் அவர்கள் தனியாக இருந்தார்கள். ஏழு நண்பர்களும் ஒன்றாக, நான்கு சுவர்களுக்குள் இருக்கும் ஒரு நெருக்கமான கூட்டமாக, யார் பார்வைக்கும் படாமல் இருந்தார்கள். ஏனென்றால் ஒருவரின் நண்பர்கள் பொதுமக்களின் பார்வைக்காக இருப்பதில்லை. அப்போது, பொதுமக்கள் இல்லாதபோது ஒரு நாய்க்குட்டிக்கு அங்கே என்ன வேலை? அப்படியே இருந்தாலும் எதுவுமே நடக்காதது போலத் தோன்றியது அல்லவா? முழுவதுமாக நடக்கவில்லை என்று கூற முடியாது; ஏறத்தாழ என்று கூற வேண்டும். பெற்றோர்கள் தங்கள் குழந்தைகளை இப்படிச் சுதந்திரமாக ஓட விடக் கூடாது. தங்கள் வாயை மூடிக்கொண்டு பெரியவர்களை மதிக்கக் கற்றுத் தர வேண்டும்.

இப்படிச் சொல்வது சரியென்றால் அந்த நிகழ்ச்சியையே விட்டு விட வேண்டியது தான். ஆனால் பெரியவர்கள் மனத்தால் அப்படி விடப்பட்ட நிகழ்ச்சிகள் எல்லாம் இளைஞர்கள் மத்தியில் அப்படியே கிடக்கின்றன. நான் ஓடிப்போய், என் கதையைச் சொன்னேன்; கேள்விகள் கேட்டேன், குற்றம் சாட்டினேன், விசாரணை செய்தேன். இந்நிகழ்ச்சி நடந்த இடத்திற்கு எல்லோரையும் கூட்டிச் சென்று, நான் எங்கே நின்றேன், அந்த ஏழுபேரும் எங்கே நின்றார்கள். எங்கே எப்படி அவர்கள் நடனமாடினார்கள், இசை அமைத்தார்கள் என்று காட்டுவதற்குத் துடித்தேன். அவர்களில் யாராவது தலையை ஆட்டி என்னைக் கேலி செய்யாமல் என் கூட வந்திருந்தால், நான் என்னுடைய மாசற்ற தன்மையைக் கூடத் தியாகம் செய்து அந்த நிகழ்ச்சியை உள்ளது உள்ளபடிப் படம் பிடித்துக் காட்ட நான் என்னுடைய பின்னங்கால்களில் நின்றிருப்பேன். இப்போதெல்லாம் குழந்தைகளை அவர்கள் செய்வதற்கெல்லாம் குற்றம் சொல்கிறார்கள்.

கடைசிப் புகலிடமாக அவர்கள் செய்வதையெல்லாம் மன்னித்து விடுகிறார்கள். கிழட்டு நாயாக நான் வளர்ந்து விட்டாலும் இன்னும் என்னுடைய குழந்தைத் தன்மையைப் பாதுகாத்து வந்திருக்கிறேன். மேலே சொல்லப்பட்ட நிகழ்ச்சியைப் பற்றி இடைவிடாது விவாதித்துக் கொண்டிருந்தேன். இப்போதெல்லாம் அதற்கு அவ்வளவு முக்கியத்துவம் தருவதில்லை. ஆனால் அப்போது அதனைப் பகுதிகளாகப் பிரித்து ஆய்வு செய்து, யாருடன் இருந்தாலும் அவர்களிடம் விவாதித்து, என் நேரத்தை எல்லாம் அதற்காகச் செலவழித்தேன்.

பிறரைப் போலவே அது என்னைக் களைப்படையச் செய்தது. ஆனால் அதற்காகவே அந்தப் பிரச்சனையைத் தீர்க்கும் வரையில் விடாது முயற்சிக்கத் தீர்மானித்தேன். அப்போதுதான் என்னால் என்னுடைய வழக்கமான அமைதியான, மகிழ்ச்சியான வாழ்க்கையைத் திரும்பப் பெற எனக்கு விடுதலை கிடைக்கும். அன்றிலிருந்து குழந்தைத்தனமில்லாத வழிகளிலில்லாமல், அதிக வேறுபாடு இல்லாவிட்டாலும் இறுதிவரை உழைத்து வருகிறேன்.

ஆனால் எல்லாமே அந்த இசை நிகழ்ச்சியிலிருந்து தொடங்கிற்று. நான் அந்த இசை நிகழ்ச்சியைக் குறை சொல்ல மாட்டேன். எனக்குள்ளே இருக்கும் மனப்போங்குதான் என்னை உந்தித் தள்ளியது. அந்த இசை நிகழ்ச்சி நடக்காவிட்டாலும் கூட அது வெளிப்பட வாய்ப்பை எதிர்பார்த்துக் கொண்டிருக்கும். ஆனால் எனது வாழ்க்கையில் இவ்வளவு இளமைப் பருவத்தில் அது நடந்ததற்காகத்தான் நான் வருத்தப்படுகிறேன். அது எனது குழந்தைப் பருவத்தையே பாழடித்து விட்டது. குட்டி நாயின் தெய்வீக மகிழ்ச்சி கொண்ட வாழ்க்கை மற்றவர்களுக்கு எல்லாம் பல ஆண்டுகள் நீடிக்கும்; ஆனால் எனக்குச் சில மாதங்கள்தான் இருந்தது. இருக்கட்டும். குழந்தைப் பருவத்தை விட முக்கியமானவை இருக்கின்றன. ஒருவேளை மற்ற குழந்தைகளைவிட, என்னுடைய முதுமையில் தாங்கிக் கொள்ளக்கூடிய வலிமையையும் கடினமான உழைப்பால் குழந்தைப் பருவ இன்பத்தையும் மகிழ்ச்சியையும் என்னால் பெற முடியும்.

என்னுடைய விசாரணையை மிக எளிமையானவற்றிலிருந்து தொடங்கினேன். ஆய்வுக்கான பொருட்களுக்குப் பஞ்சமில்லை. உண்மையில் மிக அதிகமாக இருப்பதுதான் என்னுடைய இருள் படர்ந்த நாட்களில் என்னை நம்பிக்கையின்மைக்குள் தள்ளுகிறது. என்னுடைய ஆய்வை இந்தக் கேள்வியிலிருந்து தொடங்கினேன்: நாய் இனம் எதை உண்டு வளர்ந்தது? இது ஒன்றும் எளிமையான கேள்வி இல்லை. காலத்தின் தொடக்கத்திலிருந்து இது நம்மைச் சிந்திக்க வைத்திருக்கிறது; நம்முடைய தியானத்தின் முதன்மைக் கருப்பொருள் இது தான். இந்தக் கருப்பொருள் பற்றி எண்ணற்ற கருத்துகளும், கட்டுரைகளும், கண்ணோட்டங்களும் வெளியிடப் பட்டிருக்கின்றன. இதுவே ஒரு தனிக் கல்விப்புலமாக ஆகி

விட்டிருக்கிறது. அதனுடைய எல்லைக்கோடு எவ்வளவு விரிந்தது என்றால் தனியொரு மாணவர் மட்டுமில்லை, அறிஞர்கள் கூட்டமோ கூடப் புரிந்துகொள்ள முடியாத அளவிற்கு இருக்கிறது. மொத்த நாய் இனம்தான் இதனைச் சுமந்தாக வேண்டும். அதுகூடக் கடினம் தான். பகுதி பகுதியாகத் தான் செய்ய முடியும். கவனிக்காமல் விட்டுப்போன பழைய கட்டிடம் போல அது சிதைந்து போகிறது. அதனை மிகச் சிரமப்பட்டுத்தான் மறு சீரமைப்புச் செய்ய முடியும். அது மட்டுமில்லை; என்னுடைய ஆய்விற்கு இடைஞ்சல்கள், நிறைவேற்ற முடியாத நிபந்தனைகள் வேறு இருக்கின்றன. இதைப் பற்றி எல்லாம் யாரும் எனக்குச் சொல்லத் தேவையில்லை. எந்தச் சாதாரண உணர்வுள்ள நாய்க்கும் தெரிந்திருக்கும். எனக்கும் தெரியும். உண்மையான அறிவியல் விஷயங்களில் நான் நுழைய விரும்பவில்லை. அறிவுக் களஞ்சியத்திற்கு என்னுடைய மரியாதை எப்போதும் உண்டு. ஆனால் அறிவை அதிகப்படுத்தும் வகையில் ஆய்வு செய்ய எனக்குத் தேவையான கருவிகள் இல்லை; பொறுமை இல்லை, ஓய்வு நேரம் இல்லை, முக்கியமாக இந்தக் கடந்த சில ஆண்டுகளாக விருப்பம் கூட இல்லை. நான் உணவை விழுங்குகிறேன். ஆனால் அதனை வழிமுறையோடு அதன் அரசியல் பொருளாதார ஆய்வுக்கு உட்படுத்துவது பயனுள்ளதாகத் தோன்றவில்லை. இது தொடர்பாக, அறிவுக் களஞ்சியத்தின் சாறு மட்டும் எனக்குப் போதும். தாய் தனது குட்டிகளைப் பால் குடி மறக்க வைத்து உலகிற்கு அனுப்பும்போது பயன்படும் எளிய விதி எனக்குப் போதும்: "உன்னால் முடிந்த வரை நிலத்திற்குத் தண்ணீர் ஊற்று." எல்லாமே இதில் அடங்கிப் போகிறதில்லையா? அறிவியல் ஆய்வு, நமது முன்னோர்கள் தொடங்கி வைத்த காலத்திலிருந்து, அதனோடு சேர்க்கும் அளவிற்கு முக்கியமானதாக எதைக் கொடுக்க முடியும்? வெறும் விபரங்கள் தாம்! வெறும் விபரங்கள். அவை எவ்வளவு நிலையற்றவையாக இருக்கின்றன! ஆனால் இந்த விதி நாம் நாய்களாக இருக்கும் வரை இருக்கும். இது நம்முடைய அன்றாட உணவைப் பற்றியது. அதனை நிலத்திலிருந்து பெறுகிறோம். ஆனால் நிலத்திற்கு அதனை வளர்க்க நம்முடைய தண்ணீர் தேவைப்படுகிறது. அதை விலையாக வைத்துக் கொண்டுதான் நமக்கு உணவு தருகிறது. ஆனால் அது சில மாந்திரிகச் சொற்கள், பாடல்கள்

மற்றும் சடங்கு அசைவுகளும் அது வெளிப்படுவதைத் துரிதப்படுத்தும் என்பதை மறந்துவிடக் கூடாது. ஆனால் என்னுடைய கருத்துப்படி அவ்வளவு தான். இந்தக் கேள்வி பற்றி இன்னும் அடிப்படையாகச் சொல்ல வேண்டியது எதுவுமில்லை. இந்தக் கருத்தில் நான் நாய் இனத்தின் பெரும்பான்மையானவர்களோடு ஒன்றுபடுகிறேன். இதற்கு எதிரான வேத மறுப்புக் கருத்துகளிலிருந்து நான் முற்றிலும் உறுதியாக மாறுபடுகிறேன். உண்மையாகச் சொல்லப்போனால் நான் வித்தியாசமானவனாக இருக்க வேண்டுமென்றோ பெரும்பான்மைக் கருத்துக்கு எதிரானவனாகக் காட்டிக் கொள்ள வேண்டுமென்றோ விரும்புவதில்லை. இந்தக் கருத்தைப் போலவே பொதுவாக என்னுடைய நண்பர்களோடு ஒத்துப் போவதிலேயே மகிழ்ச்சி அடைகிறேன். எனினும் என்னுடைய ஆராய்ச்சி வேறு ஒரு பாதையில் செல்கிறது. அறிவியல் நிறுவியவாறு முழுமையாகவோ, பகுதியாகவோ சட்டங்கள் விதிக்கப்பட்டவாறு, இந்த அளவிற்கு, இந்த வழிகளில், இந்த இடங்களில், இந்த நேரங்களில், நிலமும் தண்ணீர் ஊற்றிச் சுரண்டும்போது அறிவியில் விதிகளுக்கு ஏற்றவாறு உணவைத் தருகிறது என்பதை எனது உற்றுநோக்கல் கூறுகிறது. இதனை எல்லாம் நான் ஏற்றுக் கொள்கிறேன். ஆனால் என்னுடைய கேள்வி இது தான்: "பூமி இந்த உணவை எங்கிருந்து பெறுகிறது?" மக்கள் பொதுவாகப் புரிந்துகொள்ள முடியவில்லை என்று நடிக்கிறார்கள். அவர்கள் அதற்குத் தரக்கூடிய மிகச் சிறந்த விடை: "உனக்குச் சாப்பிடப் போதுமானது இல்லை என்றால், எங்களுடையதில் கொஞ்சத்தைத் தருகிறோம்." இப்போது இந்த விடையை எடுத்துக் கொள்ளுங்களேன். தனக்குக் கிடைத்த உணவைப் பிறரோடு பகிர்ந்து கொள்வது நாயுலகின் மதிப்பீடுகளில் ஒன்றில்லை என்பது எனக்குத் தெரியும். உயிர் வாழ்க்கை கடினமானது. நிலம் இறுகிப் போயிருக்கிறது.

அறிவியல் அறிவால் நிறைந்திருக்கிறது. ஆனால் விளைவுகளில் அருகியிருக்கிறது. உணவை வைத்திருக்கும் எவனும் அதனைத் தனக்கே வைத்துக் கொள்கிறான். இது தன்னலமில்லை; ஆனால் அதற்கு எதிரானது நாய்ச் சட்டம்; மக்களின் ஒருமித்த முடிவு அவர்களுடைய தன்னலவாதத்தை வெற்றி கொண்டதன் விளைவு. ஏனென்றால் உணவை வைத்திருப்போர் எப்போதுமே சிறுபான்மையினர். ஆகவேதான் இந்த விடையான,

“உனக்குச் சாப்பிடப் போதுமானது இல்லையென்றால் நாங்கள் எங்களுடையதில் கொஞ்சத்தைத் தருகிறோம்,” என்பது சும்மா பேச்சுக்கு, கேலிக்காகச் சொல்வது. அதனை நான் மறக்கவில்லை. நான் அந்த நாட்களில் என்னுடைய கேள்விகளுடன் எங்கும் ஓடித் திரிந்தபோது, என்னைப் பொறுத்தவரையில் அவர்கள் தங்களுடைய கேலியை ஒதுக்கி விட்டார்கள் என்பது மிக முக்கியமானது. அவர்கள் எனக்கு உண்பதற்கு எதுவும் தரவில்லை என்பது உண்மைதான்; ஆனால் அவர்கள் உடனே உணவிற்கு எங்கே போக முடியும்? அப்படியாவது யாராவது கொஞ்சம் உணவு வைத்திருந்தால் பசிக் கொடுமையில் மற்றதையெல்லாம் மறந்திருப்பான். ஆனால் அவர்கள் உணவு தர முன் வந்தபோது உண்மையாகச் சொன்னார்கள். சில இடங்களிலும் இங்கும் அங்குமாகக் கொஞ்சம் எடுத்துக் கொள்ள அனுமதித்தார்கள். ஆனால் அதனை உடனே நான் பிடுங்கிக் கொள்ள அனுமதித்தார்கள். என்னை ஏன் இப்படி வித்தியாசமாக, செல்லம் கொடுத்து, தனி அன்போடு நடத்தினார்கள்? நான் சரியாகச் சாப்பாடு தரப்படாத மெலிந்த நாய் என்பதற்காகவா? ஆனால் என்னை விட மோசமாகச் சாப்பாடு தரப்படாத எத்தனையோ நாய்கள் தெருக்களில் சுற்றி வருகின்றன.

வேறு சிலர் மிக மோசமான உணவுத் துண்டுகளைக் கூட அபகரித்துப் பிடுங்கிக் கொள்கிறார்கள். பேராசையால் அல்ல, என்னை அவர்கள் தனிப்பட்ட ஆதுரத்தோடு நடத்தினார்கள். இதற்காக நான் விளக்கமான நிரூபணங்கள் தர முடியாது. ஆனால் என்னைச் சிறப்பாகக் கவனித்துக் கொண்டார்கள் என்று நான் உறுதியாக நம்புகிறேன். அப்படியானால் என்னுடைய கேள்விகள் அவர்களைக் கவர்ந்தனவா? அவர்கள் அவற்றைக் கெட்டிக்காரத் தனமானவை என்று கருதினார்களா? இல்லை. என்னுடைய வினாக்கள் அவர்களை மகிழ்ச்சிப்படுத்தவில்லை; அவற்றை முட்டாள்தனமானவை என்றே கருதினார்கள். எனினும் என்னுடைய கேள்விகள் மட்டும் தான் அவர்களுடைய கவனத்தைக் கவர்ந்திருக்க முடியும். நடக்க முடியாததை அவர்கள் செய்வது போல இருந்தது; அதாவது எனது வாயை உணவால் மூடி விடுவது. ஆனால் அவர்கள் அப்படிச் செய்யவில்லை. என்னுடைய கேள்விகளைத் தாங்கிக் கொள்வதை விட அப்படிச் செய்வதை விரும்பியிருப்பார்கள். அப்படி இருந்திருந்தால், என்னுடைய கேள்விகளுக்குப் பதில்

சொல்லாமல் என்னை விரட்டி விட்டிருப்பார்கள். இல்லை, அப்படிச் செய்ய அவர்கள் விரும்பவில்லை. என்னுடைய கேள்விகளைக் கவனிக்கவும் விரும்பவில்லை. ஆனால் நான் கேள்விகள் கேட்டதாலேயே என்னை அவர்கள் துரத்தி விடவில்லை. என்னைக் கேலி செய்து, விளையாட்டுத்தனமுள்ள நாய்க்குட்டியாக நடத்திய அந்தக் காலத்தில்தான் நான் எல்லோரிடமும் மரியாதை பெற்றிருந்தேன். ஆனால் அப்படிப்பட்ட மரியாதை எனக்கு அதன்பிறகு எப்போதும் கிடைக்கப் போவதில்லை. நான் எங்கே வேண்டுமென்றாலும் போகலாம். எனது பாதையில் எந்த முட்டுக்கட்டையும் போடப்படவில்லை.

உண்மையில் என்னை அளவிற்கு மிஞ்சிப் பாராட்டினார்கள். ஆனால் அந்தப் பாராட்டு மரியாதைக் குறைவான வார்த்தைகளுக்குப் பின்னால் மறைந்திருக்கும். இதுவெல்லாம் என்னுடைய வினாக்களுக்காக, என்னுடைய பொறுமையின்மைக்காக, என்னுடைய அறிவுத் தாகத்திற்காக! என்னைத் தூங்க வைக்க, தவறான பாதையிலிருந்து வன்முறையைப் பயன்படுத்தாமல், அன்பு வழியில் என்னைத் திசைமாற்ற விரும்பினார்களா? என்னுடைய வழி எவ்வளவு தவறென்றால், வன்முறையைப் பயன்படுத்துவது நியாயமாகவே இருந்திருக்கும். மேலும் ஓரளவு மரியாதையும் அச்சமும் கூட அவர்களை வன்முறையைப் பயன்படுத்துவதிலிருந்து தடுத்திருக்கக் கூடும். இதுபற்றி அந்த நாட்களிலேயே என்னால் ஓரளவு உள்ளர்த்தம் காண முடிந்தது. இன்றைக்கு அது நன்றாகவே தெரியும். அந்தக் காலத்தில் அதை நடைமுறைப் படுத்தியவர்களைவிட நன்றாகவே தெரியும். என்னுடைய பாதையிலிருந்து என்னைத் திசைமாற்ற விரும்பினார்கள். ஆனால் அவர்களால் அதில் வெற்றி காண முடியவில்லை; அதற்கு எதிரானதையே அவர்களால் சாதிக்க முடிந்தது. என்னுடைய விழிப்புடன் காவல் காக்கும் திறன் கூர்மையாக ஆனது. அதற்கும் மேல், நான்தான் பிறரை என்பக்கம் இழுக்க முயல்கிறேன் என்பதும் எனக்கு விளங்கிற்று. ஓரளவு அதில் வெற்றியும் பெற்றேன் என்றும் தெரிந்தது. என்னுடைய கேள்விகளை மொத்த நாயுலகின் உதவியுடன்தான் என்னால் புரிந்துகொள்ள முடியும். எடுத்துக்காட்டாக, "எங்கிருந்து நிலம் உணவைப் பெறுகிறது?" என்று கேட்டபோது, வெளித் தோற்றங்கள் காட்டுவதுபோல பூமியைப் பற்றி நான்

சங்கடப்பட்டேனா? பூமியின் வேலைகளைப் பற்றி நான் சங்கடப்பட்டேனா? சிறிதளவும் இல்லை. இது மனதிலேயே இல்லை என்பதை நான் விரைவில் புரிந்து கொண்டேன். நான் கவலைப்பட்டதெல்லாம் நாய்களின் இனத்தைப் பற்றித் தான்; வேறொன்றுமில்லை. எங்கள் இனத்தைத் தவிர வேறு எது இருக்கிறது? இந்தப் பரந்த காலியான உலகில் யாரிடம் முறையிடுவது? எல்லா அறிவும், எல்லா வினாக்கள் மற்றும் விடைகளின் மொத்தமும் நாயில் அடங்கியிருக்கிறது. ஒருவர் இந்த அறிவை உணர்ந்து கொண்டாரென்றால், அதனை வெளிச்சத்திற்குக் கொண்டுவர முடியுமென்றால், நாங்கள் எங்களுக்குத் தெரியும் என்று சொல்வதைவிட மிக அதிகமாகவே தெரிந்திருக்கும்! வாயாடி நாய் கூட எந்த இடங்களில் நல்ல உணவு கிடைக்கும் என்பதை விட இரகசியமாகத் தனது அறிவை வைத்துக் கொள்ளும். ஆசையில் துடித்து, உனது வாலால் உன்னையே அடித்துக்கொண்டு, உன்னுடைய சகோதர நாயை எச்சரிக்கையுடன் அணுகி, கேட்டு, கெஞ்சி, ஊளையிட்டு, கடித்துச் சாதிக்கிறாய். இதை எந்த முயற்சியும் எடுக்காமலேயே அடைந்திருக்க முடியும். இனிமையான கவனிப்பு, நட்புள்ள அணுகுமுறை, நேர்மையான ஏற்றுக் கொள்ளுதல், ஆசையான தழுவல்கள், ஒன்றாகக் கலக்கும் குலைத்தல்கள் ஆகிய அனைத்துப் பேரின்பத்தை அடைவதையும், மறந்து திரும்பக் கண்டுபிடிப்பதையும் நோக்கமாகக் கொண்டிருக்கும். ஆனால் அவை அனைத்தையும் விட ஒன்றை வெற்றி கொள்ள விரும்புகிறாய். அது உன்னுடைய அறிவை ஒத்துக் கொள்வது. ஆனால் இது உனக்கு மறுக்கப்பட்டிருக்கிறது. மௌமாகவோ, உரக்கவோ நீ வேண்டுவதற்கெல்லாம், நீ மற்றவர்களை உன் பக்கம் கவர்ந்திழுக்கும் திறமைகளை எல்லாம் பயன்படுத்திய பிறகும், உனக்குக் கிடைக்கும் ஒரே விடை பொருளற்ற பார்வைகள், திருப்பிக் கொள்ளும் முகங்கள், மூடிய கண்கள் தான். நான் குட்டியாக இருந்தபோது, நான் நாய் இசைக் கலைஞர்களிடம் சப்தம் போட்டபோது மௌனமாக அவர்கள் இருந்தது போலத்தான்.

இப்போது நீங்கள் சொல்லலாம், "உன்னுடைய தோழமை நாய்களுக்காக, மிக அடிப்படைக் கேள்விகளுக்கு அவர்கள் மௌனமாக இருந்ததற்காக நீ உன்னையே வருத்திக் கொள்கிறாய். அவர்கள் வெளியில் ஒத்துக் கொள்வதை விட அவர்களுக்கு அதிகம் தெரியும் என்று நம்புகிறாய்.

அவர்கள் இதனை மறைப்பதற்கான, இரகசியக் காரணம் கொண்ட இந்த மௌனம் உயிர் வாழ்க்கையை நச்சுப்படுத்தி, உன்னால் தாங்க முடியாததாக ஆக்குகிறது என்று உறுதியாகச் சொல்கிறாய். அதன் காரணமாக இதனை மாற்ற வேண்டும், அல்லது முழுவதுமாய் ஒழித்து விட வேண்டும், இருக்கட்டும். ஆனால் நீயும் ஒரு நாய், உனக்கும் நாய் அறிவு இருக்கிறது. அப்படியானால் அதை வெளியில் கொண்டு வா, வினாவாக இல்லை, விடையாக. அதனை நீ வெளியில் சொன்னால், யார் உன்னை எதிர்க்க நினைப்பார்கள்? நாய் இனமே உனக்காகக் காத்திருந்தது போல உன்னோடு சேர்ந்து கொள்ளும். அப்போது நீ விரும்புகிற அளவிற்கு உனக்குத் தெளிவும், உண்மையும், ஏற்பும் கிடைக்கும். கடுமையாக நீ விமர்சிக்கிறாய் அல்லவா அந்த நொறுங்கிப்போன வாழ்க்கையின் மேற்கூரை உடைந்து திறக்கும். அப்போது நாம் அனைவரும் தோளோடு தோள் நின்று உரிமையுள்ள அரசினுக்குள் ஏறுவோம். நாம் இந்த இறுதி வெற்றியை அடையவில்லை என்றாலும், முன்னைவிட நிலைமை மோசமாகி விடுமென்றாலும், பாதி உண்மையை விட முழு உண்மையை நிலைநிறுத்த முடியவில்லை என்றாலும், உயிர் வாழ்க்கையின் காவலர்களாக மௌனிகள் தான் சரியாக இருக்கிறார்கள் என்பது நிரூபிக்கப்பட முடியுமென்றாலும், இப்போதிருக்கின்ற சிறிய நம்பிக்கை முழுவதுமான நம்பிக்கையின்மைக்கு இடம் கொடுத்து விடும் என்றாலும், முயற்சி மேற்கொள்வது பயனுள்ளதுதான். ஏனென்றால் கட்டாயப்படுத்தப்படும் முறையில் உயிர் வாழ நீ விரும்புவதில்லை. மற்றவர்கள் மௌனமாக இருக்கிறார்கள் என்று வருந்தி நீயும் ஏன் மௌனமாக இருக்கிறாய்?" பதில் சொல்வது எளிது. ஏனென்றால் நான் ஒரு நாய். அடிப்படையில் பிறரைப் போலவே மௌனத்தில் அடைபட்டுப் போயிருக்கிறேன். அச்சத்தால் என்னுடைய கேள்விகளுக்கே பிடிவாதமாகத் தடைபோட்டுக் கொண்டிருக்கிறேன். சரியாகச் சொல்ல வேண்டுமென்றால், நான் வயது வந்த காலத்திலிருந்து நான் கேள்வி கேட்ட என்னுடைய சகோதர நாய்கள் எனக்குப் பதில் சொல்வார்கள் என்ற நம்பிக்கையிலா நான் இருந்திருக்கிறேன்? அந்த முட்டாள்தனமான நம்பிக்கையா எனக்கு இருக்கிறது? நான் ஒரு கேள்வி கேட்பதனால், நம்முடைய உயிர் வாழ்க்கையின் அடிப்படைகளைத் தியானித்து, அவற்றின் ஆழத்தை அகழ்ந்தெடுத்து, அவற்றினை

அமைப்பதற்கான உழைப்பைப் பார்க்க முடியுமா? இது அனைத்தும் கைவிடப்பட்டு, கவனிக்காமல் விடப்பட்டு, உடைக்கப்பட வேண்டுமென்று எதிர்பார்க்க முடியுமா? இல்லை; நான் உண்மையில் அதனை இப்போதெல்லாம் எதிர்பார்ப்பதில்லை. நான் என்னுடைய சகோதர நாய்களைப் புரிந்து கொள்கிறேன். அவர்களுடைய சோகமான, எப்போதும் புதிதாக்கப்படுகிற, எப்போதும் விரும்பத்தக்க தசையின்! தசை தான், எனினும் வெறும் தசையும் இரத்தமும் மட்டுமல்ல எங்களுக்குப் பொதுவாக இருப்பவை. அவற்றோடு அறிவும், அறிவுமட்டுமல்ல அதனைக் காணும் திறவுகோலும் எங்களுக்குப் பொதுவானவை. எனக்கு மட்டும் தனியாக அந்தத் திறவுகோல் இல்லை. பிறர் அனைவரோடும் சேர்ந்துதான் அது எனக்கு உரிமை ஆகிறது. அனைவருக்கும் பொது அது. அவர்களுடைய உதவி இல்லாமல் என்னால் அதைப் பற்றிக்கொள்ள முடியாது. மிகச் செறிவுள்ள மஜ்ஜையை உடைய கடின எலும்புகளை, எல்லா நாய்களின் எல்லாப் பற்களும் ஒற்றுமையாகக் கடித்தால்தான் வெற்றி கொள்ள முடியும். இது ஒரு மிகைப்படுத்தப்பட்ட உவமைதான். எல்லாப் பற்களும் ஆயத்தமாக இருந்தாலே போதும். அவை கடிக்கப்பட வேண்டாம். எலும்புகள் உடைந்து மிகவும் வலிமையற்ற நாய்களுக்குக் கூட மஜ்ஜை கிடைக்கும். நான் இந்த உவமைக்கு உண்மையுள்ளவனாக இருந்தால், என்னுடைய நோக்கங்கள், கேள்விகள், ஆய்வுகள் ஆகியவற்றின் இலக்கு பூதாகாரமாகத் தோன்றும். ஏனென்றால் எல்லா நாய்களும் ஒன்றாகக் கூடக் கட்டாயப்படுத்தப்பட வேண்டும் என்று விரும்புகிறேன். இங்ஙனம் ஒட்டு மொத்தமாக ஆயத்தத்துடன் இருக்கும்போது, அந்த அழுத்தத்தில் எலும்புகள் உடைய வேண்டுமென்று விரும்புகிறேன். அதன்பிறகு அவர்கள் உழன்று கொண்டிருக்கிற சாதாரண வாழ்க்கைக்குச் செல்ல அனுமதிக்க விரும்புகிறேன். தனியாக நான் மட்டும் மஜ்ஜையை நக்கி உண்பேன். எலும்பின் மஜ்ஜையையே மட்டுமல்ல, நாயின் மஜ்ஜையே நான் உண்ண விரும்புவது போல, குரூரமானதாகத் தோன்றலாம். ஆனால் இது வெறும் உவமைதான். நான் இங்கே விவாதிக்கும் மஜ்ஜை உணவில்லை, மாறாக அது ஒரு நஞ்சு.

என்னுடைய வினாக்கள் என்னையே தூண்டுகின்ற கருவிகளாகவே இருக்கின்றன. இறுதி விடையாக என்னைச் சுற்றி எழும் அமைதியால் தூண்டப்படவே நான் விரும்புகிறேன்.

"உன்னுடைய ஆய்வுகள் அதிகம் அதிகமாக வெளிப்படுவது போல நாய்களின் உலகம் அமைதிக்கு உறுதிமொழி கொடுத்திருக்கிறது, அதுவே தொடரும் என்ற உண்மையை எத்தனை நாள் தாங்கப் போகிறாய்? உன்னால் அதனைத் தாங்கிக் கொள்ள முடியுமா?" இதுதான் என்னுடைய வாழ்க்கையின் மிகப் பெரிய கேள்வி. மற்றவை எல்லாம் அதன் முன்னால் சிறு துரும்பாகப் போகின்றன. எனக்கு மட்டுமே அந்த வினா கேட்கப்படுகிறது. வேறு யாருக்கும் இல்லை. சிறிய குறிப்பிட்ட கேள்விகளுக்கு நான் எளிதில் விடை தர முடியும்: நான் என்னுடைய இறுதிக்காலம் வரை தாங்கிக் கொள்ளலாம். முதுமையின் அமைதி மற்றைய இக்கட்டான கேள்விகளுக்கு அதிகமான எதிர்ப்பைக் கொடுக்கும். நான் மௌனத்தில், மௌனம் என்னைச் சூழ அமைதியாக இறப்பேன். அதனை மிக நிறைவான மனத்தோடு எதிர்பார்க்கிறேன். ஏதோ பகைமை உணர்வுடனோ என்னவோ நாய்களாகிய நாங்கள் வலிமையான இதயமும், அதிக காலம் இயங்கும் நுரையீரலும் கொடுக்கப்பட்டிருக்கிறோம். மௌனத்தின் பாதுகாப்பு அரண்களாகிய நாங்கள் எல்லாக் கேள்விகளையும், என்னுடையவை உட்பட தாங்கி மேலே வந்து விடுகிறீர்கள்.

அண்மைக் காலத்தில், நான் உறுதியாகச் செய்திருக்கிற அடிப்படையான பிழையைத் தேடி என்னுடைய வாழ்க்கையை அதிகம் அதிகமாக ஆராய்ந்து கொண்டிருக்கிறேன். ஆனால் அதைக் காண முடியவில்லை. நான் கண்டிப்பாக ஒரு தவறு செய்திருக்க வேண்டும். ஏனென்றால் அதனை நான் செய்யாதிருந்து, நீண்ட வாழ்க்கையின் கடின உழைப்பால் என்னுடைய ஆசையை நிறைவேற்ற முடியாவிட்டால் என்னுடைய ஆசை நடக்க முடியாதது என்று நிரூபணமாகி விடும். பிறகு நம்பிக்கை இன்மைதான் வரும். பாருங்கள், வாழ்நாள் முழுவதுமான வேலை. முதலாவதாக என்னுடைய கேள்விக்கான ஆராய்ச்சிகள்: பூமி நமக்குத் தருகின்ற உணவை எங்கிருந்து பெறுகிறது? குட்டி நாயாக இருக்கும்போது, அடிப்படையில் பேராசை இருந்தாலும், எல்லா இன்பங்களையும் விலக்கி, நான் சோதனைகளில் உட்படுத்தப்படும்போது எனது முன்னங்கால்களுக்குள் என்னுடைய தலையைப் புதைத்துக்கொண்டு எல்லா ஆடல் பாடல்களையும் துறந்துவிட்டு என்னுடைய கர்மமே கண்ணாக இருந்தேன். நான் தேடிக் கண்ட செய்தியிலோ,

செய்முறையிலோ, நோக்கத்திலோ நான் அறிஞன் இல்லை. அது ஒரு குறையாக இருக்கலாம்; ஆனால் அதுவே முடிவைச் சொல்வதாக இருக்காது. எனக்கு கல்வி அறிவு அதிகமில்லை; ஏனென்றால் என்னுடைய அம்மாவின் அரவணைப்பிலிருந்து சிறிய வயதிலேயே விலகி, எதனையும் சாராமல் இருக்கப் பழகிப்போய், சுதந்திரமான வாழ்க்கை நடத்தினேன். முதிர்ச்சியடையாமல் இருக்கும்போதே தன்னிச்சையான வாழ்க்கையைப் பெறுவது முறைசார் கல்விக்கு எதிரி. ஆனால் நிறையப் பார்த்திருக்கிறேன்; எல்லா வகையான எல்லா நிலைகளிலுமுள்ள நாய்களுடன் பேசியிருக்கிறேன்; அறிவுப்பூர்வமான அனைத்தையும் புரிந்து கொண்டிருக்கிறேன்; நான் கூர்ந்து கவனித்தவற்றை எல்லாம் ஒருங்கிணைத்துப் பார்த்திருக்கிறேன். இது நான் முறையாகக் கற்றுப் பெற வேண்டிய அறிவிற்கு ஓரளவு ஈடுகட்டி விட்டது. சுதந்திரம், முறையாகப் படிப்பதற்கு ஒரு குறையாக இருந்தாலும் ஒருவர் தானாகவே ஆராய்ச்சிகள் மேற்கொள்ளும்போது இது பயனுள்ளதாகவே இருக்கிறது. என்னைப் பொறுத்தவரையில் இது ஒரு தேவையாகவே இருந்தது. ஏனென்றால் என்னால் உண்மையான அறிவியல் ஆய்வுமுறையைப் பயன்படுத்த முடியவில்லை; அதாவது, என்னுடைய முன்னோர்களின் உழைப்பினைப் பயன்படுத்தவோ, என்னுடைய சமகாலத்து ஆய்வாளர்களோடு தொடர்புகொள்ளவோ இயலவில்லை. என்னுடைய தனிப்பட்ட அறிவுவளத்தைச் சார்ந்தே நான் இருக்க வேண்டியதாயிற்று. தொடக்கத்திலிருந்தே நான் ஆய்வினை மேற்கொண்டேன். எனது உழைப்புகள் இட்டுச் செல்லும் எதிர்பாராத கருத்தே இறுதியானதாகவும் இருக்கும் என்ற உணர்வோடு இருந்தேன். இது இளமையில் உற்சாகமூட்டுவதாகவும் முதுமையில் அமுக்கிப் போடுவதாகவும் இருக்கும்.

என்னுடைய ஆய்வுகளில் தொடக்கத்திலிருந்து முடிவு வரையில் தனியாக இருக்கிறேனா? ‘ஆம்’ என்றும் ‘இல்லை’ என்றும் கூற வேண்டும். என்னைப்போல, என்னைப் போலவே பிரச்சனை உள்ள, தனிப்பட்ட நாய்கள் என்றும் இருந்திருக்க முடியாது, இன்றும் இல்லை என்று என்னால் எண்ணிப் பார்க்க முடியவில்லை. அதுபோன்று சபிக்கப்பட்டவன் இல்லை நான். ஒரு சிறு மயிரிழைகூட நான் நாய்ப் பண்பிலிருந்து மாறுபட்டவன் இல்லை. ஒவ்வொரு நாய்க்கும் என்னைப்

போலவே கேள்வி கேட்கும் உந்துதல் இருக்கும்; எல்லா நாய்களையும் போலவே பதில் சொல்லாதிருக்கவும் உந்துதல் இருக்கும். ஒவ்வொருவருக்கும் கேள்வி கேட்க உந்துதல் இருக்கத்தான் வேண்டும். அப்படி இல்லை என்றால் நான் பேசுவதைக் கேட்பவர்களிடம் ஒரு சிறிதாவது எப்படிப் பாதிப்பை ஏற்படுத்தியிருக்க முடியும்? அவர்களும், எனக்குப் பெரு மகிழ்ச்சியை ஏற்படுத்தும் வகையில், அது மிகைப்படுத்தப்பட்ட மகிழ்ச்சி என்பதை ஒத்துக் கொள்கிறேன். பிறகு எப்படி நான் சாதித்ததை விட இன்னும் அதிகமாகச் சாதிப்பது தடுக்கப்பட்டிருக்க முடியும்? நான் மௌனமாக இருக்க வேண்டிய அவசியத்துக்கு வேறு ஒரு நிரூபணம் தேவையில்லை. எனவே அடிப்படையில் வேறு எந்த நாயையும் விட மாறுபட்டவன் இல்லை. மூலப்பொருட்களின் கவலை மட்டும்தான் மாறுபட்டிருக்கும் அந்த மாறுபட்ட நிலை தனி ஆளுக்கு முக்கியமானது; இனத்துக்கு முதன்மையானது. கிடைக்கின்ற மூலக்கூறுகளின் கலவை எல்லாம் என்னைப் போன்றதொரு கலவையில் அன்றும் இன்றும் கலந்து முடிவு பெறவில்லை என்று யார் சொல்ல முடியும்? அப்படி எண்ணுவது எல்லா அனுபவத்திற்கும் அப்பாற்பட்டது: நாய்களாகிய நாங்கள் அனைவரும் வினோதமான பணிகளில் ஈடுபட்டிருக்கிறோம். அந்தப் பணிகளைப் பற்றி நம்பத்தக்க செய்தி கிடைக்காதிருந்தால் அந்தப் பணிகளை நம்ப மறுத்திருப்போம். நான் கூறக்கூடிய சிறந்த எடுத்துக்காட்டு தொங்கும் நாய் தான். அதைப்பற்றி நான் முதலில் கேள்விப்பட்டபோது சிரித்து விட்டேன்; நம்ப மறுத்து விட்டேன். என்ன? நன்றாக முழு வளர்ச்சி பெற்ற பிறகு கூட என்னுடைய தலை அளவு கூட இல்லாத சிறிய நாய் வகைகள் இருக்கின்றன என்றும் நம்பச் சொன்னார்கள். அது மட்டுமா? இந்தச் சின்னப் பிராணி, சீவிச் சிங்காரிக்கப்பட்ட அலங்காரப் பொருள், சிறிய அளவு கூடத் தாவ முடியாத இந்த நாய், மக்கள் சொல்கின்ற கதையின்படி, அந்தரத்தில் பெரும்பாலும் தொங்கிக்கொண்டு, ஒன்றும் செய்யாமல் ஓய்வு எடுத்துக் கொண்டிருக்கிறதாமே! இல்லை; இது நாய்க் குட்டி ஒன்றின்; எளிதில் எதனையும் நம்பும்; எளிமையைப் பயன்படுத்தும் செயல் என்று நான் சொல்லிக் கொண்டேன். ஆனால் விரைவிலேயே இன்னொரு இடத்திலிருந்து வேறொரு தொங்கும் நாய் பற்றிக் கேள்விப்பட்டேன்.

என்னை முட்டாளாக்க இது ஒரு சதியா? ஆனால் அதன்பிறகு நாய் இசைக் கலைஞர்களை என்னுடைய கண்களால் பார்த்தேன். அன்றிலிருந்து எதுவும் நடக்கலாம் என்று எண்ணத் தொடங்கினேன்.

என்னுடைய புரிந்துகொள்ளும் ஆற்றலை எந்த விருப்பு வெறுப்பும் கட்டிப் போடவில்லை. முட்டாள்தனமான வதந்திகளைக் கூட ஆராய்ந்தேன்; அவற்றை எவ்வளவு துருவித் துருவிப் பார்க்க முடியுமோ அவ்வளவு பார்த்தேன். முட்டாள்தனமான இவ்வுலகில் அறிவுக்கு உகந்ததை விட முட்டாள்தனமானது எல்லாம் நடக்கக் கூடியது போலவும், ஆராய்ச்சிக்கு மிக உகந்தது போலவும் எனக்குத் தோன்றியது. அதுபோலத்தான் தொங்கும் நாய்களும்! நான் அவற்றைப் பற்றி நிறைய விபரங்களைக் கண்டுபிடித்தேன். இதுவரையில் அவற்றில் ஒன்றைக் கூடப் பார்க்கவில்லை என்பது உண்மை தான். ஆனால் அதிக காலமாக அவை இருப்பது பற்றி உறுதியாக நம்பி வந்தேன். என்னுடைய உலக வரைபடத்தில் அவை முக்கிய இடம் பெறுகின்றன. அவற்றின் தனித் திறமை என்னைச் சிந்தனையில் ஆழ்த்தவில்லை. இந்த நாய்கள் காற்றில் மிதக்க முடியும் என்பது மிக விந்தைக்குரியது தான். அதனை யார் மறுக்க முடியும்? அதற்காக என்னுடைய வியப்புமிக்க பாராட்டில் நான் மற்ற நாய்களோடு ஒன்றாகவே இருக்கிறேன். ஆனால் அதைக்காட்டிலும் அவை உயிர் வாழ்வதன் அறிவுக்கொவ்வாத அர்த்தமில்லாத தன்மைதான் என்னுடைய மனதுக்கு வினோதமாகத் தோன்றியது. எங்கள் சமூகத்தின் பொது வாழ்க்கையில் அவற்றோடு உறவு இல்லைதான். அவை காற்றில் மிதக்கின்றன. அவ்வளவு தான். வாழ்க்கை வழக்கம்போலத் தொடர்கிறது. சிலர் அவ்வப்போது கலையைப் பற்றியும், கலைஞரைப் பற்றியும் குறிப்பிடுகிறார்கள். ஆனால் அதோடு முடிந்து விடுகிறது. ஆனால், எனது அருமை நாய்களே, ஏன் அவை காற்றில் மிதக்க வேண்டும்? இந்த வேலையில் என்ன அர்த்தமிருக்க முடியும்? அவை பற்றிய விளக்கம் ஏன் கிடைக்கவில்லை? நாய்களின் பெருமைக்குரிய கால்களைப் பயனற்றவை ஆக்கி, ஊட்டம் தரும் நிலத்தைத் தொடாமல் ஒட்டாத ஒரு நிலையைக் காத்து, விதைக்காமல் அறுவடை செய்ய அவர்கள் ஏன் அங்கே தொங்குகிறார்கள்? அவர்களுக்கு எல்லாமே நிறையக் கிடைக்கிறது என்று கேள்விப்படுகிறேன். அப்படி

இருக்கும்போது நாய் இனத்திற்குப் பாதிப்பு வரும் வகையில் ஏன் நடக்க வேண்டும்? இவை பற்றிய என்னுடைய இந்த விசாரணைகள் சலசலப்பை ஏற்படுத்தின என்று பெருமையோடு நான் கூறிக் கொள்ளலாம். மக்கள் ஒரு வகையில், ஆய்வை மேற்கொண்டு தரவுகளைச் சேகரித்தார்கள். குறைந்தபட்சம், அதற்கு மேல் அவர்கள் போக முடியாவிட்டாலும் அவர்கள் தொடங்கி விட்டார்கள்; ஒன்றுமில்லாமல் இருந்ததற்கு இது எவ்வளவோ மேல். உண்மையை இந்த வழிகளில் எல்லாம் கண்டுபிடிக்க முடியாது என்றாலும் - அந்தப் படிநிலையை என்றும் அடையமுடியாது. பொய்யின் பல ஆழ்ந்த வடிவங்கள் பற்றித் தெரிவிக்கிறது. ஏனென்றால் நமது உயிர் வாழ்க்கையின் அர்த்தமற்ற வெளிப்பாடுகள் அனைத்தும் ஆய்வுக்கு உட்படக் கூடியவை. முழுமையாக இல்லை. எனினும் கடினமான கேள்விகளிலிருந்து ஒருவரைக் காப்பாற்றும் அளவிற்கு இருக்கும். தொங்கும் நாய்களின் எடுத்துக்காட்டை மீண்டும் எடுத்துக் கொள்வோமே. முதலில் நாம் கற்பனை செய்தது போல அவை சேட்டை பண்ணக் கூடியவை இல்லை; ஆனால் அவை மற்ற சகோதர நாய்களைச் சார்ந்தே இருக்கின்றன. அவர்களுடைய இடத்தில் நம்மை வைத்துப் பார்த்தால் இது புரியும். ஏனென்றால் மன்னிப்பைப் பெறுவதற்கு அவர்களால் செய்யக் கூடியதைச் செய்தாக வேண்டும். வெளிப்படையாக இல்லை. அப்போது அது மௌனம் காக்க வேண்டும் என்ற கடமையை மீறியதாக ஆகும். அவர்களுடைய வாழ்க்கை முறைக்கு மன்னிப்புக் கேட்க அவர்களால் இயன்றதைச் செய்ய வேண்டும் அல்லது அதனை மறக்கும் வகையில் கவனத்தைத் திருப்ப வேண்டும். பேசிப் பேசியே இதைச் சாதிக்கிறார்கள் என்று கூறுகிறார்கள். அவர்கள் எப்போதும் பேசிக் கொண்டிருக்கிறார்கள். அவர்களுடைய தத்துவச் சிந்தனைகளைப் பற்றிப் பாதி நேரம் பேசுவார்கள். அவர்கள் உடல் உழைப்பை முழுவதுமாகத் துறந்து விட்டார்களல்லவா? அதனால் அதிக நேரம் அவர்களுடைய உயர்ந்த நிலையிலிருந்து உற்றுநோக்கி அறிந்தவை பற்றிப் பேசி அவர்கள் தங்கள் நேரத்தைச் செலவழிக்கிறார்கள். அவர்களுடைய சோம்பேறி வாழ்க்கையைக் கணக்கிலெடுக்கும்போது நமக்குப் புரிவதுபோல, அறிவாற்றலுக்கு அவர்கள் புகழ் பெற்றவர்கள் இல்லை. அவர்களுடைய உற்றுநோக்கல்களைப் போலவே அவர்களுடைய தத்துவமும் ஒன்றுக்கும் உதவாது. அவர்களுடைய கருத்துகளை

அறிவியல் பயன்படுத்த முடியாது; மேலும் அறிவியலும் இந்தக் கீழ்த்தரமான மூலங்களிலிருந்து உதவி பெறும் அளவிற்குக் கீழே போய் விடவில்லை. எனினும், தொங்கும் நாய்கள் உண்மையில் என்ன செய்கின்றன என்று யாராவது கேட்டால் தவறாமல் கிடைக்கும் விடை அவர்கள் அறிவுக் களஞ்சியத்திற்கு அதிகமாகத் தருகிறார்கள் என்பதுதான். "அது உண்மை தான்," என்று ஒருவர் குறிப்பிடுகிறார். "ஆனால் கொடுத்திருப்பவை எல்லாம் பயனற்றவை, களைப்பு மூட்டுபவை." இதற்குப் பதில் தோளைக் குலுக்கிக் கொள்வது, அல்லது பேச்சை மாற்றுவது அல்லது சிரிப்பது. சிறிது நேரம் கழித்துக் கேட்டால் அவர்கள் அறிவுக்கு நிறையத் தருகிறார்கள் என்ற விடைதான் கிடைக்கும். கடைசியாக உங்களையே அந்த வினாவைக் கேட்டாலும், நீங்கள் கவனமாக இல்லாவிட்டால், நீங்களும் அதே பதிலைத்தான் தருவீர்கள். ஒருவேளை அதிகமாகப் பிடிவாதம் பிடிக்காமல் இருப்பது நல்லதுதான். பொதுமக்கள் உணர்ச்சிகளுக்கு மதிப்பளித்து, தொங்கும் நாய்களை ஏற்றுக்கொண்டு, அவர்கள் உயிர் வாழ்விற்கான உரிமையைக் கண்டுகொள்ளாமல் - கண்டுகொள்ளவும் முடியாது - அவர்களைத் தாங்கிக்கொள்ள வேண்டியதுதான். இதற்கு மேல் எதுவும் தேவைப்படக் கூடாது. அப்படி இருந்தால் அளவுக்கு அதிகமாகப் போவதாகும். எனினும் நாய்களையும் பொறுத்துக்கொள்ள வேண்டும் என்று எப்போதும் கேட்டுக் கொண்டிருக்கிறார்கள். அவர்கள் எங்கிருந்து வருகிறார்கள் என்பதே யாருக்கும் தெரியாது. இந்த நாய்கள் எப்படிப் பெருகுகின்றன? அதற்கு அவர்களுக்குச் சக்தி இருக்கிறதா? ஏனென்றால் அவர்கள் முடியடர்ந்த அழகான மேலுடை போலத்தானே இருக்கிறார்கள். அங்கே இனப்பெருக்கத்திற்கு என்ன இருக்கிறது? அப்படியே நடக்க முடியாத ஒன்று நடக்க முடிந்தது என்று வைத்துக் கொள்வோம். அது எப்போது நடக்கும்? ஏனென்றால் அவர்கள் தனித்தனியாகத் தான் பார்க்கப்படுகிறார்கள். காற்றில் உயரத்தில் தன்னிறைவோடு மிதந்து கொண்டிருக்கிறார்கள். எப்போதாவது ஓடுவதற்காகக் கீழே இறங்கி வந்தாலும், ஓரிரண்டு நிமிடங்கள் தான் இருக்கிறார்கள். ஒரு சில அடிகள் தான், பிறகு ஆழ்ந்த சிந்தனையென்று சொல்லப்படுகின்ற ஒன்றில் முழுவதுமாக ஈடுபடத் தங்களுடைய தனிமையை நாடுகிறார்கள். அவர்கள் ஆழ்ந்த சிந்தனையில் தங்களை வருத்திக் கொள்வதிலிருந்து அவர்களால் விடுவித்துக் கொள்ள

முடியவில்லை; அவர்கள் அப்படித்தான் சொல்கிறார்கள். ஆனால் அவர்கள் தங்கள் இனத்தைப் பெருக்குவதில் ஈடுபடவில்லையென்றால், கட்டாந்தரையிலுள்ள தங்கள் வாழ்க்கையைத் தன்னிச்சையாக விட்டுவிட்டு, தன்னிச்சையாக தொங்கும் நாய்களாக மாறி, (வசதிக்காகவும், தொழில் நுட்பச் சாதனைக்காகவும் மட்டும்) உயரத்தில் இருக்கிற மெத்தைகளின் மேல் வெற்று வாழ்க்கையைத் தேர்ந்து கொள்ளும் நாய்கள் இருக்கின்றன என்று நம்ப முடிகிறதா? நினைத்துக் கூடப் பார்க்க முடியவில்லை. இனப்பெருக்கத்தையோ, தன்னிச்சையாக மாறிக் கொள்வதையோ நினைத்துக்கூடப் பார்க்க முடியவில்லை. ஆனால் எப்போதும் புது தொங்கும் நாய்கள் இருக்கின்றன என்று காட்டப்படுகின்றது. இதிலிருந்து என்ன முடிவுக்கு வருகிறோம் என்றால், நாம் புரிந்துகொள்ள முடியாத வகையில் வெற்றிகொள்ள முடியாத தடைகள் இருந்தாலும், எத்தனை வினோதமாக இருந்தாலும் எந்த நாய் இனமும் தோன்றி விட்டதென்றால் அழிந்து போவது இல்லை. அல்லது குறைந்தபட்சம், கடினமான போராட்டமில்லாமல், நெடுங்காலம் வெற்றிகரமான எதிர்ப்பைத் தரும் ஆற்றல் இல்லாமல் அழிந்து போவது இல்லை.

இந்த முடிவு அன்னியமான, வெளித் தோற்றத்திற்கு வினோதமான, திறமையற்ற நாயினமான தொங்கும் நாய்க்குச் சரியானதாக இருக்குமானால், எனக்கும் அது சரியானது என்று நான் ஏற்றுக்கொள்ள வேண்டாமா? மேலும் வெளித் தோற்றத்தில் ஒருசிறிது வேறுபட்ட ஒரு நாயான நான், இந்தப் பகுதிகளெல்லாம் பரவலாகக் காணப்படுகின்ற மத்திய தரவர்க்க சாதாராண நாய் தான். எந்த வழியிலும் நான் விதிவிலக்கானவனும் இல்லை; பிறர் வெறுக்கத்தக்கவனும் இல்லை. என்னுடைய இளமைப் பருவத்திலும் சரி, முதிர்ச்சி பெற்ற நிலையிலும் சரி, நான் என்னுடைய தோற்றம் பற்றிக் கவனம் செலுத்தி, நிறைய உடற்பயிற்சிகள் செய்து கொண்டிருந்தவரையில் என்னை அழகானவன் என்றே கருதினார்கள். முன்னாலிருந்து பார்க்கும்போது என்னுடைய தோற்றத்தைப் பாராட்டியவர்கள் பலர். என்னுடைய ஒல்லியான கால்கள், தலை அமைப்பு, வெள்ளி போன்ற வெள்ளை மஞ்சள் மேல் உடை, அதுவும் முடி நுனியில் சுருண்டிருப்பது பார்ப்பவர்களை மகிழ்ச்சி கொள்ள வைக்கும். மொத்தத்தில் என்னிடம் வினோதமானது எதுவுமில்லை. என்னிடம்

இருக்கும் அபூர்வமானது என்னுடைய தன்மைதான். ஆனால் அதுவும் கூட, நான் என் நினைவில் வைப்பதில் கவனமாக இருப்பதுபோல, அதற்கு அடிப்படை எல்லா நாய்களுக்கும் பொதுவான பண்பாடுதான். தொங்கும் நாய்கள் கூட தனித்து வாழவில்லை என்றால், இந்தப் பெரிய நாய் உலகில் எங்கேயாவது தங்கள் சகோதர நாய்களைச் சந்திக்குமாறு பார்த்துக் கொள்கின்றன என்றால், ஒன்றுமில்லாமலிருந்து தங்களுடைய புதிய தலைமுறைகளை மாயமாக உண்டாக்க முடிகிறதென்றால், நான் தனித்து விடப்பட்டவன் இல்லை என்ற நம்பிக்கையோடு நானும் வாழ முடியும். என்னைப் போன்றவர்களின் விதி வினோதமாகத்தான் இருக்க வேண்டும். என்னால் என்னுடைய சகோதர நாய்களை அடையாளம் கண்டு கொள்ள முடியவில்லை என்றால் அவர்கள் உயிர் வாழ்வது எனக்கு எந்த வகையிலும் உதவி செய்யாது. அமைதியினால் நசுக்கப்பட்ட நாய்கள் நாங்கள். அதனை உடைத்துக்கொண்டு வெளியே வந்து புதுக்காற்றைச் சுவாசிக்க ஏங்குபவர்கள் நாங்கள். மற்றவர்கள் இந்த அமைதியில், இந்த மௌனத்திலேயே உயிர் வாழ்கிறார்கள். இது வெளித் தோற்றத்தில் மட்டும்தான், இசை நாய்களைப் போல. அவர்கள் இசை நிகழ்ச்சி நடத்தும்போது அமைதியாக இருப்பது போலத் தான் தோன்றிற்று. ஆனால் உண்மையில் மிகுந்த உள்ளக் கிளர்ச்சியுடன் இருந்தார்கள். எனினும் அந்த மாயை வலிமையுடையதாகவே இருக்கிறது. அதனை உடைத்துவிடச் செய்யும் முயற்சி எல்லாம் பயனற்றுப்போகிறது. அப்படியானால் என் உடன் இருப்போர் என்ன உதவியைக் காண்கிறார்கள்? எது எப்படி இருப்பினும் தொடர்ந்து உயிர் வாழ அவர்கள் என்ன வகையான முயற்சிகளை மேற்கொள்கிறார்கள்? இந்த முயற்சிகள் வெவ்வேறு வகைப்பட்டனவாக இருக்கும். என்னுடைய இளமைக் காலத்தில் நான் கேள்வி மேல் கேள்வி கேட்பது ஒரு வகை. ஆகவே பல கேள்விகளைக் கேட்பாரோடு உறவு வைத்துக் கொண்டால் என்னுடைய உண்மையான தோழர்களைக் கண்டுகொள்ளலாம் என்று நினைத்தேன். அதிகமான சுய கட்டுப்பாட்டோடு - இந்தச் சுய கட்டுப்பாடு, நானே பதில் சொல்ல முடியாத கேள்விகளால் விடாமல் குறுக்கிடப்படுவதால் ஏற்படும் எரிச்சலினால் தேவைப்படுகிறது - என்னால் சிறிது காலம் இருக்க முடிந்தது. ஏனென்றால் எனது முதன்மை நோக்கம் எல்லாம் விடைகள்

பெறுவதுதான். மேலும், இனிமேல் கேள்விகள் கேட்க ஆசைப்படாதவர்கள் யார் இருக்க முடியும்? இத்தனை அதிகமான வினாக்கள் இருக்கும்போது அவற்றிலிருந்து சரியான கேள்விகளை எப்படித் தேர்ந்தெடுப்பது? ஒரு கேள்வி இன்னொன்றைப் போலவே இருக்கிறது. நோக்கம் தான் பிரதானம்; ஆனால் அது பெரும்பாலும் கேள்வி கேட்பவரிடமிருந்தே மறைக்கப்படுகிறது. மேலும், நாய்களின் தனித்தன்மையே எப்போதும் கேள்வி கேட்டுக் கொண்டிருப்பது தான். எல்லோரும் ஒன்றாகச் சேர்ந்து கேள்விகளால் குழப்பி விடுகிறார்கள். அப்படிச் செய்வது உண்மையான கேள்விகளின் ஒவ்வொரு அடையாளத்தையும் அழித்துவிட முயல்வது போலத் தோன்றுகிறது. கேள்வி கேட்கும் இளைஞர்கள் மத்தியில் என்னுடைய உண்மையான தோழர்களை நான் காண முடிவதில்லை. முதுமையான மௌனமான அவர்கள் மத்தியில் இப்போது நானும் ஒருவனாக இருக்கிறேன். ஆனால் அவர்கள் அங்கு இல்லை.

ஆனால் இந்தக் கேள்விகளால் என்ன பயன்? ஏனென்றால் அவை என்னை முழுமையாகக் கைவிட்டு விட்டன. என்னுடைய தோழர்கள் என்னைவிடக் கெட்டிக்காரர்களாக இருக்க வேண்டும். இந்த வாழ்க்கையைத் தாங்கிக் கொள்ளக் கூடிய வேறு நல்ல வழிமுறைகளைத் தேடிப் போய் இருக்க வேண்டும். எனினும், என்னுடைய அனுபவத்திலிருந்து நான் சொல்ல முடியும்; இந்த வழிமுறைகள் அவர்களுக்கு ஒரு சிட்டிகை உதவியாக இருந்தாலும், அவர்களை அமைதியாக ஆக்கி, ஓய்வாகத் தாலாட்டி, அவர்கள் கவனத்தைத் திருப்பி இருந்தாலும், அவை என்னுடையதைப்போலவே கையாலாகாதவையாகத்தான் இருக்கின்றன. ஏனென்றால் நான் எங்கு பார்த்தாலும், அவர்களுடைய வெற்றியின் அடையாளம் எதையும் பார்க்க முடியவில்லை. என்னுடைய உண்மையான தோழர்களை அவர்களுடைய வெற்றியை வைத்து அடையாளம் கண்டுகொள்ள முடியாது. அப்படியானால் என்னுடைய உண்மையான தோழர்கள் எங்கே? என்னுடைய முறையீட்டின் அடிப்படை அது; கருவே அது தான். அவர்கள் எங்கே இருக்கிறார்கள்? எங்கு இருக்கிறார்கள், ஓரிடத்திலும் இல்லை. ஒருவேளை எனது அடுத்த வீட்டுக்காரர், மூன்று கதவுகள் தள்ளி இருக்கும் அவர் அவர்களில் ஒருவராக இருக்கலாம். நாங்கள் அடிக்கடி ஒருவருக்கொருவர் பார்த்துக் குரைத்துக்

கொள்வோம். நான் அவரைப் பார்க்கப் போகாவிட்டாலும் அவர் என்னைப் பார்க்க வருவார். அவர் உண்மையில் என்னுடைய தோழரா? எனக்குத் தெரியாது. அவரிடம் அதற்கு ஒரு அடையாளமும் உறுதியாக இல்லை. ஆனால் இருக்கலாம். அவர் இல்லாதபோது, என்னுடைய கற்பனையை எடுத்துக் கொண்டு, எனக்கும் அவருக்கும் பல ஒற்றுமைகளைக் கண்டுபிடித்து நான் மகிழ்ச்சியாகப் பொழுது போக்குவேன். ஆனால் அவர் என் முன்னால் நிற்கும்போது என்னுடைய கற்பனைகள் கேலிக் கூத்தாக மாறிவிடும். என்னை விடச் சிறிய கிழட்டு நாய் - நானே நடுத்தரம் தான் - மண் சிவப்பு, குட்டை முடி, களைப்படைந்தது போலத் தொங்கப் போட்டத் தலை, தேய்த்துத் தேய்த்து நகரும் நடை, இதற்கும் மேல் ஏதோ ஒரு நோயினால் இடது பின்னங்காலை இழுத்து இழுத்து நடப்பார். அதிக நாட்களாகவே வேறு யாரையும் விட அவரிடம் மிக நெருக்கமாகப் பழகினேன். இன்னும் அவரோடு நன்றாகவே பழகுகிறேன். அவர் போகும்போது நான் சத்தமாக வாழ்த்துக் கூறுகிறேன், பாசத்தால் அல்ல என்மேலேயே உள்ள வெறுப்பினால். ஏனென்றால் அவரை நான் பின் தொடர்ந்தால், ஒரு காலை இழுத்துக்கொண்டு, கீழே இறங்கியிருக்கும் பின் பகுதியைக் கொண்டு நடப்பதைப் பார்த்தால் இன்னும் எரிச்சல்தான் வரும். சில சமயங்களில் என்னை அவருடைய தோழர் என்று தனியாக அழைப்பதால் என்னையே நான் கேவலப்படுத்திக் கொள்கிறேனோ என்று தோன்றும். அவர் என்னுடன் பேசும்போது கூட என்னுடைய சிந்தனைக்கு ஒத்து இருப்பதாக நான் ஒரு அடையாளத்தையும் காணவில்லை. இங்குள்ள நிலையைப் பார்க்கும்போது அவர் கெட்டிக்காரர், பண்பாடுடையவர். நான் அவரிடமிருந்து நிறையவே கற்றுக் கொள்ள முடியும். ஆனால் கெட்டிக்காரத்தனத்தையும், பண்பாட்டையுமா நான் தேடிக் கொண்டிருக்கிறேன்? நாங்கள் உள்ளூர் காரியங்களைப் பற்றி வழக்கமாக உரையாடுகிறோம். நான் தனிமைப்பட்டு இருப்பதாக இந்த விவகாரங்களில் தெளிவான கண்ணோட்டத்தைக் கொண்டிருக்கிறேன். ஒரு சாதாரண நாய் தன்னுடைய வாழ்க்கையை வாழவும், வாழ்க்கையின் வழக்கமான ஆபத்துகளிலிருந்து தன்னைக் காத்துக் கொள்ளவும் வேண்டுமென்றால், சரியான, அனுகூலமான சூழ்நிலைகளில் கூட அவனுக்கு அவ்வளவு நுண்ணறிவு தேவைப்படுகிறது என்பது வியப்பளிக்கிறது.

அறிவு ஒருவர் பின்பற்ற வேண்டிய விதிகளைக் கொடுக்கிறது என்பது உண்மைதான். ஆனால் அதனை மேலோட்டமாக, அரைகுறையாகப் புரிந்துகொள்வதும் கூட எளிதில்லை. அப்படியே புரிந்து கொண்டாலும், அவற்றை உள்ளூர் நிலைக்கு ஏற்பப் பயன்படுத்துவது இன்னும் சிரமமாகவே இருக்கிறது. இங்கே யாரும் உதவி செய்ய முடியாது. ஏறக்குறைய ஒவ்வொரு மணியிலும் புது வேலைகள் வருகின்றன. ஒவ்வொரு புது நிலப் பகுதியும் குறிப்பிட்ட சிக்கல்களைக் கொண்டு வருகிறது. நிறைவாக அனைத்தையும் முடித்து வைப்பேன். இனி வாழ்க்கை தானாகவே போகும் என்று யாரும், - என்னுடைய தேவைகள் நாளுக்கு நாள் சுருங்கிவிட்ட நிலையில் - நான் கூடச் சொல்ல முடியாது. இந்த முடிவற்ற உழைப்பு எந்த இலக்கை நோக்கி? மௌனத்தில் ஆழம் ஆழமாகப் புதைந்து விட, எவ்வளவு ஆழம் என்றால் யாராலும் அங்கிருந்து இழுத்து வரப்பட முடியாதவாறு என்று தோன்றுகிறது.

நாய் இனம் இத்தனை யுகங்களில் பெற்றிருக்கிற பொதுவான வளர்ச்சி பற்றி மக்கள் அடிக்கடி பேசுகிறார்கள். ஒருவேளை அறிவில் ஏற்பட்ட முன்னேற்றம் பற்றிக் குறிப்பிடுகிறார்கள் போலும். அறிவு வளர்ந்து வருகிறது, அதன் முன்னேற்றம் தவிர்க்க முடியாதது, மிக வேகமாக வளர்கிறது என்பது உண்மை தான். ஆனால் அதில் புகழ்ச்சிக்கு என்ன இருக்கிறது? ஒருவர் ஆண்டுகள் போகப் போக வயதாகிக்கொண்டே போய் அதன் விளைவாக சாவுக்கு வேகமாக மிக மிக அருகில் போவதற்காக பாராட்டுவது போல இருக்கிறது.

அது இயற்கையானது; அசிங்கமானதும் கூட. அதில் நான் பாராட்டுவதற்கு ஒன்றுமில்லை. எங்கும் ஒரு வீழ்ச்சியைப் பார்க்கிறேன். இப்படி நான் கூறும்போது முந்தைய தலைமுறைகள் நம்முடையதை விடச் சிறந்தவர்கள் என்று நான் சொல்ல வரவில்லை; இள வயதினர்! அவ்வளவு தான். அது அவர்களுடைய நன்மைக்காகவே இருந்தது. அவர்கள் நினைவு நம்முடையதைப் போல அவ்வளவு அதிகச் சுமை உடையதாக இல்லை; அவர்களை வெளிப்படையாகப் பேச வைப்பது எளிதாக இருந்தது. ஒருவரும் அதைச் செய்வதில் வெற்றி பெறாவிட்டாலும், அதற்குச் சாதகமான சூழ்நிலை அதிகமாகவே இருந்தது. நாங்கள் அந்தப் பழமையான, வினோதமான கதைகளைக் கேட்கும்போது இந்த சாதகம்தான் எங்களை

ஆழமாகப் பாதிக்கிறது. இங்கும் அங்கும் ஆர்வத்தைத் தூண்டும் ஒரு அர்த்தமுள்ள சொற்றொடரைப் பிடித்துக் கொள்கிறோம். அப்போது எங்கள் மேல் நூற்றாண்டுகளின் சுமையை உணராதிருந்தால் உடனே துள்ளி எழ விரும்பியிருப்போம். என்னுடைய காலத்தைப் பற்றி நான் எத்தனை எதிர்ப்புகளைக் கொண்டிருந்தாலும், முந்தைய தலைமுறைகள் எங்களைவிடச் சிறப்பாக இல்லை; உண்மையைச் சொல்லப் போனால் மோசமாகவே, வலிமை குன்றியே இருந்திருக்கின்றன. அந்தக் காலங்களில் கூட யார் வேண்டுமென்றாலும் பிடித்துக் கொள்வதற்கு அதிசயங்கள் தெருவில் நடப்பதில்லை. ஆனால் எப்படி இருப்பினும், நாய்கள் இப்போதுபோல அன்று நாய்த்தனமாக இருப்பதில்லை. நாய்அரசின் அரங்கம் முழுவதுமாக எழுப்பப்படவில்லை. கட்டமைப்பைத் திட்டமிட்டு, மறுதிட்டமிட்டு, விருப்பப்படி அதனை மாற்றி, அதனுடைய எதிர் உருவமாக ஆக்க உண்மையான வார்த்தை குறுக்கிட்டிருக்க முடியும். வார்த்தை அங்கேயே இருந்தது, குறைந்தபட்சம் அருகிலேயே ஒவ்வொருவருடைய நாக்கு நுனியிலும் இருந்தது. அதற்கு இன்று என்ன ஆயிற்று? இன்றைக்கு ஒருவர் தன்னுடைய இதயத்தையே பிளந்தாலும் பார்க்க முடியாது. எங்களுடைய தலைமுறை தொலைந்து போயிற்று என்று கூடச் சொல்லலாம். ஆனால் அதற்கு முந்தைய தலைமுறைகளை விடக் குற்றமற்றது தான். என்னுடைய தலைமுறையின் தயக்கத்தை என்னால் புரிந்துகொள்ள முடியும். உண்மையில் அது தயக்கம் மட்டும் இல்லை; அது ஆயிரம் முறைகள் காணப்பட்டு ஆயிரம் முறை மறந்த கனவு; ஆயிரமாவது முறை மறக்கப்பட்டது. ஆயிரமாவது முறை மறக்கப்பட்டதற்காக எங்களை யார் சபிக்க முடியும்? ஆனால் எங்கள் முன்னோர்களின் தயக்கத்தை நான் புரிந்துகொள்வதாகக் கற்பனை செய்து கொள்கிறேன். அவர்களைப் போலவே நாங்களும் நடந்திருப்போம். குற்றத்தை எங்கள் மேல் சுமத்திக் கொள்ளாததும் அதற்குப் பதிலாக பிறரால் இருளாக்கப்பட்ட உலகில் சாவை நோக்கிக் குற்றமற்ற மௌனத்தில் துரிதப்படுத்தாமல் இருப்பதும் எங்களுக்கு நல்லது என்று நான் சொல்வேன். எங்களுடைய முன்னோர்கள் வழி தவறிப் போனபோது, அவர்களுடைய வக்கிர புத்தி முடிவற்றது என்று சிறிதும் எண்ணியிருக்க மாட்டார்கள். அவர்கள் திருப்புமுனைகளைப் பார்த்திருக்க முடியும், அவர்கள்

திரும்பியபோது திரும்பிப் போவது எளிதாக இருந்திருக்கும். அவர்கள் திரும்பத் தயங்கினார்கள் என்றால், அதற்குக் காரணம் ஒரு நாயின் வாழ்க்கையை இன்னும் சிறிது காலம் அனுபவிக்க விரும்பினார்கள். அது இன்னும் உண்மையான நாய் வாழ்க்கை இல்லை; ஏற்கனவே அது மயக்கம் தரும் அழகாக அவர்களுக்குத் தோன்றியது. அல்லது இன்னும் சிறிது நேரத்தில் அழகானதாக ஆகி விடும் என்று மயங்கி இன்னும் வழிதவறிப் போனார்கள். நாம் இன்று வரலாற்றின் போக்கைச் சிந்திக்கும்போது, நம்மால் யூகிக்க முடிந்தது அவர்களுக்குத் தெரியாமல் போயிற்று. சாதாரண உயிர் வாழ்க்கையில் தோன்றுவதற்கு முன்னர் மாற்றம் ஆன்மாவில் தொடங்குகிறதென்றும், அவர்கள் நாயின் வாழ்க்கையை அனுபவிக்கத் தொடங்கியபோது, முதிய நாய்களின் ஆன்மாக்களை ஏற்கனவே கொண்டிருந்தார்கள் என்றும், அவர்கள் நினைத்தது போலத் தொடங்கிய இடத்திலேயே இல்லை, அல்லது நாய் இன்பங்களில் மேய்ந்து கொண்டிருக்கும் அவர்களின் கண்கள் அவர்களை மாற்ற முயலுவது போல இல்லை என்றும் அவர்களுக்குத் தெரியாது. ஆனால், இன்றைய நாளில் இளமையைப் பற்றி யார் பேச முடியும்? இவை உண்மையில் இளம் நாய்கள்தான். ஆனால் அவற்றின் ஒரே குறிக்கோள் கிழட்டு நாய்களாக ஆவது தான். பின்வருகின்ற தலைமுறைகளும் மிகத் தெளிவாக எங்கள் தலைமுறையைபோல முதுமை அடையாமல் இருக்கவே முடியாது.

பொதுவாக, இதைப்பற்றி எல்லாம் என்னுடைய அடுத்த வீட்டுக்காரருடன் பேசுவது கிடையாது. எனினும் அவர் முன்னால் - அந்தக் கிழட்டு நாயின் முன்னால் - உட்கார்ந்திருக்கும்போது, அல்லது தூக்கி எறியப்பட்ட தோலின் வாடை ஏற்கனவே வந்து விட்டிருக்கிற அவருடைய மேலாடைக்குள் என் மூக்கைப் புதைத்துக் கொண்டிருக்கும்போது, அவற்றைப் பற்றி நினைக்காமல் இருக்க முடிவதில்லை. அவரிடமோ, அவரைப் போன்ற பிறரிடமோ இவை போன்ற செய்திகளைப் பேசுவது அர்த்தமற்றது. அப்படியே பேசினாலும் அந்த உரையாடல் எந்தத் திசையில் போகும் என்று எனக்குத் தெரியும். அவ்வப்போது ஏதாவது எதிர்ப்பைச் சொல்வார். ஆனால் கடைசியில் ஒத்துக் கொள்வார். ஒத்துக் கொள்வதுதான் எதிர்ப்பதற்குச் சரியான வழி; பிறகு அந்தக் காரியம் புதைபட்டுப் போகும். அதை மீண்டும்

தோண்டிப் பார்க்க வேண்டிய அவசியமென்ன? எது எப்படி இருப்பினும் எனக்கும் அண்டை வீட்டுக்காரர்களுக்கும் இடையே ஆழ்ந்த உறவு - வார்த்தைகளை விட ஆழமான உறவு- இருக்கிறது. அதற்கு எந்த நிரூபணமும் இல்லாவிட்டாலும், நெடுங்காலமாக நான் இவர் ஒருவருடன்தான் தொடர்பு வைத்துக் கொண்டிருப்பதாலும், அவரோடு நான் இருந்தாக வேண்டி இருப்பதாலும், நான் சாதாரண மாயையில் உழன்றாலும் நான் அந்த உறவை விடமாட்டேன். “உன்னுடைய வழியில் நீ என்னுடைய தோழன் தானா? உன்னைப் பொறுத்தவரையில் அனைத்தும் பிழையாகிப் போய்விட்டதால் அவமானப்படுகிறாயா? பார், எனக்கும் அதே கதிதான். நான் தனியாக இருக்கும்போது அது பற்றி அழுகிறேன். வா, இரண்டு பேரும் சேர்ந்து அழுவது இனிமையானது.” இவை போன்ற பல சிந்தனைகள் என்னுள் எழும். அப்போதெல்லாம் அவரை நீண்ட நேரம் பார்ப்பேன். அவரும் தனது பார்வையைக் கீழே தாழ்த்த மாட்டார். ஆனால் அதைக் கொண்டு எதுவும் புரிந்து கொள்ள முடியாது. நான் ஏன் அமைதியாகி விட்டேன், நான் என் உரையாடலை முறித்துக் கொண்டேன் என்று எண்ணி என்னைப் பஞ்சடைந்த கண்களால் பார்க்கிறார்.

ஒருவேளை அப்படிப் பார்ப்பதே என்னைக் கேள்வி கேட்கும் அவருடைய வழியாக இருக்கலாம். அவர் என்னை ஏமாற்றமடையச் செய்வது போலவே, நானும் அவரை ஏமாற்றமடையச் செய்கிறேன். என்னுடைய இளமையில், எனக்குப் பிற பிரச்சனைகள் முக்கியமானவையாக இல்லாதிருந்தால், என்னுடன் இருப்போர்பற்றி நான் முழு நிறைவு கொள்ளாதிருந்தால், நேரடியாகவே அவரிடம் கேட்டிருப்பேன். அவரும் என்னோடு ஒத்துப் போய் விடையளித்திருப்பார். ஆனால் அது இன்றைய மௌனத்தை விட மோசமானதாக இருந்திருக்கும். ஒவ்வொருவரும் இதே மாதிரி மௌனமாக இருப்பதில்லையா? என்னைப் போல ஆய்வாளர்கள் ஒன்றிரண்டு பேர்தான் இருக்கிறார்கள் என்றும் அவர்களும் அவர்களுடைய சின்னச் சின்ன சாதனைகளுடன் மறந்து விடப்பட்டிருக்கிறார்கள் என்றும் அவர்களையும் காலத்தின் இருளில், அல்லது இன்றைய குழப்பச் சூழலில் எந்த வழியிலும் அடைய முடியாது என்றும் நான் நம்புவதற்கு எது தடை போடுகிறது? எல்லா நாய்களும் காலத்தின் தொடக்கத்திலிருந்து என்னுடைய தோழர்கள்

என்றும், அவர்களுடைய வழியில் அவர்கள் உழைப்பாளிகள் என்றும், அவர்களுடைய வழியில் அவர்கள் அனைவரும் தோல்வி அடைந்து விட்டார்கள் என்றும், அவர்களுடைய வழியில் மௌனமாக அல்லது பொய்யாக வாயாடிக் கொண்டிருப்பதாகவும், நம்பிக்கை அற்ற ஆய்வு அப்படித்தான் ஆக்கும் என்றும் ஏன் நான் நம்பக் கூடாது? ஆனால் அப்படி இருந்தால் என்னுடைய தோழர்களிடமிருந்து நான் என்னை அறுத்துக் கொள்ள வேண்டியதில்லை; நான் மற்றவர்களோடு அமைதியாக உட்கார்ந்திருக்கலாம்; பெரியவர்களின் மூடிய அரண் வழியாக நுழைய முயலும் பிடிவாதமுள்ள குழந்தைபோல நான் போராடியிருக்க வேண்டியதில்லை. பெரியவர்களும் கூட ஏதாவது வழி தெரியுமா என்றுதான் தேடிக் கொண்டிருந்தார்கள். அவர்களுடைய அறிவின் காரணமாக என்னால் அவர்களைப் புரிந்துகொள்ள முடியவில்லை. யாரும் தப்பிக்க முடியாது என்றும், வன்முறையைப் பயன்படுத்துவது முட்டாள்தனம் என்றும் அவர்களுடைய அறிவுதான் அவர்களுக்குச் சொல்லியிருக்கும்.

எனினும் இத்தகைய எண்ணங்கள் வந்தது என்னுடைய அண்டை வீட்டுக்காரரின் பாதிப்பாலேயே தான். அவர் என்னைக் குழப்புகிறார்; என்னை மனத் தளர்ச்சியால் நிரப்புகிறார். ஆனால் அவர் மட்டும் அவரில் மகிழ்ச்சியாக இருக்கிறார். அவருடைய வீட்டில் இருக்கும்போது கத்துவதையும் பாடுவதையும் கேட்கிறேன்; என்னால் உண்மையில் தாங்க முடியவில்லை. இந்தத் தளையைத் துறந்து விடுவது, எவ்வளவுதான் ஒருவர் கடின நெஞ்சமுடையவராக இருந்தாலும் நாய்களோடு ஏற்படும் தொடர்பு தவிர்க்க முடியாமல் தூண்டும் இனம் புரியாத கனவுகளுக்கு வழிவிடுவதை நிறுத்தி விடுவது நல்லதாகப் படுகிறது. எனக்கு எஞ்சி இருக்கும் சிறிது காலத்தை என்னுடைய ஆய்வுகளுக்குச் செலவிட முடியும். அடுத்த முறை அவர் வரும்போது நான் நழுவி விடுவேன், அல்லது தூங்குவது போல நடிப்பேன். அவர் என்னைப் பார்க்க வருவதை நிறுத்தும் வரை இந்தப் பாசாங்கைத் தொடர வேண்டும்.

மேலும் என்னுடைய ஆய்வுகள் விட்டு விட்டே நடக்கின்றன. நான் ஓய்வெடுக்கிறேன், களைப்படைகிறேன், ஒரு காலத்தில் ஆர்வத்தோடு ஓடிய இடங்களில் மெல்ல நடக்கிறேன். நான் அந்தக் கேள்விக்கு விடை தேடி என் ஆய்வைத்

தொடங்கிய நேரத்தை நினைத்துப் பார்க்கிறேன். "பூமி எங்கிருந்து இந்த உணவைப் பெறுகிறது?" அப்போது நான் மக்களோடு உண்மையிலேயே வாழ்ந்தேன். கூட்டம் அதிகமாக இருந்த இடத்தில் தள்ளிக்கொண்டு போவேன்; என்னுடைய வேலையைப் பற்றி எல்லோரும் தெரிந்து கொள்ள வேண்டுமென்றும் பார்வையாளர்களாக இருக்க வேண்டுமென்றும் விரும்பினேன். என்னுடைய வேலையை விடப் பார்வையாளர்களே எனக்கு முக்கியம். ஏதாவது பாதிப்பை ஏற்படுத்த வேண்டுமென்று எதிர்பார்த்தேன். அதுவே இயற்கையாக எனக்கு உந்து சக்தியைக் கொடுத்தது; நான் இப்போது தனிமைப்படுத்தப்பட்ட பிறகு அது இல்லை. அந்த நாட்களில் நான் எவ்வளவு பலம் மிக்கவனாக இருந்தேன் என்றால், இதற்கு முன்னால் இல்லாத ஒன்றை, எங்கள் கொள்கைகளுக்கு எல்லாம் முரணாக இருந்த ஒன்றை நான் சாதித்தேன். அன்றைக்கு என்னை நேரில் பார்த்த சாட்சிகளெல்லாம் அது புதிரான சாதனை என்று நினைவு கூர்கிறார்கள். எங்கள் அறிவியல் அறிவு சிறப்பு ஆய்வுகளுக்கு உட்பட்டது. எனினும் ஒரு துறையில் எளிமையானது. நிலம் தான் எங்கள் உணவைப் பிறப்பிக்கிறது என்று கற்றுத் தருவதைத் தான் குறிப்பிடுகிறேன். இந்தக் கருதுகோளை முன் வைத்த பிறகு வெவ்வேறு வகையான உணவுகளில் நல்லவற்றையும், அதிக அளவிலும் எப்படிப் பெறுவது என்றும் கூறுகிறது. பூமிதான் எல்லா உணவையும் கொண்டுவருகிறது என்பது உண்மை தான். அதில் சந்தேகமே இல்லை. ஆனால் மக்கள் நினைப்பது போல அது அவ்வளவு எளிதானது இல்லை. அவர்கள் அதனை எளிதானது என்று கருதுவதே மேற்கொண்டு ஆய்வு செய்யாமல் தடுக்கிறது. அன்றாடம் நடக்கும் ஒரு சாதாரண நிகழ்வை எடுத்துக் கொள்ளுங்களேன். நாம் இப்போது இருப்பது போல ஒன்றுமே செய்யாமல் இருந்தோமென்றால், மண்ணை லேசாகக் கிளறி விட்டுத் தண்ணீர் ஊற்றி விட்டுப் படுத்துக் கொண்டு என்ன நடக்கும் என்று காத்திருந்தோமென்றால், விளைவு தடுக்க முடியாதது என்று எண்ணிக் கொண்டிருந்தோமென்றால் நாம் தரையில் உணவைப் பார்த்தாக வேண்டும். எனினும் வழக்கமாக இப்படி நடப்பதில்லை. அறிவியல் விஷயங்களில் சிறிது சுதந்திரமாக முடிவு எடுக்கும் எவரும் இந்த எண்ணிக்கை மிகச் சிறியது - எந்த அறிவியல் ஆய்வும் இல்லாமல், தரையில் கண்டெடுக்கப்படும் உணவில் பெரும் பகுதி மேலிருந்து

வருகிறது என்று கண்டிருப்பார்கள். வழக்கமாக, உணவு தரையை அடையும் முன்னரே நாம் நமது திறமையைப் பயன்படுத்திப் பேராசையால் உந்தப்பட்டு, பிடித்துக் கொள்கிறோம். இப்படிக் கூறும்போது நான் அறிவியலுக்கு எதிராக எதுவும் சொல்லவில்லை. பூமி இதுபோன்ற உணவையும் கொண்டு வருகிறது. ஒருவர் உணவைத் தன்னிடமிருந்தே கொண்டு வந்தாலும் சரி, வேறு வகை உணவை வானத்திலிருந்து பெற்றாலும் சரி, அடிப்படையில் எந்த மாற்றமும் இல்லை. இரண்டு முறைகளிலுமே நிலத்தைத் தயாரிக்க வேண்டும் என்று நிறுவியிருக்கிற அறிவியல் இந்த வேறுபாடுகளைக் கண்டுகொள்வதில்லை. ஏனென்றால், “உங்கள் வாயில் உணவிருந்தால் அப்போதைக்கு எல்லாப் பிரச்சனைகளுக்கும் தீர்வு கண்டுவிட்டீர்கள்” என்று அது சொல்லவில்லையா? ஆனால் அறிவியல் எப்படி இருப்பினும் ஓரளவாவது இந்த விஷயங்களில் மறைமுகமான ஆர்வம் காட்டுவதாகவே எனக்குத் தோன்றுகிறது. அது இரண்டு முறைகளில் உணவு பெறுவதை ஏற்றுக் கொள்கிறது: நிலத்தில் தயாரித்தல், இரண்டாவதாக மந்திரம் உச்சரித்தல், நடனம், பாடல் ஆகிய முழுமையாக்கும் துணைநிலை வழிகள். நானே உண்டாக்கிய ஒரு வேறுபாடு இருப்பதைக் காண்கின்றேன். உறுதியானது என்று சொல்ல முடியாது, ஆனால் தெளிவாகவே இருக்கிறது. என்னுடைய கருத்துப்படி, நிலத்தைப் பிராண்டுவதும், தண்ணீர் விடுவதும் இரண்டு வகையான உணவுகளையும் உண்டாக்கப் பயன்படுகின்றன. இவை தவிர்க்க முடியாதவை. மந்திரம் சொல்லுதல், நடனம், பாட்டு ஆகியவை எல்லாம் நிலத்து உணவோடு அவ்வளவு தொடர்பில்லாதவை. மேலிருந்து உணவு பெறவே முதன்மையாகப் பயன்படுகின்றன. இந்தப் பொருள் விளக்கத்திற்கு மரபு ஆதாரமாக இருக்கிறது. சாதாரண நாய்கள் தெரியாமலேயே அறிவியலை இங்கே முன்னிறுத்துகின்றன. அறிவியலில்லாமல் விடையாக ஒரு வார்த்தை கூடச் சொல்லத் துணிய மாட்டார்கள். அறிவியல் சொல்லிக் கொள்வது போல, இந்தச் சடங்குகள் எல்லாம், உயிரூட்டம் தருவதற்காக, மேலிருந்து உணவை ஈர்ப்பதற்காக என்றால், அவை மண்ணுக்கே, மண்ணுக்கு மட்டுமே செய்யப்பட வேண்டும். அப்படியானால் மந்திரங்களை மண்ணுக்கு இரகசியமாக உச்சரிக்க வேண்டும்; நடனமும் அதற்காகவே ஆடப்பட வேண்டும். என்னுடைய அறிவுக்கு எட்டிய வரையில், இதைத்

தவிர அறிவியல் வேறு எதையும் விதிக்கவில்லை. ஆனால் இங்கேதான் ஒரு முக்கியமான விஷயம் வருகிறது. இந்தச் சடங்குகளில் எல்லாம் மக்கள் மேல் நோக்கியே பார்க்கிறார்கள். இது அறிவினைக் கேவலப்படுத்துவதாக இல்லை. ஏனென்றால் அறிவியல் அதனைத் தடுக்கவில்லை. மாறாக, உழவருக்கு முழு உரிமை அளிக்கிறது. அதனுடைய விதிகளில், மண்ணை மட்டுமே கணக்கில் எடுத்துக் கொள்கிறது. பயன்படுத்துபவர் நிலத்தைத் தயாரிப்பது பற்றிய அதனுடைய அறிவுரைகளைச் செயல்படுத்தினால் அதற்குப் போதும். ஆனால் இது தர்க்க ரீதியாக இருந்தால், அறிவியல் இதைக் காட்டிலும் அதிகமாகவே எதிர்பார்க்க வேண்டும். நான் அறிவியலில் ஆழமான அறிவு பெறவில்லை. எனினும், நம்முடைய ஒழுங்கற்ற உணர்ச்சி வசப்பட்ட மக்கள் தங்கள் முகங்களை மேலே திருப்பி மந்திரங்களை உச்சரிப்பதையும் வானத்தை நோக்கி நமது பாரம்பரிய நாட்டுப்புறப்பாடல்களைப் பாடுவதையும், நிலத்தை மறந்துவிட்டு அதை விட்டு விலகி வானத்தில் பறக்க நினைப்பது போலத் தங்கள் நடனங்களில் மேல் நோக்கிக் குதிப்பதையும், கற்றறிந்தோர் எப்படிப் பொறுத்துக் கொள்கிறார்கள் என்பதுதான் என்னால் நினைத்துக் கூடப் பார்க்க முடியவில்லை. இந்த முரண்பாட்டைத்தான் எனது ஆரம்ப இடமாக எடுத்துக் கொண்டேன். அறுவடைக் காலம் வராதபோது, அறிவியல் போதனைகளின்படி, நான் எனது கவனத்தை நிலத்தின் மேலேயே செலுத்தினேன். தரையைத்தான் எனது நடனத்தின்போது பிராண்டினேன். என்னுடைய தலையைத் தரைக்கு மிக அருகில் வைத்துக் கொண்டதால் தலையே சுளுக்கி விட்டது. பிறகு எனது மூக்கிற்காக ஒரு துளையைத் தோண்டிக்கொண்டு, அதற்குள்ளேயே பாடினேன், மந்திரம் சொன்னேன். அப்போது எனக்கு மேலேயோ அருகிலோ நான் சொல்வதை யாரும் கேட்க முடியாது. தரை ஒன்றே கேட்டது.

என்னுடைய ஆய்வின் முடிவுகள் குறைவுதான். சில வேளைகள் உணவு வராது. இந்த நிரூபணத்தைக் கொண்டாட என்னை நான் ஆயத்தப்படுத்திக் கொண்டிருப்பேன்; ஆனால் உணவு முன்னால் தோன்றி விடும். முதலில் என்னுடைய வினோதமான செயல்பாடு சிறிது குழப்பத்தை ஏற்படுத்தி விட்டதுபோல இருந்தது. ஆனால் பிறகு நன்மைகள் இருப்பதாகக் காட்டிக் கொண்டது. அதனால் வழக்கமான

குரைத்தலையும் குதித்தலையும் விட்டு விட வேண்டி இருந்தது. அடிக்கடி, முன்னைக் காட்டிலும் அதிகமாக வரும்: ஆனால் மொத்தமாக வராமல் போய் விடும். ஒரு இளம் நாயிடம் இதுவரையில் காணப்படாத உழைப்புடன், என்னுடைய எல்லாச் சோதனைகளின் துல்லியமான அறிக்கைகளைத் தயாரித்தேன். இன்னும் முன்னேறச் சரியான வழியில் போகிறேன் என்று அவ்வப்போது கற்பனை செய்தேன். ஆனால் மீண்டும் அது தெளிவின்மைக்குள் போய்விடும். அறிவியலில் எனக்குப் போதுமான அடிப்படை அறிவு இல்லாதது என்னைத் தடுத்தது. எடுத்துக்காட்டாக உணவு இல்லாததற்கு, நிலத்தை அறிவியலுக்குப் புறம்பாகத் தயாரித்ததுதான் காரணம், என்னுடைய சோதனை இல்லை என்பதற்கு என்னிடம் என்ன உறுதிப்பாடு இருந்தது? அப்படி இருந்திருந்தால் என்னுடைய முடிவுகள் எல்லாம் செல்லுபடியாகாமற் போய்விடும். சில சூழ்நிலைகளில், மிகத் துல்லியமான சோதனையைச் செய்ய முடிந்திருக்கும்: எடுத்துக்காட்டாக, நிலத்தை ஆயத்தப்படுத்தாமலேயே மேல் நோக்கி மந்திரம் சொல்வதால் மேலிருந்து உணவை ஒருமுறை கொண்டு வர முடிந்திருந்ததென்றால், பிறகு தரையை மட்டுமே நோக்கி மந்திரம் உச்சரித்து உணவைப் பெற முடியவில்லை என்றால் அது துல்லியமான சோதனையாக இருந்திருக்கும். இதுபோன்ற ஒரு சோதனையைத்தான் நான் முயன்று பார்த்தேன்.

ஆனால் அதில் எனக்கு உண்மையான நம்பிக்கை இல்லை. நிபந்தனைகளும் முழுமையாக இல்லை. ஏனென்றால் ஓரளவாவது நிலத்தைத் தயாரிப்பது எப்போதுமே தேவை என்பது என்னுடைய அசைக்க முடியாத கருத்து. இதை மறுக்கும் சமய பேதமுள்ளவர்கள் சரியாக இருந்தாலும், அவர்களுடைய கோட்பாடு என்றைக்குமே நிரூபிக்கப்பட முடியாது. ஏனென்றால் நிலத்திற்குத் தண்ணீர் விடுவது ஒருவகைக் கட்டாயத்தால் நிகழ்கிறது; குறிப்பிட்ட எல்லைகளுக்குள் அதனைத் தவிர்க்கவே முடியாது. ஓரளவு வேறுபட்ட இன்னொரு சோதனை வெற்றி பெற்று பொதுமக்கள் கவனத்தைக் கவர்ந்தது. மேலே இருக்கும்போதே உணவைத் தாவிப் பிடிக்கும் வழக்கத்திற்கு மாறாக, உணவு கீழே விழுவதை அனுமதிக்கவும், அதே சமயம் அதனைப் பிடுங்கிக்கொள்ள எந்த முயற்சியும் செய்யாமல் இருக்கவும் முடிவு செய்தேன். அதன்படி உணவு காற்றில் தோன்றியபோது நான் சிறிது உயரம்

குதிப்பேன். ஆனால் என்ன வேகத்தில் செய்வேன் என்றால், நான் அதைப் பிடிக்க முடியாது போகும். பெரும்பாலான வேளைகளில் உணவு அதுபாட்டுக்குச் சப்தம் இல்லாமல் தரையில் விழுந்து விடும். பசி மற்றும் ஏமாற்றத்தினால் கோபத்துடன் அதன் மேல் பாய்ந்து சண்டை போடுவேன். ஆனால் எப்போதாவது ஒருமுறை விந்தையான ஒன்று நிகழும். உண்மையிலேயே வினோதமான நிகழ்ச்சி அது. உணவு தரையில் விழாது என்னைக் காற்றில் தொடர்ந்து வந்தது. பசித்தவனை உணவு பின் தொடர்ந்தது. ஆனால் இது அதிக நேரம் நீடிக்காது. எப்போதும் ஒரு சிறிது நேரம் தான். அதன்பிறகு உணவு கீழே விழும் அல்லது முழுவதுமாக மறைந்து விடும். அல்லது என்னுடைய பேராசை இந்தச் சோதனையை முழுமையடையாமலேயே நிறுத்தி விடும். என்னைச் சோதனைக்குள் உட்படுத்தும் இரையை விழுங்கி விட்டேன். எப்படி இருப்பினும் நான் அப்போது மிக்க மகிழ்ச்சியுடன் இருந்தேன்; பக்கத்து வீட்டுக்காரர்களிடமெல்லாம் ஒரு ஆர்வம் ஏற்பட்டிருந்தது. அதிகப்படியான கவனம் என்மேல் இருந்தது; என்னுடைய கேள்விகளுக்கு என்னுடைய தற்காலிக நண்பர்கள் செவி சாய்த்தார்கள். அவர்களுடைய கண்களில் ஏதோ உதவி கேட்பதுபோல ஒளி தெரிந்தது. அது என்னுடைய பார்வையின் பிரதிபலிப்பாக இருந்திருந்தால் கூட எனக்கு அதுபோதும். எனக்கு மன நிறைவு. கடைசியாக நானும் மற்றவர்களும் என்னுடைய இந்தச் சோதனை அறிவியலில் இது எல்லோருக்கும் தெரிந்த சோதனை என்றும், என்னை விடச் சிறப்பாக இதில் பிறர் வெற்றி பெற்றிருக்கிறார்கள் என்றும், அதற்கு அதிகமான சுயகட்டுப்பாடு தேவைப்பட்டதால் அதனை நெடுங்காலம் யாரும் முயன்று பார்த்ததில்லை என்றாலும், அதனைத் திரும்பச் செய்து பார்க்கவேண்டிய அவசியம் இல்லை, ஏனென்றால் அதற்கு அறிவியல் மதிப்பு ஒன்றுமில்லை என்றும் கண்டுபிடிக்கும் வகையில்தான் அது இருந்தது. ஏற்கனவே அனைவருக்கும் தெரிந்ததைத்தான் அது நிரூபித்தது. அதாவது தரை மேலிருந்து செங்குத்தாக விழும் உணவை மட்டுமின்றி, சாய்வாக விழும் உணவையும், சில நேரங்களில் சுழன்று விழுகின்ற உணவையும் கூடத் தரை ஈர்க்கும் என்று காட்டியது. ஆக என்னுடைய ஆய்வு அப்படியே நின்றது. ஆனால் நான் மனமுடைந்து போகவில்லை. எனக்கு அப்போது இள வயது. எனவே இந்த ஏமாற்றம் என்னுடைய வாழ்க்கையில் மிகப்

பெரிய சாதனையை அடைய என்னை முயற்சி எடுக்கச் செய்தது. என்னுடைய ஆய்வு பற்றி அறிவியலாளர் குறை சொன்னதை நான் நம்பவில்லை. ஆனால் நம்பிக்கைக்கு இங்கு எந்தப் பயனுமில்லை; நிரூபணம் தான் முக்கியம். எனவே அதனை நிறுவிட நான் உறுதி எடுத்துக்கொண்டேன். பொருத்தமில்லாத நிலையிலிருந்து எனது சோதனையை உயர்த்தி, ஆய்வுக் களத்தில் மையத்தில் வைக்க உறுதி பூண்டேன்.

நான் உணவிலிருந்து பின்வாங்கியபோது தரை அதனைச் சாய்வாக இழுக்கவில்லை, நான் தான் என்னைப் பின் தொடருமாறு இழுத்தேன் என்று நிரூபிக்க விரும்பினேன். இந்த முதல் சோதனையை அதற்குமேல் கொண்டு செல்ல முடியவில்லை என்பது உண்மை. கண் முன்னாலேயே உணவைப் பார்த்துக்கொண்டு, அதே சமயம் அறிவியல் கண்ணோட்டத்தோடு சோதனையில் ஈடுபடுவதை அதிக நேரம் தொடர முடியாது. ஆனால் நான் வேறொன்று செய்யத் தீர்மானித்தேன். என்னால் முடிந்தவரை நான் உண்ணா நோன்பு இருக்கத் தீர்மானித்தேன்; அதே சமயம் உணவைப் பார்க்காமல், எல்லாச் சோதனையையும் தவிர்க்க வேண்டும். நான் அனைத்திலுமிருந்து இப்படிப் பின்வாங்கிக்கொண்டு விட்டேனென்றால், கண்களை மூடி இரவும் பகலும் படுத்துக் கிடந்தால், காற்றில் வரும் உணவைப் பிடுங்க அல்லது தரையிலிருந்து தாக்க நான் சிரமம் எடுத்துக் கொள்ளாவிட்டால், நான் எதிர்பார்க்கத் துணியாமல், மனதில் ஒரு மெல்லிய நம்பிக்கையுடன், தவிர்க்க முடியாத தேவையினால் தரைக்குத் தண்ணீர் ஊற்றுவதும், என்னுடைய ஆற்றலை வலிமையிழக்கச் செய்யாமல் இருப்பதற்கு நடனமாடுவதைத் தவிர்த்து மந்திர உச்சரிப்பையும், பாடுவதையும் மட்டும் செய்தால், உணவு தானாகவே மேலிருந்து விழுந்தால், நான் தரையருகில் போகாமலேயே எனது பற்களை அனுமதி வேண்டித் தட்டினால் - இப்படி நடந்து விட்டால் (அறிவியல் தவறென்று சொல்லாவிட்டாலும், ஏனென்றால் விதி விலக்குகளையும் தனிப்பட்ட நிகழ்வுகளையும் அனுமதிக்கும் அளவிற்கு அது நெகிழ்வுடையது) இத்தகைய நெகிழ்வுத்தன்மையில்லாத பிற நாய்கள் என்ன சொல்லும் என்று என்னையே நான் கேட்டுக் கொண்டேன். வரலாற்றில் காணப்படுகின்ற விதி விலக்கான நிகழ்ச்சி இல்லை இது. எடுத்துக்காட்டாக உடல்நலக் குறைவினாலோ, மனக்கோளாறினாலோ ஒரு நாய் நிலத்தைத்

தயாரிக்கவும், உணவைப் பின்தொடர்ந்து பிடிக்கவும் மறுப்பது வேறு. அப்போது நாய்ச் சமூகம் முழுவதும் மந்திர வாக்கியத்தை உச்சரித்து அதன் மூலம் உணவை தனது வழக்கமான வழியை மாற்றி, நோயாளியின் தாடைகளுக்குள் போகும்படி செய்யும். மாறாக, நான் நல்ல உடல்நலத்துடன் என்னுடைய சக்தியின் உச்சக்கட்டத்தில் இருந்தேன். என்னுடைய பசி எவ்வளவு இருந்ததென்றால் அதைத் தவிர நான் வேறெதைப் பற்றியும் நினைத்ததில்லை. மேலும் நானே வலிய வந்து உண்ணா நோன்புக்கு உடன்பட்டேன். அப்போது நான் விரும்பி இருந்தால் நானே உணவை வரவழைத்துக் கொள்ள முடியும். அதைத் தான் நான் விரும்பவும் செய்தேன். எனவே நான் நாய்கள் சமூகத்திலிருந்து எந்த உதவியையும் கேட்கவில்லை. உண்மையில் சொல்லப் போனால் மிக உறுதியாக நான் அதை மறுத்து விட்டேன்.

வெளிப் பகுதியிலுள்ள புதர்களுக்கு மத்தியில் வசதியான ஓர் இடத்தைத் தேர்ந்து கொண்டேன். அங்கிருந்தால் நான் உணவு பற்றிப் பேசுவதை, தாடைகள் கடிக்கும் சத்தத்தை, எலும்புகளை நக்கும் சப்தத்தைக் கேட்க வேண்டியிருக்காது. கடைசியாக நன்றாகச் சாப்பிட்டுவிட்டுப் படுத்து விட்டேன். முடிந்தவரையில் கண்களை மூடிக்கொண்டே காலம் முழுவதையும் செலவிட விரும்பினேன். என்னுடைய விரத நாட்கள், வாரங்களானாலும், உணவு வரும் வரையில் எனக்கு இரவாகவே இருக்கும். எனினும், அந்த வேளையில் நான் தூங்கத் துணியவில்லை. தூங்காமலிருந்தால் நல்லது, அது தான் எல்லாவற்றையும் கடினமாக்கிற்று. ஏனென்றால் நான் காற்றிலிருந்து விழும் உணவை மனத்திற்குள் கொண்டு வரவேண்டும். அது மட்டும் இல்லாமல், அது வரும்போது நான் தூங்காமலிருக்க என்னையே காத்துக் கொள்ள வேண்டும். ஆனால் அதே சமயம் தூக்கத்தை நான் வரவேற்கவும் செய்வேன், ஏனென்றால் விழித்திருக்கும் நேரத்தை விடத் தூங்கினால் அதிக நேரம் நோன்பு இருக்க முடியும். இந்தக் காரணங்களால் என்னுடைய நேரத்தைக் கெட்டிக்காரத்தனமாக ஒழுங்குபடுத்திக் கொள்ளத் தீர்மானித்தேன். நன்றாகத் தூங்க வேண்டும்; ஆனால் விட்டு விட்டுத் தூங்க வேண்டும். இதை எப்படிச் சாதித்தேன் என்றால் தூங்கும்போது என் தலையை மெல்லிய குச்சிகள் மேல் வைத்தேன்; அவை உடைந்து என்னை எழுப்பி விடும். இப்படியாக நான் தூங்கிக் கொண்டும், காவல்

காத்துக் கொண்டும், கனவு கண்டு கொண்டும், எனக்குள் அமைதியாகப் பாடிக்கொண்டும் படுத்திருந்தேன். என்னுடைய முதல் காவல் நேரம் ஒன்றும் நடக்காமல் கடந்துபோய் விட்டது. ஒருவேளை உணவு வரும் இடத்திலிருந்து, வழக்கமான நடவடிக்கைகளுக்கு எதிராக நான் படுத்துக் கிடந்ததை ஒருவரும் கவனித்திருக்க மாட்டார்கள். எனவே ஒரு அடையாளமும் இல்லை. என்னுடைய ஒருமுகப்படுத்தலில் ஓரளவு பாதிப்பு ஏற்பட்டது. ஏனென்றால், என்னைக் காணவில்லை என்று மற்ற நாய்கள் தேடி, கண்டுபிடித்து, எனக்கு எதிராக ஏதாவது செய்ய முயல்வார்கள் என்று அஞ்சினேன். இன்னொரு அச்சம் என்னவென்றால், நிலத்தை வெறுமனே நனைப்பதால், அறிவியலின் கண்டுபிடிப்புகளின்படி அது தரிசு நிலமாக இருந்தாலும், ஏதாவது உணவு தோன்றி என்னை அதன் மணத்தால் தவறு செய்யத் தூண்டி விடுமோ என்பது தான். ஆனால் சிறிது காலத்திற்கு அப்படி ஒன்றும் நடக்கவில்லை. நானும் எனது உண்ணாநோன்பைத் தொடர முடிந்தது. இந்த அச்சங்களைத் தவிர இந்த முதல் கட்டத்தில் முன்னெப்போதும் இருந்ததையும்விட மன அமைதியோடு இருந்தேன். உண்மையில் அறிவியலின் கண்டுபிடிப்புகளைத் தவறென்று காட்ட நான் உழைத்துக் கொண்டிருந்தாலும், என்னுள்ளத்தில், அறிவியல் பணியாளரின் களங்கமற்ற அமைதி, ஆழ்ந்த உறுதிப்பாடு இருந்தது. என்னுடைய சிந்தனைகளில் என்னுடைய ஆய்வுகளுக்காக அறிவியலிடம் மன்னிப்புக் கேட்டேன். என்னுடைய ஆய்வுகளில் அதற்கும் இடம் இருக்க வேண்டும்.

என்னுடைய ஆய்வுகளின் விளைவு எவ்வளவு அதிகமிருந்தாலும், சாதாரண நாய் வாழ்க்கையில் என்னை இழந்து விட மாட்டேன் என்று எனது காதுகளில் உறுதிமொழி ஒலித்தது. என்னுடைய முயற்சிகளை அறிவியல் கருணையோடு பார்த்து, என்னுடைய கண்டுபிடிப்புகளுக்கு அறிவியல் விளக்கம் தரும். இந்த உறுதிமொழியே எனக்கு நிறைவைத் தந்தது. இதுவரையில் என்னுடைய உள்ளத்தில் நாடு கடத்தப்பட்டவனைப்போல, காட்டுமிராண்டியைப் போல என்னுடைய இனத்தின் மரபுச் சுவர்களில் என்னுடைய தலையை மோதிக் கொண்டது போல உணர்ந்தாலும், இப்போது மிகுந்த மாட்சிமையோடு என்னை ஏற்றுக் கொள்வார்கள், நான் அதிக நாளாய் ஏங்கிய நாயுடல்களின் வெம்மை என்னைத் தழுவிக்

கொள்ளும், என்னுடைய தோழர்களின் தோள்களில் தலையை நிமிர்த்தி நிற்பேன். எனது முதல் பசியின் குறிப்பிடத்தக்க விளைவுகள்! என்னுடைய சாதனை எனக்கு எவ்வளவு பெரியதாகத் தெரிந்ததென்றால், நான் அந்த அமைதியான புதர்களுக்கு மத்தியில் உணர்ச்சி மிகுந்து தன்னிரக்கத்தோடு அழத் தொடங்கினேன். ஆனால் அது எனக்கே புரியாததாக இருந்தது என்று நான் சொல்லியாக வேண்டும். ஏனென்றால் என்னுடைய வெகுமதிக்காக நான் எதிர்பார்த்துக் கொண்டிருந்த வேளையில் நான் ஏன் அழ வேண்டும்? ஒருவேளை, களங்கமில்லா மகிழ்ச்சியால் இருக்கலாம். நான் மகிழ்ச்சியாக இருக்கும்போது அப்படித்தான் இருக்கும். நான் அழுவது அரிது. அதற்குப் பிறகு, என்னுடைய உணர்ச்சிகள் விரைவிலேயே போய் விட்டன. அதிகமாகிக் கொண்டே வரும் எனது பசியின் முன்னால் என்னுடைய அழகிய கற்பனைகள் ஒவ்வொன்றாய் ஓடி விட்டன. என்னுடைய கற்பனைகளுக்கும், இனிய உணர்வுகளுக்கும் நான் உடனடியாக விடைகொடுத்த பிறகு, என்னுடைய வயிற்றில் பசி கொழுந்து விட்டு எரிய நான் தனிமைப்பட்டு விட்டதை உணர்ந்தேன். 'இது என்னுடைய பசி,' என்று எனக்குள்ளேயே கணக்கற்ற முறை அந்தக் கட்டத்தில் சொல்லிக் கொண்டேன், என்னுடைய பசியும் நானும் வெவ்வேறு பொருட்கள் போலவும், சுமையாக இருக்கும் காதலியைத் தள்ளி விட முடிவது போலவும் என்னை நானே நம்ப வைக்க முயல்வது போல! ஆனால் உண்மையில் இருவரும் ஒன்று தான். நானே எனக்கு இவ்வாறு விளக்கம் தந்து கொண்டேன். 'இது என்னுடைய பசி' என்று சொன்னபோது, பசிதான் பேசியது, அது என்னை வைத்துக் கொண்டே வேடிக்கை பார்த்தது.

மிக மோசமான நேரம்! அதை நினைக்கும்போதே என் உடல் நடுங்குகிறது. நான் அப்போது பட்ட துன்பத்தினால் மட்டுமல்ல, எதையாவது நான் சாதிக்க வேண்டுமென்றால் அந்தத் துன்பத்தை மீண்டும் அனுபவித்து ஆக வேண்டும் என்பதால் அஞ்சினேன் என்பதைக் கவனத்தில் கொள்ளுங்கள். ஏனென்றால் இன்றும் ஆய்விற்கான மிக சக்தி வாய்ந்த ஆயுதம் உண்ணாநிலை தான் என்று சொல்வேன். உண்ணா நோன்பு வழியாகத் தான் பாதை போகிறது. உச்சத்தை அடைய முடியுமென்றால், அந்த உச்சத்தை உயர்ந்த முயற்சியினால் தான் அடைய முடியும். எங்கள் மத்தியில் உயர்ந்த முயற்சி தானே

முன் வந்து உண்ணா நோன்பு இருப்பதுதான். நான் அந்தக் காலங்களை நினைவுகூறும் போதெல்லாம், அவற்றைப் பற்றிச் சிந்தித்தே என்னுடைய வாழ்க்கையைக் கழிப்பது மகிழ்ச்சி தான். என்னை அச்சுறுத்தும் காலத்தைப் பற்றியும் நினைக்காமல் இருக்க முடியவில்லை. அந்த முயற்சியிலிருந்து மீண்டும் நலம் பெற வாழ்நாள் முழுவதும் தேவைப்படுவது போல எனக்குத் தோன்றுகிறது. என்னுடைய வயதுவந்த வாழ்க்கை முழுவதும் எனக்கும் அந்த உண்ணா நோன்புக்கும் இடையில் இருப்பது போலத் தோன்றுகிறது. நான் இன்னும் முழுவதுமாக உடல் நலம்பெறவில்லை. அடுத்த முறை எனது உண்ணாநோன்பைத் தொடங்கும்போது முதல் தடவையை விட அதிகமான மன உறுதியோடு இருப்பேன். ஏனென்றால் அப்போது அதிகமான அனுபவமும், முயற்சியின் தேவை பற்றிய ஆழமான உள்ளொளியும் இருக்கும். ஆனால் என்னுடைய முதல் முயற்சியால் என்னுடைய சக்திகளையெல்லாம் இழந்து வலுவிழந்து விட்டேன். எனவே அந்தப் பழக்கப்பட்ட பயங்கரங்களைப் பற்றி எண்ணும்போதே நான் தோல்வி அடைந்தாலும் அடைந்து விடுவேன். என்னுடைய பசிக் குறைவு எனக்கு உதவாது; என்னுடைய முயற்சியின் மதிப்பை அது ஒரு சிறிதே குறைக்கும். உண்மையில் முதற் தடவையைவிட அதிக நாட்கள் உண்ணாநிலையில் நீடிக்க என்னைக் கட்டாயப்படுத்தலாம். இவை பற்றியும் பிற விஷயங்கள் பற்றியும் நான் தெளிவாகவே இருக்கிறேன். முதல் முயற்சிகளில் நீண்ட இடைவெளிகள் இல்லாமல் இல்லை. அடிக்கடி பசியின் மேலேயே என் பல் பதிந்து விட்டது. ஆனால் கடைசி முயற்சிக்கு நான் வலிமையோடு தான் இருந்தேன். எனினும் இப்போது கறைபடாத இளமையின் ஆர்வம் முற்றிலுமாகப் போய்விட்டது. முதல் நோன்பின் பெருந் துன்பங்களிலேயே அது மறைந்து விட்டது. எல்லாவிதமான எண்ணங்களும் என்னைச் சித்திரவதை செய்தன. எங்களுடைய முன்னோர்கள் அச்சுறுத்தும் வகையில் என் முன்னால் நின்றார்கள். வெளிப்படையாகச் சொல்லாவிட்டாலும், அவர்களை எல்லாவற்றிற்கும் பொறுப்பாளர்களாக ஆக்கினேன். அவர்கள்தான் எங்கள் நாய் வாழ்க்கையைக் குற்றத்தில் ஈடுபடுத்தினார்கள். ஆகவே இந்தப் பயமுறுத்தல்களுக்கு எதிர்ப் பயமுறுத்தல்களால் பதில் சொல்லியிருக்க முடியும். ஆனால் அவர்களுடைய அறிவுக்கு முன்னால் நான் தலை

தாழ்த்துகிறேன். இப்போது எங்களுக்குத் தெரியாத மூலங்களிலிருந்து அந்த அறிவு அவர்களுக்கு வந்திருந்தது. அதன் காரணமாக, நான் அவர்களை எதிர்க்கக் கட்டாயப்படுத்தப் பட்டாலும், அவர்களுடைய விதிகளை என்றும் மீற மாட்டேன். ஆனால் என்னுடைய மூக்கால் எளிதில் மோப்பம் பிடிக்கக் கூடிய சந்து பொந்துகள் வழியாகத் தப்பித்து விடுவேன். உண்ணா நோன்பைப் பொறுத்தவரையில், நம்முடைய முனிவர்களில் ஒருவர் ஒரு சமயம் அதனைத் தடை செய்யலாம் என்று கூறியதற்கு, இன்னொரு முனிவர் "உண்ணா நோன்பு இருப்பதை யாரும் நினைப்பார்களா?" என்று கேட்டு அதனைத் தடுக்க முயன்றதும், அதைக் கேட்ட முதல் முனிவர் தனது தடையைப் பின் வாங்கிக் கொண்டதுமான அனைவருக்கும் தெரிந்த உரையாடலை எனக்கு ஆதரவாக மேற்கோள் காட்டினேன். இப்போது இன்னொரு வினா எழுகிறது. "உண்ணா நோன்பு உண்மையில் தடை செய்யப்படவில்லையா?" உரை ஆசிரியர்களில் பெரும்பாலோர் இதனை மறுக்கிறார்கள், உண்ணா நோன்பு சுதந்திரமாக அனுமதிக்கப்பட்டிருக்கிறது என்று கருதுகிறார்கள். இரண்டாவது முனிவரின் கருத்தை ஒட்டித் தவறான விளக்கங்களால் ஏற்படும் தீய விளைவுகளைப் பற்றி சிறிதும் கவலைப்படவில்லை. நான் எனது உண்ணா நோன்பைத் தொடங்கியபோது இதுகுறித்து உறுதியான முடிவுக்கு வந்து விட்டேன். ஆனால் இப்போது பசியால் ஏற்பட்ட வலியில் துடித்தபோது, எனது மனத் துயரத்தில், என்னுடைய பின்னங்கால்களைப் பின்பக்கம் வரையில் நக்கியும், கரம்பியும் சுகம் தேடினேன். இந்த உரையாடலில் அனைவரும் கொண்ட பொருள் எனக்கு முழுவதுமாகப் பிழையாகத் தோன்றிற்று. உரை ஆசிரியர்களின் அறிவியலைச் சபித்தேன். ஆனால் தவறாக வழி நடத்தப்பட்ட என்னைச் சபித்துக் கொண்டேன். அந்த உரையாடலில், உண்ணா நிலையைத் தடுத்ததிற்கும் மேல் ஏதோ இருந்தது என்பதைக் குழந்தை கூடச் சொல்லும். முதல் முனிவர் உண்ணா நோன்பைத் தடை செய்ய விரும்பினார். ஒரு முனிவர் விரும்பினால் அது உடனே நடைமுறைப்படுத்தப்படும். எனவே உண்ணா நோன்பு தடை செய்யப்பட்டு விட்டது. இரண்டாவது முனிவரைப் பொறுத்த வரையில் அவர் முதல் முனிவர் கூறியதை ஆதரித்ததோடு மட்டுமில்லை, உண்ணா நோன்பையே நடக்க முடியாதது என்று கருதினார், அதாவது முதல் தடையின் மேல் இரண்டாவது

தடையான நாய்த் தன்மையை வைத்தார். இதை முதல் முனிவர் பார்த்து வெளிப்படையான தடையைத் திரும்பப் பெற்றுக் கொண்டார். அதாவது இப்போது பிரச்சனை தீர்க்கப்பட்டு விட்டதால், அவர் எல்லா நாய்கள் மேலும் அவர்கள் தங்களைத் தெரிந்துகொண்டு உண்ணா நோன்பின் மேலுள்ள தடையைத் தாங்களே விதித்துக் கொள்ள வேண்டும் என்ற கடமையைச் சுமத்தினார். எனவே இங்கே ஒன்றுக்குப் பதிலாக மூன்று மடங்கு தடைகள் வந்து விட்டன. நான் அதனை மீறி விட்டேன். இப்போதாவது நான் கீழ்ப்படிந்து போய் இருக்கலாம். ஆனால் வலிக்கிடையில் நான் தொடர்ந்து உண்ணாமல் இருக்க வேண்டும் என்ற தீராத ஆசை வந்து விட்டது. வினோதமான நாய் போல அதனைப் பேராசையோடு பின் தொடர்ந்தேன். என்னால் நிறுத்த முடியவில்லை. ஒருவேளை எழுந்து பழக்கமான இடங்களில் எனக்குப் பாதுகாப்புத் தேடும் அளவிற்குக் கூடத் தெம்பில்லை போலும். கீழே விழுந்து கிடந்த காட்டு இலைகளில் தூங்கி விழுந்தேன். ஆனால் என்னால் தூங்க முடியவில்லை. எல்லாப் பக்கங்களிலிருந்தும் சப்தங்கள் வந்தன. இதுவரையில் என்னுடைய வாழ்க்கையில் தூங்கியிருந்த உலகம் என்னுடைய நோன்பினால் விழித்துக் கொண்டது போலும். நான் இனிமேல் மீண்டும் சாப்பிட முடியாது என்ற எண்ணம் என்னைச் சித்திரவதை செய்தது. என்னைச் சுற்றி இவ்வுலகம் எழுப்பும் கலக ஒலிகளை மௌனமாக்க நான் சாப்பிட வேண்டும்; இனி எப்போதும் சாப்பிட முடியாதே! ஆனால் மிகப் பெரிய சப்தம் என்னுடைய வயிற்றில் இருந்து வந்தது. அடிக்கடி என்னுடைய காதுகளை அதில் வைத்துக் கேட்டால் என்னுடைய கண்களே பயத்தைக் காட்டும். ஏனென்றால் நான் கேட்டதை என்னாலேயே நம்ப முடியவில்லை. இப்போது என்னால் தாங்கிக்கொள்ள முடியாத அளவு நிலைமை மோசமாகப் போய்க் கொண்டிருந்ததால், இந்தக் கலவரத்தில் என்னுடைய தனித் தன்மையே பாதிக்கப்பட்டு விட்டது. தன்னையே காத்துக்கொள்ள விவேகமற்ற செயல்களில் ஈடுபட்டது. உணவின் மணம் என்னைத் தாக்கத் தொடங்கியது. என்னுடைய குழந்தைப் பருவத்தில் எனக்கு விருப்பமான பண்டங்கள், நான் மறந்திருந்த ருசியான உணவுப் பொருட்களின் நினைவுகள் என்னைத் தாக்கத் தொடங்கின. ஆம், என்னுடைய தாயின் மடியின் வாசனையை நான் நுகர முடிந்தது. எல்லா மணங்களையும் எதிர்க்க வேண்டும் என்ற எனது தீர்மானத்தை

மறந்தேன்; அல்லது மறக்கவில்லை. அங்கும் இங்கும் இழுத்து இழுத்து ஒரு சில அடிகள் நகர்ந்தேன். என்னுடைய தீர்மானத்திற்கு உகந்தது போன்றதுதான் என்பது போல, உணவுக்கு எதிராக என்னைப் பாதுகாத்துக் கொள்ள அதனைத் தவிர்க்க அதனைத் தேடிக் கொண்டிருந்தது போல, நான் முகர்ந்து பார்த்துக் கொண்டேன். என்னால் ஒன்றையும் பார்க்க முடியவில்லை என்பது என்னை ஏமாற்றவில்லை. உணவு அங்கேதான் இருக்க வேண்டும். ஆனால் எப்போதுமே சில அடிகள் தள்ளியே இருந்தது. அதை அடைவதற்கு முன்னர் என்னுடைய கால்கள் நகர மறுத்தன. ஆனால் அதே நேரம் அங்கே ஒன்றும் இல்லை என்றும், நான் அந்த இடத்திலேயே மயங்கி விழுந்து அங்கிருந்து போக முடியாமல் ஆகி விடும் என்ற அச்சத்தினாலேயே நான் இந்த மெல்லிய அசைவுகளைச் செய்தேன் என்றும் எனக்குத் தெரியும். என்னுடைய கடைசி நம்பிக்கைகளும், கடைசிக் கனவுகளும் மறைந்தன. நான் சோகமாக அழிந்து விடுவேன். என்னுடைய ஆய்வுகளால் என்ன பயன்? குழந்தைத்தனமான, மிக மகிழ்ச்சியாக இருந்த நாட்களில் மேற்கொண்ட குழந்தைத்தனமான முயற்சிகள். இங்குதான் இப்போதுதான் முயற்சியின் உச்சக்கட்டமாக, இங்குதான் என்னுடைய ஆய்வுகள் அவற்றின் மதிப்பைக் காட்டியிருக்க வேண்டும். ஆனால் அவை எங்கே மறைந்து போயின? ஒரே ஒரு நாய்தான் இங்கே வெறும் காற்றில் சுடக்குப் போட்டுக் கொண்டு படுத்திருக்கிறது. ஒரு நாய் தான் - விட்டு விட்டு வேக வேகமாய் இன்னும் தரைகளுக்குத் தண்ணீர் ஊற்றிக் கொண்டிருக்கிறது. அதற்கு அதுகூடத் தெரியவில்லை. அதனுடைய நினைவில் சேர்த்து வைக்கப்பட்டிருந்த எண்ணற்ற மந்திர உச்சாடனங்களில் மிகச் சிறியவற்றைக் கூட நினைவுபடுத்திப் பார்க்க முடியவில்லை. நாய்க்குட்டி தனது தாயோடு ஒட்டிக் கொண்டிருக்கும்போது பாடும் பாடல்களைக் கூட நினைவு கூற முடியவில்லை. நான் என்னுடைய தோழர்களிடமிருந்து சிறிது தூரம் அல்ல, முடிவற்ற தொலைவு பிரிந்திருப்பதுபோல, பசியால் இல்லாமல் யாரும் கவனிக்கப்படாததாலேயே இறந்து விடுவேன் என்பது எனக்குத் தோன்றியது. ஏனென்றால் யாரும், தரையின் கீழும், அதன் மேலும், அதற்கு மேலும் இருக்கும் யாரும் என்னைப் பற்றிக் கவலைப்படவில்லை என்பது தெளிவாகியது. அவர்கள் என்னை ஒரு பொருட்டாக மதியாததாலேயே நான் இறந்து

கொண்டிருந்தேன். அவர்களும் அக்கறையில்லாமல், "அவன் இறந்து கொண்டிருக்கிறான்," என்றார்கள். அது நடந்து விடும் போலத் தோன்றியது. நானே இதற்கு சம்மதம் தரவில்லையா? நானே இதைச் சொன்னேன் அல்லவா? இதுபோல உதறித் தள்ளப்படுவதை நான் விரும்பினேன் இல்லையா? ஆம், சகோதரர்களே, ஆனால் அந்த இடத்தில் சாவதற்காக அல்ல. மாறாக இந்தப் பொய் நிறைந்த உலகை விட்டுத் தப்பித்து உண்மையை அடையத்தான். இந்த உலகில் உண்மையைப் பெற யாரும் இல்லை. நானும் இந்தப் பொய்மையின் குடிமகனாகப் பிறந்ததால் என்னிடமிருந்தும் பெற முடியாது. ஒருவேளை, உண்மை வெகு தொலைவில் இல்லாமல் இருக்கலாம், எனவே நான் நினைத்தது போல நானும் கைவிடப்படாமல் இருக்கலாம். பணிந்து போய் சாவதற்கு சம்மதிப்பதில் என்னுடைய தோழர்களாய் இருந்ததை விட என்னாலேயே அதிகம் கைவிடப்பட்டிருக்கலாம்.

ஆனால் படபடக்கும் நாய் கற்பனை செய்வதுபோல சாவு அவ்வளவு எளிதாக வருவதில்லை. நான் மயக்கமடைந்தேன். அவ்வளவுதான். நான் மயக்கம் தெளிந்து கண்களை உயர்த்திப் பார்த்தபோது ஒரு வேட்டை நாய் என் முன்னால் நின்று கொண்டிருந்தது. எனக்குப் பசியில்லை. ஆனால் வலிமை இருந்தது. என்னுடைய கால்களெல்லாம் நேராக, சுறுசுறுப்பாக இருந்தன. ஆனால் இதை நிரூபிக்க நான் எழ முடியவில்லை. என்னுடைய பார்வைகூட வழக்கத்தை விடக் கூர்மையாக இருந்தது. அழகான, ஆனால் சாதாரண வேட்டை நாய் என் முன்னால் நின்றது. அதனை என்னால் பார்க்க முடிந்தது; அவ்வளவு தான். எனினும், அவரிடம் ஏதோ ஒன்றைப் பார்த்ததாக எனக்குத் தோன்றிற்று. எனக்குக் கீழே இரத்தம் இருந்தது. முதலில் நான் அதை உணவு என்று எண்ணினேன். உடனே நான் வாந்தி எடுத்த இரத்தம் என்று கண்டுகொண்டேன். அதிலிருந்து என்னுடைய பார்வையை அந்த வினோதமான வேட்டை நாய் மேல் திருப்பினேன். அவர் ஒல்லியாக, நீண்ட கால்களுடன் செம்மண் நிறத்தில் இங்கும் அங்குமாக வெள்ளைப் பகுதிகளுடன் இருந்தார். உறுதியான, ஊறுடுறுவும் பார்வை. "இங்கே என்ன செய்து கொண்டிருக்கிறாய்?" என்று கேட்டார். "இந்த இடத்தை விட்டு உடனே போக வேண்டும்." "நான் இப்போதே போக முடியாது," என்றேன். எதையும் விளக்க முற்படவில்லை. அவரிடம் நான் எப்படி

எல்லாவற்றையும் விளக்க முடியும்? மேலும் அவர் அவசரத்தில் இருப்பது போலத் தோன்றிற்று. "தயவுசெய்து போய் விடு," என்றார் பொறுமையிழந்து கால்களைத் தூக்கிக் கீழே வைத்துக் கொண்டே. "நான் இங்கேயே இருக்க விடுங்கள். என்னை விட்டு விடுங்கள். என்னைப் பற்றிக் கவலைப்படாதீர்கள். மற்றவர்கள் கவலைப்படுவதில்லை" என்றேன். "உனக்கு நல்லதிற்குத் தான் சொல்கிறேன்," என்றார் அவர். "என்ன காரணத்திற்காக வேண்டுமென்றாலும் நீங்கள் சொல்லலாம். நான் விரும்பினாலும் என்னால் முடியாது," என்று பதில் சொன்னேன். "அதைப் பற்றி நீ கவலைப்பட வேண்டாம்," என்றார் புன்முறுவலுடன்.

"உன்னால் போக முடியும். நீ இவ்வளவு சக்தியற்று இருப்பதால் தான் உன்னை நான் இப்போது போகச் சொல்கிறேன். நீ விரும்பினால் இப்போது மெல்ல மெல்லப் போகலாம். இங்கேயே இருந்தால் பிறகு ஓட வேண்டி வரும்." "அது என்னுடைய வேலை," என்றேன், என்னுடைய பிடிவாதத்துக்கு வருத்தப்பட்டு "அது என்னுடையதும் தான்," என்றார். ஆனால் கொஞ்ச நேரம் அங்கே படுத்திருக்க அனுமதித்தது வெளிப்படையாகத் தெரிந்தது. அதே சமயம் எனக்கு மரியாதை செலுத்த வாய்ப்புக் கிடைத்ததைப் பயன்படுத்தியது போலத் தோன்றிற்று. அந்த அழகிய நாயின் சொற்களுக்கு வேறு சமயமாக இருந்தால் கீழ்ப்படிந்திருப்பேன். ஆனால் அப்போது அந்த எண்ணமே என்னுள் பயத்தை உண்டாக்கி விட்டது. ஏனென்று சொல்ல முடியாது. "வெளியே போ," என்று சப்தமாகவே கத்தினேன். எனக்கு என்னைக் காத்துக் கொள்ள வேறு வழி தெரியாததால் உரக்கக் கத்தினேன். "அப்படியானால் சரி, நான் போகிறேன்," என்று சொல்லிக் கொண்டே மெதுவாகப் பின் வாங்கினார். "நீ பெரிய ஆள், உனக்கு என்னைப் பிடிக்கவில்லையா?" "நீங்கள் என்னை அமைதியாக விட்டுப் போய் விடுவது தான் எனக்குப் பிடிக்கும்," என்றேன். அவரைச் சிந்திக்க வைக்க நான் முயலும் அவ்வேளையில், என்னைப் பற்றியே நான் உறுதியாக இல்லை. உண்ணாநோன்பால் கூர்மையாக்கப்பட்ட என்னுடைய உணர்வுகளுக்கு அவரைப் பற்றி எதையோ பார்த்தது போலவோ, கேட்டது போலவோ தோன்றியது. என்னை விரட்டும் சக்தி இந்த வேட்டை நாய்க்கு இருந்தது எனக்குத் தெரிந்தது. எனினும், அப்போது என்னால் எழுந்து

நிற்க முடியுமென்று கனவு கூடக் காண முடியவில்லை. என்னுடைய முரட்டுத்தனமான பதிலுக்கு அவர் தலையை சோகமாக அசைத்தார். நான் மிகுந்த ஆசையோடு அவரைப் பார்த்தேன். "நீ யார்?" என்று கேட்டேன். "நான் ஒரு வேட்டைக்காரன்," என்றார் அவர். "என்னை ஏன் இங்கே படுக்க அனுமதிக்க மாட்டேன் என்கிறீர்கள்?" என்று கேட்டேன். "எனக்கு நீ இடைஞ்சலாக இருக்கிறாய். நீ இருப்பதால் என்னால் வேட்டையாட முடியாது," என்று அவர் பதில் சொன்னார். "முயன்று பாருங்களேன். ஒருவேளை உங்களால் வேட்டையாட முடியும்," என்றேன். "இல்லை, மன்னித்துக் கொள். நீ இங்கிருந்து போகத்தான் வேண்டும்," "இன்று ஒரு நாள் மட்டும் வேட்டையாடாதீர்கள்," என்று வேண்டினேன். "முடியாது, நான் வேட்டையாட வேண்டும்." "நான் போக வேண்டும், நீங்கள் வேட்டையாட வேண்டும். வேண்டும், வேண்டும் தான். ஏன் வேண்டும் என்று விளக்க முடியுமா உங்களால்?" "முடியாது?" என்றார் அவர் பதிலுக்கு. "இங்கு விளக்குவதற்கு ஒன்றும் இல்லை. இவை எல்லாம் இயற்கையான, நிரூபணம் தேவையில்லாத நிகழ்வுகள்." "அப்படி ஒன்றும் நிரூபணம் தேவையில்லாதவை அல்ல," என்றேன் நான். "என்னை விரட்டுவதற்கு வருந்துகிறீர்கள்; இருந்தாலும் விரட்டுகிறீர்கள்." "அது அப்படித்தான்," என்றார் அவர். "அது அப்படித்தான்," என்று நான் எதிரொலித்தேன். "இது விடை இல்லை. வேட்டையாடுவதை விடுவதா, என்னை விரட்டுவதை விடுவதா, எந்த தியாகத்தை நீங்கள் செய்வீர்கள்?" "வேட்டையாடுவதை விடுவது," என்று தயக்கமில்லாமல் கூறினார். "ஆ, உங்களை நீங்கள் மறுத்துச் சொல்கிறீர்கள் என்பது தெரியவில்லையா?" "நான் எங்கே என்னையே முரண்பட்டுக் கொள்கிறேன்?" என்று கேட்டார். "என் அருமைச் சின்ன நாயே, நான் அப்படிச் செய்ய வேண்டுமென்பது உனக்கு உண்மையிலேயே புரியவில்லையா? எல்லாருக்கும் தெரிந்த, நிரூபணம் தேவையில்லாத உண்மை என்பது உனக்குப் புரியவில்லையா?" நான் பதிலொன்றும் கூறவில்லை. ஒரு புதிய உயிர், பயம் கொடுக்கின்ற உயிர் என்னுள் ஓடியது. கண்ணுக்குத் தெரியாத அடையாளங்கள் மூலம் அந்த வேட்டை நாய் நெஞ்சின் ஆழத்தில் பாடத் தயாராகிக் கொண்டிருந்தது என்று நான் கவனித்தேன். இதனை என்னைத் தவிர யாரும் கவனித்திருக்க முடியாது.

“நீங்கள் பாடப் போகிறீர்கள்,” என்றேன். “ஆமாம், விரைவில் பாடப் போகிறேன். ஆனால் இப்போதில்லை,” என்று பதிலளித்தார். “நீங்கள் ஏற்கனவே ஆரம்பித்து விட்டீர்கள்” என்று கூறினேன். “இல்லை, இன்னும் இல்லை. ஆனால் தயாராக இரு.” “நீங்கள் மறுத்தாலும் எனக்கு உங்கள் பாட்டு கேட்கிறது,” என்றேன் நடுங்கிக்கொண்டே. பிறகு எனக்கு முன்னால் எந்த நாயும் பார்த்திராத, எங்கள் மரபில் கண்டிராத ஒன்றை நான் பார்த்ததாக நினைத்தேன். என் முன்னால் கிடந்த இரத்தத்தில் அச்சத்துடனும் அவமானத்துடனும் தலைகுனிந்து கொண்டேன். அந்த வேட்டை நாய் தனக்குத் தெரியாமலேயே ஏற்கனவே பாடிக் கொண்டிருந்ததை நான் பார்த்ததாக நினைத்தேன். அதற்கும் அப்பால், அந்த இசை அவரிடமிருந்து பிரிந்து அதனுடைய தனிப்பட்ட விதிகளின்படி காற்றில் மிதந்து வந்து கொண்டிருந்தது. அதற்கும் அவருக்கும் எந்தத் தொடர்பும் இல்லாதது போல, வேட்டை நாய் என்னை நோக்கி நகர்ந்து வந்து கொண்டிருந்தார். இன்று, அத்தகைய அனுபவத்தின் உண்மைத் தன்மையை நான் மறுத்தது அதற்கு அப்போதிருந்த அதிகப்படியான உணர்ச்சி வேகத்தைக் காரணம் காட்டுகிறேன். எனினும், அது தவறாக இருந்தாலும், அதில் ஒரு ஆடம்பரம் இருந்தது. மாயை போலத் தோன்றினாலும் அதுவே உண்மை. என்னுடைய நோன்புக் காலத்திலிருந்து கொண்டு வந்திருக்கிறேன். நமக்கும் அப்பால் நாம் இருக்கும்போது நாம் எவ்வளவு தூரம் போக முடியும் என்று காட்டுகிறது. நான் உண்மையில் எனக்கும் அப்பால் தான் இருந்தேன். மற்ற சூழ்நிலைகளில் நான் அசைய முடியாத அளவிற்கு நோய்வாய்ப்பட்டிருப்பேன். ஆனால் அந்தப் பாடல், அது தன்னுடையது தான் என்று வேட்டை நாய் ஒத்துக் கொண்ட பாடல், தடுக்க முடியாததாக இருந்தது. அதன் வலிமை அதிகமாகிக் கொண்டே போயிற்று. அது வளரும் சக்திக்கு எல்லைகளே இல்லை. என்னுடைய செவிப் பறைகளைக் கிழித்து விட்டது. அதில் மோசமானது என்னவென்றால், அது எனக்காக மட்டுமே இருந்தது போலத் தோன்றியது. இந்தக் குரலின் வளமையைக் கேட்டு காடுகளே அமைதியாகி விட்டன. இந்தக் குரல் எனக்காகவே இருந்தது போலத் தோன்றிற்று. அதன் முன்னால் இரத்தத்திலும் அழுக்கிலும் வெட்கங்கெட்டுப் படுத்துக்கொண்டு, இங்கேயே துணிவுடன் இருக்க நான் யார்? கால்கள் உழல எழுந்தேன். என்னையே பார்த்துக்

கொண்டேன். இந்தக் கெட்டுப்போன உடல் ஓட முடியாது. இன்னும் சிந்திக்க நேரமிருந்தது. ஆனால் பாடல் இசையினால் உந்தப்பட்டு ஒயிலோடு அந்த இடத்தை விட்டுத் தள்ளாடி நடக்கலானேன். நண்பர்களிடம் நான் எதுவும் சொல்லவில்லை. நான் வந்தவுடனேயே அவர்களிடம் சொல்லியிருக்க வேண்டும். நான் அப்போது மிகவும் தளர்ந்து போயிருந்தேன். பிறகு இது போன்ற நிகழ்ச்சிகளை எல்லாம் வெளியில் சொல்ல முடியாது என்று தோன்றியது. நான் அவ்வப்போது கோடிட்டுக் காட்டிய சிறு குறிப்புகள் பொதுவான உரையாடலில் அமிழ்ந்து போயின. பிறவற்றைப் பொறுத்தவரையில் நான் சில மணி நேரங்களில் உடல் நலம் பெற்று விட்டேன். ஆனால் ஆன்மிக அளவில் அந்தச் சோதனையின் விளைவை இன்னும் அனுபவிக்கிறேன்.

எப்படி இருப்பினும், அடுத்து நான் இசை பற்றிய ஆராய்ச்சிகளில் கவனம் செலுத்தினேன். அறிவியல் இந்தத் துறையில் சும்மா இருக்கவில்லை என்பது உண்மை. எனக்குச் சரியான தகவல் கிடைத்திருக்குமென்றால், இசை அறிவியல் உணவைக் காட்டிலும் பலவற்றை உள்ளடக்கியதாக இருந்தது. அது மட்டுமில்லை; உறுதியான அடித்தளத்தையும் கொண்டிருந்தது. இதனை இவ்வாறு விளக்கலாம்: அதனைக் காட்டிலும் இத்துறை விருப்பு வெறுப்பற்ற ஆராய்ச்சியை அனுமதிக்கிறது. அதனுடைய அறிவு கலப்படமில்லாத உற்றுநோக்கலையும், ஒழுங்கமைவை ஏற்படுத்துவதையும் சார்ந்திருக்கிறது. ஆனால் உணவுத் துறையில் முதன்மையான நோக்கம் செயல்முறை விளைவுகளை அடைவதுதான். இதன் காரணமாகத்தான் இசை அறிவியலுக்கு உணவுப் புலத்தைக் காட்டிலும் அதிக மரியாதை தருகிறார்கள். அதே காரணத்தினால் தான் இசை அறிவியல் மக்கள் வாழ்க்கையில் ஆழமாக உட்சென்றதில்லை. நானும்கூட காட்டில் அந்த இசையைக் கேட்கும் வரையில் இசை அறிவியல்பால் அவ்வளவு ஆர்வம் காட்டிக் கொள்ளவில்லை. இசை நாய்களுடனான என்னுடைய அனுபவம் இசையில் நாட்டத்தை ஏற்படுத்தியதில்லை. ஆனால் அப்போது எனக்கு இளம் வயது. மேலும் அந்த அறிவியலை அப்போது புரிந்து கொள்வதும் கடினமாக இருந்தது. அது மேல் மட்டத்திற்கு உரியது என்பதால் சாதாரண மக்களைத் தவிர்த்து விடுகிறது. மேலும் அந்த நாய்களிடம் எனக்கு மிகுந்த தாக்கத்தை முதலில் ஏற்படுத்தியது அவர்களின் இசையாக இருந்தாலும், அவற்றின் மௌனம்தான் மிகுந்த

முக்கியத்துவம் வாய்ந்ததாக இருந்தது. அவர்களுடைய பயமுறுத்தும் இசையைப் பொறுத்தவரையில், அது தனித்தன்மை வாய்ந்ததாக இருக்கலாம்; ஆகவே அதனை இங்கே குறிப்பிடாது விட்டு விடுகிறேன். ஆனால் அதன் பிறகு அவர்களுடைய மௌனம்தான் நான் எங்கே சென்றாலும், நான் சந்தித்த எல்லா நாய்களிலும் என்னை எதிர்கொண்டது. எனவேதான், உண்மையான நாய்த் தன்மைக்குள் நுழைய, உணவைப் பற்றிய ஆராய்ச்சியே சிறந்த முறை என்று தெரிந்தது. அது என்னை நேரான பாதையில் என்னுடைய இலக்கை நோக்கி இட்டுச் சென்றது. ஒருவேளை நான் சொன்னது தவறாக இருக்கலாம். இந்த இரண்டு அறிவியல்களுக்கு இடையிலுள்ள ஓரப் பகுதியில் இருப்பது என்னை ஏற்கனவே கவர்ந்து விட்டது. நான் சொல்வது உணவை மேலிருந்து கொண்டுவருகிற மந்திர உச்சாடனம். இங்கே நான் இசை அறிவியலைச் சரிவரக் கற்கவில்லை என்பது எனக்கு எதிராக இருக்கிறது. இத்துறையில் அரைகுறையாகக் கற்றவர்கள் மத்தியில் கூட என்னைச் சேர்த்துக் கொள்ள முடியாது. இப்படிப்பட்ட அரைவேக்காடுகளைத் தான் அறிவியல் புழுப் போலப் பார்க்கிறது. இந்த உண்மையிலிருந்து நான் வெளி வர முடியாது. இந்தப் பாடத்தில் நிபுணர் ஒருவர் வைக்கக் கூடிய தொடக்க நிலைத் தேர்வில் கூட நான் தேர்ச்சி பெற முடியாது. அதற்கு எனக்கு ஆதாரம் இருக்கிறது. நான் ஏற்கனவே குறித்துள்ள சூழல்களுக்கு அப்பால் அதற்குக் காரணங்களை, அறிவியல் ஆராய்ச்சி செய்யத் தேவையான தகுதி இல்லாமை, மோசமான நினைவாற்றல், எல்லாவற்றிற்கும் மேலாக என்னுடைய அறிவியல் நோக்கினை என் கண் முன் வைத்துக் கொண்டிருக்க முடியாமை ஆகியவற்றில் காணலாம். இவை அனைத்தையும் ஓரளவு மகிழ்ச்சியுடனேயே நான் ஏற்றுக் கொள்கிறேன். என்னுடைய அறிவியல் இயலாமைக்கு அடிப்படைக் காரணம் என்னிடம் இருக்கும் உள்ளுணர்வு தான். அது எந்த வகையிலும் குற்றமுள்ளது இல்லை. நான் என்னைப் பற்றியே பெருமை பேசிக்கொள்ள வேண்டுமென்றால் இந்த உள்ளுணர்வுதான் என்னுடைய அறிவியல் ஆற்றல்களைப் பயனின்றிச் செய்துவிட்டது. அன்றாட வாழ்க்கையில், எளிமையானது என்று சொல்லமுடியாத, சாதாரண விஷயங்களை ஓரளவு அறிவாற்றலுடன் ஒருவர் சமாளிக்க முடியுமென்பது அசாதாரணமானதுதான். மேலும் ஒருவருடைய கண்டுபிடிப்புகள் முடிந்த அளவுக்கு அறிவியல்

ஏணியில் முதற்படியில் பாதங்களை வைக்கத் திறமையின்றி இருந்தாலும், அறிவியலால் இல்லாவிட்டாலும் தனிப்பட்ட அறிவியல் அறிஞர் சோதித்து, சரியென்று காட்டியிருக்கிறார்கள். இந்த உள்ளுணர்வுதான், ஒருவேளை அறிவியலுக்காக, இன்றைய அறிவியல் இல்லாமல், அனைத்துக்குமான அறிவியலுக்காகச் சுதந்திரத்தை அனைத்துக்கும் மேலாக மதிக்கிறது. உரிமை! சுதந்திரம்! இன்றைக்கு நமக்குக் கிடைக்கும் சுதந்திரம் போலியானது தான். எப்படி இருந்தாலும் அது சுதந்திரம்; விலைமதிப்பற்ற உடைமை.

❖❖❖

வளை

என்னுடைய வளையைக் கட்டி முடித்து விட்டேன். வெற்றிகரமாக முடித்து விட்டதாகத்தான் தோன்றிற்று. வெளியில் இருந்து பார்த்தால் ஒரு பெரிய துளைதான் தெரியும். அது எங்கும் இட்டுச் செல்லாது. உள்ளே இரண்டு மூன்று அடி எடுத்து வைத்தால் பாறைதான் இருக்கும். வேண்டுமென்றே இந்த ஏமாற்று வழியை அமைத்ததாக நான் பெருமை பேசிக் கொள்ள மாட்டேன். நான் இடையிலேயே விட்டு விட்ட பல முயற்சிகளில் இதுவும் ஒன்று. கடைசியாக இதை மூடாமல் விட்டு விடுவது நல்லது என்று தோன்றியது. சில சமயங்களில் இப்படிப்பட்ட பொய் வளைகள் அவற்றினுடைய நோக்கத்தையே கெடுத்து விடும் என்பது எனக்குத் தெரியும். இத்தகைய பொய் வளைகளை வைத்தால் அருகில் உண்மையான வளை இருக்கும் என்று மற்றவர்கள் கருத வாய்ப்புள்ளது. ஆனால் இதற்காகப் பயப்படுவேன் அல்லது பயத்தினால் தான் என்னுடைய வளையைக் கட்டினேன் என்று நீங்கள் நினைத்தால் என்னை உங்களுக்குச் சரியாகத் தெரியவில்லை என்று பொருள். இந்தத் துளைக்கு ஆயிரம் அடி தள்ளி வளைக்கான உண்மையான நுழைவிடம் இருக்கிறது. அதன்மேல் எளிதில் விலக்கக் கூடிய பாசி இருக்கும். அது உலகத்திலுள்ள எதையும் விட மிகவும் பாதுகாப்பானது. எனினும் யாராவது பாசியின் மேல் மிதித்து விடலாம் அல்லது உடைத்து விடலாம். யாராவது, - மிகவும் சிறப்பான ஆற்றல்கள் அவருக்குத் தேவைப்படும் என்பதைக் குறித்துக் கொள்ளுங்கள், உள்ளே நுழைந்து அனைத்தையும் அழித்து விடக் கூடும். எனக்கு அது நன்றாகத் தெரியும். முன்னர் எப்போதையும் விட இப்போது பாதுகாப்பாக இருந்தாலும், நான் ஒரு மணி நேரம் கூட அமைதியாகச் செலவழித்தேன்

என்று சொல்ல முடியாது. அந்தப் பாசி தான் என்னைத் தாக்கக் கூடிய ஒரே வழி. என்னுடைய கனவுகளில் அதைச் சுற்றி ஒன்று மோப்பம் பிடித்துக் கொண்டிருப்பதைப் பார்க்கிறேன். அந்த நுழைவிடத்தையும் திடமான மண்ணைக் கொண்டு மூடி, கீழே பொல பொலவென்ற மண்ணையும் வைத்துக் கட்டியிருந்தால் நான் வேண்டும்போது துளைத்துக் கொண்டு மேலே வருவது கடினமாக இருக்காது. ஆனால் அந்தத் திட்டம் நடைமுறைக்கு ஒத்து வராது. தேவையானால் ஒரு நிமிடத்திற்குள் வெளியே போக எனக்கு வழி இருக்கவேண்டும் என்று முன்யோசனை கூறுகிறது. ஆனால் முன்யோசனைக்கு வாழ்க்கையில் ஒரு ஆபத்தும் சேர்ந்தே இருக்கிறது. இதற்கெல்லாம் மிகவும் கடினமான கணக்குப் போட வேண்டியிருக்கிறது. அறிவுக் கூர்மையோடு வேலை செய்வதிலுள்ள மகிழ்ச்சிதான் இதனைத் தொடர்வதற்கு ஒரே காரணம். ஒரு நிமிட அவகாசத்திற்குள் நான் வெளியே போக வேண்டியதிருக்கும். ஏனென்றால், எவ்வளவுதான் நான் முன்னெச்சரிக்கையோடு இருந்தாலும் ஏதாவது ஒரு மூலையிலிருந்து நான் தாக்கப்படும் சாத்தியம் இருக்கிறதல்லவா? என்னுடைய வீட்டின் மறைவான ஒரு அறையில் பாதுகாப்பாக அமைதியுடன் நான் இருக்க முடியும். ஆனால் அதற்கிடையில் மெல்ல, திருட்டுத்தனமாக என்னுடைய எதிரி என்னை நோக்கி வளை தோண்டிக் கொண்டிருப்பான். என்னைக் காட்டிலும் அதிகமான மோப்ப உணர்வு அவனுக்கு இருக்கிறது என்று நான் சொல்லமாட்டேன். ஆனால் தரைக்குள் குருட்டாம்போக்கில் வளை தோண்டும் திருடர்கள் இருக்கிறார்கள். என்னுடைய வீட்டின் நீள அகலம் தொலைவிலுள்ள வழிகளை எதேச்சையாகப் பிடித்து விடலாம் என்ற நம்பிக்கையை அவர்களுக்குக் கொடுக்கும். ஆனால் என்ன வசதி என்றால் என்னுடைய வீட்டிலுள்ள வழிகளெல்லாம் எனக்கு அத்துப்படி. அப்போது திருடன் என்னிடம் அகப்பட்டுக் கொண்டு எனக்கு விருந்தாகி விடுவான். ஆனால் எனக்கு வயதாகிக் கொண்டிருக்கிறது. மற்றவர்களைப் போல எனக்கு வலிமை இல்லை. எனக்குப் பகைவர்கள் கணக்கின்றி இருக்கிறார்கள். ஒரு எதிரியிடமிருந்து தப்பி இன்னொரு எதிரியின் வாய்க்குள் விழுந்து விடலாம். எதுவும் நடக்கலாம்! எப்படி இருப்பினும், தப்பிக்கும் வழி ஓரிடத்தில் இருக்கிறது என்றும் பொல பொலவென்று இருக்கும் மண்ணாக இருந்தாலும், நான் ஆத்திரத்துடன்

தோண்டியிருக்கும்போது திடீரென்று பக்கவாட்டில் எனது எதிரி பல்லைப் பதித்து விடாமல் இருப்பதற்காக வெளியே எளிதாகப் போவதற்கு நான் அதிகம் செய்யத் தேவையில்லை என்றும் நம்பிக்கையின்பாற்பட்ட அறிவு வேண்டும். வெளி எதிரிகளால் மட்டும் எனக்கு ஆபத்தில்லை. பூமியின் உள்ளே கூட எனக்கு எதிரிகள் இருக்கிறார்கள். நான் அவர்களைப் பார்த்ததில்லை. ஆனால் பழங்கதைகள் இருப்பதாகச் சொல்லுகின்றன. நான் அவற்றை நம்புகிறேன். அவை பூமியின் உள்புறத்தில் இருப்பவை. அவற்றைக் கதைகள் கூட விவரிக்க முடியாது. அவற்றால் பாதிக்கப்பட்டவர்கள் கூட அவர்களைப் பார்த்திருக்க முடியாது. அவை வரும்; பூமியில் உங்களுக்குக் கீழிருந்து அவற்றின் நகங்கள் பிராண்டும் சப்தம் கேட்கும். அவ்வளவு தான் நீங்கள் தொலைந்தீர்கள். இங்கே நீங்கள் உங்கள் சொந்த வீட்டில் இருப்பதாகச் சமாதானப்படுத்திக் கொள்ள முடியாது. அவர்களுடைய வீட்டில் தான் நீங்கள் இருக்கிறீர்கள். என்னுடைய வழியில் வெளியே போனால் கூட அவர்களிடமிருந்து என்னைக் காப்பாற்றாது. அது எப்படியும் என்னைக் காப்பாற்றப் போவதில்லை; என்னைக் காட்டித் தான் கொடுக்கும். ஆனால் அது ஒரு நம்பிக்கை. அது இல்லாமல் நான் இருக்க முடியாது. இந்த முதன்மையான வழியோடு, வெளி உலகோடு குறுகிய ஓரளவு பாதுகாப்பான வழிகளால் இணைக்கப்பட்டுள்ளேன். இந்த வழிகள் எனக்கு நல்ல காற்றைச் சுவாசிக்கத் தருகின்றன. இந்த வழிகள் சுண்டெலியின் வேலை. அவற்றை நான் அறிவோடு பயன்படுத்திக் கொண்டேன்; என்னுடைய வளையின் ஒரு பகுதியாக மாற்றிக் கொண்டேன். மேலும் அவற்றின் மூலமாகத் தொலைவிலிருப்பவற்றை மோப்பம் பிடிக்க முடியும். எனக்குப் பாதுகாப்பாக அவை இருக்கின்றது. அவற்றின் வழியாகப் பல சிறிய இரைகள் கூட ஓடிவரும். அவற்றையும் நான் விழுங்கி விடுவேன். இப்படி எனக்குத் தரையின் அடியிலும் வேட்டை கிடைக்கிறது. வளையை விட்டு வெளியே போகாமலேயே நான் எளிய முறையில் வாழ்க்கை நடத்த முடியும். இதுவும் ஒரு வசதி தான்.

என்னுடைய வளையில் மிக அழகானது அதனுடைய அமைதி தான். ஆனால் அது கொஞ்சம் ஏமாற்றக் கூடியது தான். எந்தக் கணமும் அது உடைந்து போகலாம். அப்போது எல்லாம் முடிந்து விடும். எனினும் இப்போதைக்கு அமைதி என்னோடு இருக்கிறது. மணிக்கணக்கில் என்னுடைய பாதைகளில் நான்

நடை பழகலாம். அப்போது ஏதாவது சின்ன உயிரினங்கள் உண்டாக்கும் சலசலப்பைத் தவிர வேறு ஒன்றும் கேட்காது. அந்த உயிர்களை என்னுடைய தாடைகளுக்கு இடையில் வைத்து உடனே அமைதியாக்கி விடுவேன். அப்போது மண் சரியும். நான் உடனே அதனைச் சரி பண்ண வேண்டியதிருக்கும். மற்றபடி எல்லாம் அமைதிதான். காட்டின் மணம் உள்ளே மிதந்து வருகிறது. இந்த இடம் மிதமான வெப்பத்துடனும், குளிர்ச்சியாகவும் இருக்கிறது. சில வேளை நான் பாதையில் படுத்து மகிழ்ச்சியுடன் உருளுவேன். இலையுதிர் காலம் வரும்போது இதுபோன்ற வளையை வைத்திருப்பது வயதாகிக் கொண்டிருக்கும் எனக்கு ஒரு பெரிய அதிர்ஷ்டம் தான். ஒவ்வொரு நூறு முழத் தூரத்தில் பாதையைப் பெரிது பண்ணி ஒரு சிறிய வட்டமான அறை உண்டாக்கியிருந்தேன். அங்கே வசதியாகக் கதகதப்பாகச் சுருண்டு படுத்துக் கொள்வேன். அமைதியான, ஆசை நிறைவேறி குறிக்கோளை எட்டிப் பிடித்த இனிமையான தூக்கம். ஏனென்றல் ஒரு இல்லம் எனக்குச் சொந்தம். முந்தைய காலப் பழக்கமா, அல்லது இந்த எனது வீட்டின் ஆபத்துகள் என்னை விழிப்படையச் செய்யுமளவிற்கு உண்மையானவையா தெரியவில்லை. ஆனால் அடிக்கடி ஆழ்ந்த தூக்கத்திலிருந்து விழித்து, இரவிலும், பகலிலும் மாறாமல் ஆட்சி புரியும் அமைதியில் கவனமாகக் கேட்டு நிறைவுடன் புன்முறுவல் பூத்து, உடல் உறுப்புகளை தளர விட்டு மீண்டும் அமைதியான தூக்கத்தில் மூழ்கி விடுவேன். சாலைகளிலும், காடுகளிலும் வீடில்லாது அலைபவர்கள் வெதுவெதுப்புக்காக இலைகளுக்குள் நுழைந்து, அல்லது தங்கள் தோழர்களின் கூட்டத்தில் புதைந்து வானமும் பூமியும் தரும் ஆபத்திற்குள் தள்ளப்படுகிறார்கள். எல்லாப் பக்கங்களிலும் பாதுகாக்கப்பட்ட அறையில் இங்கே எனது வளையில் ஐம்பது அறைகள் இருக்கின்றன - படுத்து நான் விரும்புகிற காலம் வரையில் அரைகுறைத் தூக்கத்திற்கும், நினைவிழந்த உறக்கத்திற்கும் இடையில் எவ்வளவு நேரமும் செலவிடலாம்.

பிரதான சிற்றறை வளையின் நடுவில் இல்லாமல், உடனடியான தாக்குதலுக்கு உதவாவிட்டாலும், முற்றுகையின் போது அடைக்கலமாக இருக்கக்கூடிய வகையில் தேர்ந்தெடுக்கப் பட்டிருந்தது. வளையின் பிற பகுதிகள் எல்லாம் என்னுடைய அறிவுக் கூர்மையின் விளைவு என்றால் இந்தச் சிற்றறை மட்டும் என்னுடைய மொத்த உடலின் உழைப்பினால் உருவானது.

இதனை அடைக்கல அரண் என்று அழைத்தேன். பலமுறை உடல் அயர்ச்சியினால் இந்தப் பணியையே விட்டுவிட்டு, மூச்சிறைக்கக் கீழே படுத்து, வளையைச் சபித்து விட்டு வெளியே போயிருக்கிறேன். வளை உலகமே பார்க்குமாறு திறந்து கிடக்கும். நான் அதற்காகக் கவலைப்பட்டதில்லை. அங்கே திரும்பிப் போவதற்கே எனக்கு விருப்பமில்லை. ஆனால் கடைசியில் பல மணிநேரம் அல்லது நாட்கள் கழித்து மனம் திருந்தித் திரும்பி வந்தால் வளை எந்தச் சேதமுமின்றி இருந்ததைப் பார்த்து நன்றிப் பாடல் பாடத் தோன்றும். அப்போது மன மகிழ்ச்சியோடு மீண்டும் வேலையைத் தொடங்குவேன். எனது அடைக்கல அரணைக் கட்டும் வேலை கடினமாக வேறு இருந்தது. தேவையற்றதும் கூட, ஏனென்றால் இந்தச் சிற்றறையினால் வளைக்கு மொத்தத்தில் எந்தப் பயனும் இல்லை. அந்த இடத்தில் மண் கெட்டி இல்லாமல் மணலாக இருந்ததால், அந்த அழகான சுவர்களைத் தட்டித் தட்டிக் கெட்டிப்படுத்த வேண்டியிருந்தது. ஆனால் இந்த வேலைகளுக்கு நான் பயன்படுத்தக் கூடிய ஒரே கருவி என் நெற்றி தான். எனவே என்னுடைய நெற்றியைக் கொண்டு பல்லாயிரம் முறை இரவும் பகலுமாக தரையிலும் மோத வேண்டியிருந்தது. இரத்தம் வந்தது. அப்போது எனக்கு மகிழ்ச்சி. ஏனென்றால் சுவர்கள் கெட்டிப் பட்டு விட்டது என்று தெரிந்தது. இங்ஙனம் நான் என்னுடைய அடைக்கல அரணுக்காகப் பாடுபட்டேன் என்பது அனைவருக்கும் தெரிய வேண்டும்.

என்னுடைய இந்த அடைக்கல அரணில் என்னுடைய பொருட்களையெல்லாம் சேர்த்தேன். என்னுடைய அன்றாடத் தேவைகளுக்காக வளையில் பிடிப்பவை, என்னுடைய வேட்டையின்போது வெளியிலிருந்து கொண்டு வருபவை அனைத்தையும் இங்கே அடுக்கி வைப்பேன். அந்த இடம் எவ்வளவு பெரிதென்றால், அரை ஆண்டுக்கான சேமிப்புகள் கூட அதனை நிரப்பாது. எனவே என்னுடைய சேமிப்புகளைப் பகுதிகளாகப் பிரிப்பது, அவற்றின் ஊடே நடப்பது, அவற்றோடு விளையாடுவது, அவற்றின் மணங்களையும், நிறைவையும் ரசிப்பது, அவற்றின் அளவைக் கணக்கிடுவது என்று பல வேலைகளை அங்கு செய்ய முடிந்தது. இது முடிந்தவுடன், அவற்றை ஒழுங்குபடுத்தி, பருவ காலத்தைப் பொறுத்து வருங்காலத்திற்கான வேட்டைத் திட்டங்களைத் தயாரித்துக் கணக்கிடுவது ஆகியவற்றைச் செய்வேன். சில

வேளைகளில் எவ்வளவு அதிகம் எடுத்து வைத்திருப்பேன் என்றால், வளைக்குள் வரும் சின்ன இரைகளை எல்லாம் தொடமாட்டேன். இது ஒருவேளை அறிவுடைய செயலாக இல்லாமல் இருக்கலாம். நான் எப்போதும் என்னுடைய பாதுகாப்பைப் பற்றியே கவலைப்பட்டுக் கொண்டிருப்பதால் அடிக்கடி மாற்றங்கள் செய்வேன். அப்போது சில சமயம் அடைக்கல அரணை எனது பாதுகாப்பின் அடித்தளமாக வைத்திருப்பது ஆபத்தாகத் தோன்றும். வளையின் பல சிக்கல்கள் பல வகைப்பட்ட ஆபத்துகளை எதிர்கொள்ளச் செய்யும். ஆகவே என்னுடைய சேமிப்புகளைப் பிரித்து சில பகுதிகளைச் சின்ன அறைகளில் வைப்பது கெட்டிக்காரத்தனமாகத் தோன்றுகிறது. அதன்படி ஒவ்வொரு மூன்றாவது அறையையும் சேமிப்பு அறையாக ஒதுக்கலாம். அல்லது ஒவ்வொரு நான்காவது அறையையும் முதன்மைச் சேமிப்பு அறையாகவும், இரண்டாவது அறையையும் இரண்டாம் நிலை அறையாக வைத்துக் கொள்ளலாம். அல்லது சில பாதைகளை முழுவதுமாக விட்டுவிட்டு அங்கு எந்த உணவையும் சேகரிக்காமல் இருக்கலாம். அப்போது எதிரியின் மோப்பம் பாதிக்கப்படும். அல்லது நுழை வாசலிலிருந்து உள்ள தூரத்திற்குத் தக்கவாறு சில அறைகளை மட்டும் எந்த முறையையும் இல்லாமல் தேர்ந்து கொள்ளலாம். ஆனால் இந்தத் திட்டங்கள் ஒவ்வொன்றையும் நிறைவேற்ற அதிகம் உழைக்க வேண்டும். நான் கணக்குப் போட்டுப் பிறகு புதிய இடங்களுக்கு என்னுடைய சேமிப்புகளைச் சுமந்து செல்ல வேண்டும். ஆனால் இதனை எனக்கு ஓய்வு கிடைக்கும்போது அவசரமில்லாமல் செய்யலாம் என்பது உண்மைதான். உங்களுடைய வாயில் நல்ல உணவைத் தூக்கிக் கொண்டு ஓய்வு எடுக்க நினைத்த இடத்தில் படுத்துக் கொள்வது இன்பமாகத் தான் இருக்கும். அப்படியே அவ்வப்போது உணவைக் கொறித்துக் கொள்ளலாம். ஆனால் சில சமயங்களில் நடப்பது போல, தூக்கத்திலிருந்து திடீரென்று விழித்துக்கொண்டு, இப்போது சேமிப்புப் பொருட்களைச் சில இடங்களில் வைத்திருப்பது முழுவதும் தவறானது, ஆபத்தை விளைவிக்கக் கூடியது, எவ்வளவு களைப்பாக இருந்தாலும் தூக்கம் வந்தாலும் உடனே சரி செய்ய வேண்டியது என்று மனதில் தோன்றும். அப்போது நான் ஓடுவேன், பறப்பேன். கணக்குப் போட்டுப் பார்ப்பதற்கு நேரம் இருக்காது. எனது குற்றம் சொல்ல முடியாத,

இந்தப் புதிய திட்டத்தை நிறைவேற்றும் வேகத்தில் நான் எனது பற்கள் பிடித்தவற்றை எல்லாம், பெருமூச்சு விட்டு, முக்கி, முனகி விழுந்து எழுந்து இழுத்துக்கொண்டு அல்லது தூக்கிக்கொண்டு போவேன். இப்போது இருக்கிற நிலை மிக ஆபத்தானது, அதனை முற்றிலும் மாற்றாவிட்டால் எனக்கு மன நிறைவு இராது. இது எது வரையில் நீடிக்குமென்றால் நான் சிறிது சிறிதாகத் தூக்கக் கலக்கத்திலிருந்து விடுபட்டுத் தெளிவடையும் வரையில் இருக்கும். அப்போது ஏன் பயந்து அவசரப்பட்டு விட்டோம் என்று புரியாது. நானே குலைத்து விட்ட வீட்டின் ஆழ்ந்த அமைதியைச் சுவாசித்து, என்னுடைய ஓய்வு எடுக்கும் இடத்தை அடைந்து புதிதாக ஏற்பட்ட களைப்பில் மீண்டும் தூங்கிப் போவேன். விழித்துப் பார்த்தால், என்னுடைய வாயிலிருந்து ஒரு எலி தொங்கிக் கொண்டிருக்கும். அது கற்பனையில் நடந்தது போன்று தோன்றி முந்தைய இரவு நிகழ்ச்சி உண்மை என்று காட்டும். அதன் பிறகு உணவை எல்லாம் ஒரே இடத்தில் சேர்த்து வைப்பது நல்ல திட்டம் என்று தோன்றும். சின்ன அறைகளில் நான் எவ்வளவுதான் சேமிக்க முடியும்? அப்படியே சேமித்தாலும் அதனால் என்ன பயன்? நான் வைப்பதெல்லாம் பாதையை அடைத்து விடும். என்னை யாராவது விரட்டி நான் ஓட வேண்டிய நிலை ஏற்பட்டால் அது பெரிய தடங்கலாக இருக்கும். அது மட்டுமில்லை, நம்முடைய சேமிப்புகளை எல்லாம் ஒன்றாகப் பார்க்காவிட்டால், நமது சொத்து எவ்வளவு என்று தெரியாவிட்டால், நமது தற்பெருமை பாதிக்கப்படும் என்பது முட்டாள்தனம் தான். ஆனால் அதுதான் உண்மை. நான் எனது சேமிப்புகளைப் பல இடங்களில் பிரித்து வைக்கும்போது நிறைய வீணாகி விடாதோ? மேலும் எல்லாம் சரியாக இருக்கிறதா என்று பார்க்க நான் ஒவ்வொரு முறையும் பாதைகள் மற்றும் குறுக்குப் பாதைகளில் எல்லாம் அலைந்து கொண்டிருக்க முடியாது. என்னுடைய சேமிப்புகளைப் பல அறைகளில் வைக்கின்ற திட்டம் நல்லதுதான். ஆனால் அடைக்கல அரணைப் போல அறைகள் இருந்தால்தான் முடியும். அதுபோன்ற பல அறைகளா! அவற்றையெல்லாம் யார் கட்டுவது? எப்படி இருப்பினும் இந்தக் கடைசி நேரத்தில் என்னுடைய வளையின் பொதுத் திட்டத்தின் கீழ் அவற்றைக் கட்ட முடியாது. ஆனால் அது என்னுடைய வளையிலுள்ள பிழை என்று நான் ஒத்துக் கொள்கிறேன். எல்லாவற்றிற்கும் ஒரே ஒரு மாதிரியை மட்டும் வைத்திருப்பது தவறுதான். ஆனால்

நான் இந்த வளையைக் கட்டிக் கொண்டிருந்தபோது, ஒன்றிற்கு மேல் இன்னொன்று வேண்டும் என்று மனத்தில் ஏதோ ஒன்று சொல்லிக் கொண்டிருந்தது. அதனை நான் வரவேற்றிருக்க வேண்டும். ஆனால் நல்ல வேளையாக அதற்கு நான் படிந்து போகவில்லை.

அந்தப் பெரிய வேலைக்குத் தேவையான சக்தி இல்லை என்று உணர்ந்தேன். அதனிலும் அப்படிப்பட்ட உழைப்பிற்கான தேவையை ஏற்றுக்கொள்ளும் அளவிற்குக்கூட எனக்குச் சக்தியில்லை. வேறு நிலையில் போதுமானதாக இல்லாத ஒரு கட்டிடம், என்னுடைய சிறப்பான தனித்தன்மை வாய்ந்த தேவைக்குப் போதுமானதாக இருக்கும் என்று நான் என்னையே சமாதானப்படுத்திக் கொண்டேன். ஏனென்றால் சிறப்பான கருவியான எனது நெற்றியைப் பாதுகாப்பதில் மேலேயுள்ள சக்தி கவனமாக இருந்தது. எனவேதான் என்னிடம் ஒரே ஒரு அடைக்கல அரண்தான் இருந்தது. ஆனால் ஒன்று போதாது என்ற எனது அச்சம் மெல்ல மறைந்து விட்டது. எப்படி இருப்பினும் ஒரு பெரிய அறையோடு நான் மன நிறைவு அடைய வேண்டியதுதான். சிறியவை அதற்கு ஈடாகாது. எனவே இந்த எண்ணம் என்னில் உறுதியான பிறகு, என்னுடைய எல்லாப் பொருட்களையும் மீண்டும் அடைக்கல அறைக்குத் தூக்கிச் சென்றேன். அதன்பிறகு, சிறிது காலம் எல்லா அறைகளிலும் பாதைகளிலும் எதுவுமில்லாமல் இருந்தது எனக்கு வசதியாகவே இருந்தது. அதோடு சேமிப்பு அறையில் என்னுடைய பொருட்களும் நிறைந்து வருவதும், அவற்றிலிருந்து வித்தியாசமான மணங்கள் கலந்து வருவதும், அவை ஒவ்வொன்றும் என்னை ஒவ்வொரு விதமாக மகிழ்ச்சிப்படுத்துவதும், அவற்றை ஒவ்வொன்றையும் தூரத்தில் இருந்துகூட அடையாளம் கண்டுகொள்ள முடிந்ததும் எனக்கு ஆறுதலாக இருந்தன. அதன்பிறகு நான் அமைதியாக காலங்களைக் கழித்தேன். அப்போது படிப்படியாக நான் தூங்கும் இடங்களை மாற்றி, வளையின் மையப் பகுதிக்கு, கலப்பான மணங்களில் மூழ்கிக்கொண்டே போவேன். கடைசியாக என்னைக் கட்டுப்படுத்த முடியாமல், ஓரிரவு, சேமிப்பு அறைக்குள் புகுந்து என்னுடைய பொருட்கள் மேல் விழுந்து என் கையில் அகப்பட்டவற்றில் சிறந்ததையெல்லாம், வயிறு முட்ட விழுங்கினேன். மகிழ்ச்சியான நேரங்கள் தான், ஆனால் ஆபத்தானவை. அந்த நேரத்தில் என் நிலையைத்

தெரிந்தவர்கள் யாரும் எளிதாக என்னை அழித்து விடலாம். இங்கும் இரண்டாவது, மூன்றாவது சேமிப்பு அறைகள் இல்லாதது எனக்குப் பாதகம் தான். ஒரே இடத்தில் எல்லாப் பொருட்களும் குவிந்து என்னை நிலைகுலைய வைத்து விடுகின்றன. எனினும் இந்த ஆபத்திலிருந்து என்னைக் காப்பாற்றிக் கொள்ளப் பல வழிகளில் முயல்கிறேன். சிறிய அறைகளில் பொருட்களைப் பிரித்து வைப்பது ஒரு யுத்தி. ஆனால் பிற யுத்திகளைப் போலவே, இந்தத் துறவு நிலையும் அதிகப்படியான பேராசையைக் கிளப்பி விடுகிறது. இது என்னுடைய அறிவை மங்கச் செய்து என்னுடைய திட்டங்களை மாற்றி விடுகிறது.

இத்தகைய தவறுகளிலிருந்து மீள நான் எனது வளையில் மறு ஆய்வுகளை மேற்கொள்கிறேன். தேவையான முன்னேற்றங்களைச் செய்த பிறகு, சிறிது காலத்திற்கு வெளியே அடிக்கடி போய் விடுகிறேன். அந்த வேளைகளில், அதிக காலம் அதனைத் துறந்து விடுவது கடினமாகவே இருக்கும். எனினும் அத்தகைய சிறு விடுமுறைகளின் தேவையை நான் தெளிவாக அறிகிறேன். மீண்டும் நுழைவாயிலை அடையும்போது மிக மரியாதையுடன் அணுகுவேன். வீட்டிற்குள் இருக்கும்போது அதனைத் தவிர்த்து விடுவேன். அதை அணுகும் வெளித் தாழ்வாரங்களைக் கூடத் தவிர்த்து விடுவேன். மேலும் அங்கு அலைவதும் கடினமான வேலை தான். அங்கேதான் நான் சிக்கலான பாதைகளை அமைத்திருந்தேன். அங்கேதான் நான் எனது வளையை, என்னுடைய திட்டப்படி முடிக்க முடியாது என்று நம்பிக்கை இழந்த நேரத்தில் தொடங்கினேன். விளையாட்டாக நான் அந்த மூலையில் தொடங்கினேன். எனவே என்னுடைய உழைப்பின் முதற்கனி எனக்கு அந்த வளையில் பெருத்த நிறைவையும் மகிழ்ச்சியையும் தந்தது. அந்தக் காலத்தில் அது எல்லா வளைகளிலும் சிறந்ததாகத் தோன்றியது. ஆனால் இன்று அதனை எடைபோடும்போது, வளையின் மற்ற பகுதிகளை விடப் பெரிதாக இல்லை. 'இங்கே எனது நுழைவாயில் இருக்கிறது' என்று என்னுடைய கண்ணுக்குத் தெரியாத பகைவர்களிடம் சொல்வது போலக் கற்பனை செய்து கொண்டேன். ஆனால் உண்மையில் கடுமையான தாக்குதலையோ, உயிருக்காகப் போராடும் எதிரியின் கிளர்ச்சிகளையோ தாக்குப் பிடிக்க முடியாது. என்னுடைய வளையின் இந்தப் பகுதியை மீண்டும் கட்ட

வேண்டுமா? என்னுடைய முடிவை நான் தள்ளிப் போட்டுக் கொண்டே போகிறேன். சிக்கலான வலைப் பின்னல் பாதை அப்படியே இருந்துவிடும் கடுமையான வேலை மட்டுமில்லாமல், மிகுந்த ஆபத்து நிறைந்ததாகவும் இருக்கும். நான் வளையைத் தொடங்கிய காலத்தில் மன அமைதியோடு வேலை செய்ய முடிந்தது. ஆபத்தும் கூட மற்ற வேலையிலுள்ள ஆபத்து போலத்தான். ஆனால் இப்போது அதனைத் தொடுத்தேனென்றால் உலகம் முழுவதுமுடைய கவனமும் திரும்பும். எனவே ஒன்றும் செய்ய முடியாது. எனக்கும் ஓரளவு மகிழ்ச்சி தான். ஏனென்றால் இந்த என்னுடைய முதல் சாதனை மேல் எனக்கு உணர்வுப்பூர்வமான ஒட்டுதல் உண்டு. தாக்குதல் எதுவும் நடந்தால், வேறு விதமான வளை நுழைவாயில் வடிவமைப்பு என்னைக் காப்பாற்றி விடுமா? ஒரு நுழைவாயில் ஏமாற்ற முடியும், தாக்குபவர்களைத் திசை திருப்பி விட முடியும், எண்ணற்ற தொல்லைகளைத் தர முடியும். இப்போதிருக்கும் நுழைவாயிலும் அதே வேலையைச் செய்ய முடியுமே! ஆனால் உண்மையிலேயே ஒரு தீவிரமான தாக்குதல் நடந்தால், அதனை எதிர்கொள்ள வளையிலுள்ள எல்லா வசதிகளையும், என்னுடைய உடல் ஆவி அனைத்தையும் உடனடியாகத் தயார் நிலையில் வைக்க வேண்டும். எனவே இப்போதைய நுழைவாயில் அங்கேயே இருக்கட்டும். எனது வளையில் தவிர்க்க முடியாத இயற்கைக் காரணங்களால் ஏற்பட்ட பல குறைகள் உள்ளன. ஆனால் இந்த ஒரு குறைக்கு நான் தான் பொறுப்பாக இருந்தாலும் இந்த ஒரு குறைக்கும் தாக்குப் பிடிக்கும். அதுவும் அது பின்னால் வரக்கூடிய நிகழ்ச்சியின் அடிப்படையில் தான் அதனைக் குறையாகக் கருத முடியும். எப்படியிருப்பினும், அப்போதைக்கப்போது இக்குறை எனக்குக் கவலை தருகிறது என்பதை நான் மறுக்கவில்லை. வழக்கமான எனது சுற்றுலாக்களில் நான் வளையின் இந்தப் பகுதியைத் தவிர்த்து விட்டால் அதற்கு அடிப்படைக் காரணம், அதைப் பார்ப்பதே எனக்கு வருத்தத்தைத் தருகிறது என்பது தான். ஏனென்றால், வீட்டிலுள்ள அந்தக் குறை எனது மனதில் மட்டும் இருந்தாலும், அது எப்போதும் என்னை நினைவுபடுத்திக் கொண்டிருப்பதை நான் விரும்பவில்லை. நுழைவாயிலிலுள்ள அந்தக் குறை தீர்க்க முடியாமல் இருக்கட்டும். நானும் முடிந்த வரையில் அதனைப் பார்க்க மறுத்து விடுவேன். நுழைவாயிலின் திசையில்

நான் நடந்தாலும், பல பாதைகள், அறைகள் என்னையும் அதனையும் பிரித்தாலும், பெரிய ஆபத்தை உணர்கிறேன். என்னுடைய முடியெல்லாம் உதிர்ந்து ஒரு நிமிடத்தில் பறந்து போய், என்னுடைய எதிரிகளின் ஊளைச் சத்தத்திற்கு என்னைக் காட்டிக் கொடுத்து மேலே ஒன்றுமில்லாமல் நடுங்குவது போல உணர்கிறேன். ஆமாம்! நுழைவுக் கதவின் எண்ணமே எனக்கு இந்த உணர்ச்சிகளைக் கொண்டு வந்து விடுகிறது. எனினும், பின்னல் வலைப் புதிர் வழிதான் எனக்குச் சித்திரவதையைக் கொடுக்கிறது. சில வேளைகளில் நான் அதைக் கட்டி, ஓர் இரவில் ஒரு அரக்கனின் வலிமையுடன் யாரும் பார்க்காத நேரத்தில் முழுவதுமாக மாற்றி விட்டேன், யாரும் உள்ளே புக முடியாது என்று கனவு காண்கிறேன். அந்தக் கனவுகள் வரும் இரவுகள் தான் எனக்கு மிகவும் இனிமையானவை. மகிழ்ச்சிக் கண்ணீர், விடுதலைக் கண்ணீர் நான் விழித்தெழும்போது என்னுடைய தாடையில் பளபளக்கும்.

எனவே நான் வெளியில் போகும்போதெல்லாம் புதிர் வழிகளின் சித்திரவதை செய்யும் சிக்கல்களை உடலளவிலும், அறிவளவிலும் தீர்க்க வேண்டியவனாக ஆகிறேன். சில வேளைகளில் நடப்பது போல நான் என்னுடைய வலைப் பின்னல் வழிகளிலேயே தொலைந்து போகும்போது, எனக்கு, அதன் படைப்பாளிக்கு, ஏற்கனவே அதுபற்றி இறுதித் தேர்வு வழங்கிவிட்ட எனக்கு, என்னுடைய கை வேலையே போதுமானது என்று நிரூபணம் ஆகிறது. அப்போது நான் உண்மையில் தொடப்படுகிறேன். அப்போது பாசி மேற்பரப்பிற்குக் கீழ் இருப்பேன். நான் அதிக நேரம் எனது வீட்டுக்குள்ளேயே இருப்பதால் நெடுங்காலமாகத் தொடப்படாமலேயே இருக்கும். பாசி அதைச் சுற்றி வேகமாக வளர்ந்து விட்டதால், நான் மெல்லத் தலையால் தள்ளினாலே போதும். நான் மேலேயுள்ள உலகில் இருப்பேன். ஆனால் நெடுநேரம் அப்படிச் செய்யத் துணிய மாட்டேன். மீண்டும் புதிரான பாதையில் செல்ல வேண்டியதிருக்காவிட்டால், அப்போதைக்கு அதனை விட்டு விட்டுத் திரும்பி விடுவேன். நினைத்துப் பாருங்கள். உங்கள் வீடு பாதுகாப்பாக இருக்கிறது. தேவையானதெல்லாம் இருக்கிறது. அமைதியாக, வெது வெதுப்பாக, நல்ல உணவுண்டு, பல பாதைகளுக்கும், அறைகளுக்கும் தலைவனாக ஒரே தலைவனாக வசிக்கிறீர்கள். இதையெல்லாம் விட்டுவிட்டு, கைவிட்டு விட்டு விலகிப்

போக நீங்கள் ஆயத்தமாக இருக்கிறீர்கள் என்பது போலத் தோன்றுகிறது. திரும்பவும் அதனைப் பெற்று விடலாம் என்ற உறுதியான நம்பிக்கை இருக்கிறது. எனினும் அது ஆபத்தான விளையாட்டல்லவா? அப்படிப்பட்ட முடிவு எடுப்பதற்கு அறிவுப்பூர்வமான காரணங்கள் இருக்க முடியுமா? இல்லை, இப்படிப்பட்ட செயல்களுக்குப் போதுமான காரணங்கள் இருக்க முடியாது. எப்படி இருப்பினும் நான் மறைவான கதவைத் திறந்துகொண்டு வெளியே வந்து கதவை மூடிவிட்டு அந்த ஆபத்தான இடத்தை விட்டு எவ்வளவு வேகமாக முடியுமோ அவ்வளவு வேகமாகப் பறந்து விடுவேன்.

ஆனால் உண்மையில் சுதந்திரமாக இல்லை. குறுகிய பாதைகளில் நான் அடைபட்டுக் கிடக்கவில்லை என்பது உண்மைதான். திறந்த வெளியில் காடுகளில் வேகமாக ஓடுகிறேன். என்னுடைய உடலில் புதிய சக்தி எழுவதை உணர்கிறேன். இதற்கு வளையிலோ, பெரிய சேமிப்பு அறையிலோ இடமில்லை. இங்கு வேட்டையாடுவது கடினமாகவும் வெற்றி அரிதாக இருந்தாலும் உணவு நன்றாக இருக்கிறது, அதன் விளைவுகளுக்கு மதிப்பு அதிகம். இதனை எல்லாம் நான் மறுக்க முடியாது. பெரும்பாலான விலங்குகளைப் போல் அதில் முழு நன்மை அடைகிறேன். ஏனென்றால் சோம்பேறித்தனத்தால் அல்லது வேறு வழியின்றி நம்பிக்கை இல்லாமல் வேட்டையாடுவதில்லை. நான் அமைதியாகவும் ஒழுங்குடனும் வேட்டையாடுவேன். இந்த சுதந்திர வாழ்க்கை எனக்கு நிரந்தரமாக விதிக்கப்படவில்லை. ஏனென்றால் என்னுடைய காலம் நிர்ணயிக்கப்பட்டிருக்கிறது என்று எனக்குத் தெரியும். நான் இங்கே முடிவின்றி வேட்டையாட வேண்டியதில்லை. இந்த வாழ்க்கை எனக்கு அலுத்துப்போய் இதை விட்டுப்போக விரும்பும்போது ஒருவர் என்னை அழைப்பார். அவருடைய அழைப்பை என்னால் மறுக்க முடியாது. எனவே என்னுடைய நேரத்தை இங்கே கவலையில்லாமல் முழு மகிழ்ச்சியுடன் கழிக்க முடியும். அல்லது முடியும், ஆனால் இயலாது. என்னுடைய வளை என்னுடைய சிந்தனைகளை ஆட்கொண்டு விடுகிறது. நுழைவாயிலை விட்டு வேகமாக வந்தேன். மீண்டும் திரும்பி விடுகிறேன்.

வீட்டின் வாயிலில், இப்போது வெளியே ஒரு நல்ல மறைவிடத்தைத் தேர்ந்து அங்கிருந்து இரவும் பகலும் காவல் காக்கிறேன். நீங்கள் விரும்பினால் இதை முட்டாள்தனமென்று

வேண்டுமென்றால் சொல்லுங்கள். ஆனால் எனக்கு இது மட்டற்ற மகிழ்ச்சியைத் தந்து எனக்கு மன வலிமையைக் கொடுக்கிறது. அத்தகைய நேரங்களில், என்னுடைய வீட்டைப் பார்ப்பது போலவே தூங்குகின்ற என்னையும் பார்ப்பதுபோல இருக்கும். ஆழ்ந்து தூங்கும் நேரத்தில், என்னையே காவல் காக்கும் மகிழ்ச்சியும் எனக்குக் கிடைத்தது. தூக்கத்தில் கண் மூடிய நம்பிக்கையுடன், செய்வதறியாத நிலையில் இரவின் இரகசியங்களைக் கனவு காணுவது மட்டுமில்லை, முழுவதும் விழித்திருப்பதென்ற அமைதியான முடிவுடன் உண்மை நிலையை எதிர்கொள்ளும் உரிமையும் எனக்கு இருக்கிறது. நான் நினைத்ததைப் போல நிலைமை மோசமில்லை என்று கண்டுபிடிக்கிறேன். வீட்டிற்குத் திரும்பும்போதும் அவ்வாறே நினைப்பேன். இதனால், நான் இப்படி வெளியே போவது தவிர்க்க முடியாததாக இருக்கிறது. ஆள் நடமாட்டமில்லாத இடத்தை எனது கதவுக்காகக் கவனமாகத் தேர்ந்தெடுத்திருந்தாலும், ஒரு வாரத்தில் பார்க்கும்போது போக்குவரத்து அதிகமாகவே இருக்கிறது. மனிதர்கள் குடியேறிய பகுதிகளில் எல்லாம் இப்படித்தான் இருக்கும். போக்குவரத்து நெரிசலின் ஆபத்துகள், உள்ளே நுழைகிறவனிடம் கையளிக்கும் தனிமையை விடச் சிறந்தது தான். இங்கே எதிரிகளும் அதிகம், அவர்கள் கூட்டாளிகளும் இன்னும் அதிகம். ஆனால் அவை ஒன்றோடொன்று சண்டையிடுகின்றன. அப்போது என்னுடைய வளையைக் கவனிக்காமலேயே போய் விடுகின்றன. இத்தனை நாட்களில் யாரும் என் வீட்டின் கதவை ஆராய்ந்ததை நான் பார்த்ததில்லை. அது அவனுக்கும் நல்லது, எனக்கும் நல்லது. ஏனென்றால் என்னுடைய வளையைப் பற்றிய கவலையில் எல்லாவற்றையும் மறந்துவிட்டு அவனுடைய தொண்டையைக் குறி பார்த்துப் பாய்ந்திருப்பேன். குறுக்கிடும் வேறு சிலரின் அருகிலேயே நான் இருக்க மாட்டேன் என்பது உண்மை. தூரத்தில் அவர்களை மோப்பம் பிடித்தவுடனே பறந்து விடுவேன். எனவே, வளையைப் பற்றிய அவர்களின் மனப்போக்கைப் பற்றி நான் உறுதியாகச் சொல்ல முடியாது. ஆனால் நான் திரும்பி வரும்போது யாரையும் பார்க்க மாட்டேன். நுழைவாயிலும் சேதமடைந்திருக்காது. உலகில் எனக்குப் பகைவர்கள் ஒழிந்து விட்டார்கள் அல்லது அடக்கப்பட்டு விட்டார்கள் என்று எனக்கு நானே உறுதி சொல்லிக் கொள்ளும் காலமும் இருக்கும்.

அல்லது முந்தைய கால அழிவுப் போர்களுக்கும் மேலே என்னுடைய வளையின் பலம் என்னைத் தாக்கி விட்டது என்று எண்ணிக் கொள்வேன். நான் வளையின் உள்ளே இருந்தபோது என்னை அது பல வகைகளில் பாதுகாத்திருக்க வேண்டும். இப்படிப்பட்ட கற்பனை கலந்த சிந்தனை, வளைக்குத் திரும்பாமல், அதனை வெளியில் நெருக்கமாக இருந்து வாழ்க்கை முழுவதும் அதனைக் கவனிப்பதிலேயே செலவிடும் குழந்தைத்தனமான ஆசை என்னை ஆட்கொள்ளுமாறு செய்யும். நான் உள்ளே இருந்தால் என்னுடைய வளை எனக்கு எவ்வளவு உறுதியான பாதுகாப்பைத் தந்திருக்கும் என்ற சிந்தனை தரும் மகிழ்ச்சியில் நனைந்திருப்பேன். ஆனால் இத்தகைய குழந்தைத்தனமான கனவுகளிலிருந்து சீக்கிரம் விழித்துக் கொள்கிறேன். நான் வெளியிலிருந்து பார்க்கும் இந்தப் பாதுகாப்புதான் எவ்வளவு உறுதியானது? வெளியிலிருந்து நான் மேற்கொள்ளும் பார்வைகளிலிருந்து வளையினுள் இருக்கும் ஆபத்தைக் கணக்கிட முடியுமா? நான் வளையில் இல்லாதபோது என்னைப் பற்றிய சரியான விழிப்புணர்வு எனது எதிரிகளுக்கு இருக்க முடியுமா? ஓரளவு என்னைப் பற்றி அவர்களுக்குத் தெரிந்திருக்கும். ஆனால் முழுமையாகத் தெரியாது. முழுமையான அறிவுதானே ஆபத்தின் உண்மையான தன்மையைக் கூறும்? எனவே இங்கே நான் மேற்கொள்ளும் சோதனைகள் அரைச் சோதனைகள் தாம். என்னுடைய அச்சங்களைப் போக்கி அதிகப்படியான ஆபத்துகளுக்கு என்னை உட்படுத்தத் தவறான உறுதிமொழிகளைத் தருவதற்குத் தான் இவை பயன்படும். இல்லை, நான் கற்பனை செய்தது போல நான் என்னுடைய தூக்கத்தை நானே காவல் காத்துக் கொள்வதில்லை. மாறாக நான் தான் தூங்குகிறேன். அழிக்கின்றவன் காவல் காக்கிறான். ஒருவேளை அவன் கவனிக்காதது போல நுழைவாயிலைக் கடந்து போகிறவர்களில் ஒருவனாக இருக்கலாம். நான் என்னைப் போலவே அவனுடைய கவலையெல்லாம் கதவு இன்னும் தொடப்படாமல் இருக்கிறதா, வீட்டுத் தலைவன் வெளியே போயிருப்பது தெரிந்தே அவர்கள் கடந்து போகிறார்கள் போலும் அல்லது அவன் வீட்டைக் காவல் காக்க அவன் புதர்களில் மறைந்து படுத்திருக்கிறான் என்பது தெரிந்ததாலும் இருக்கலாம். நான் காவல் காக்கும் இடத்திலிருந்து வெளியே வந்து வெளி வாழ்க்கை போதுமென்று காண்கிறேன். இங்கே நான் கற்றுக்

கொள்வதற்கு இப்போதும், எப்போதும் ஒன்றுமில்லை என்று உணர்கிறேன். மேலே இருக்கின்றவற்றிற்கெல்லாம் இறுதி வணக்கம் சொல்லிவிட்டு என்னுடைய வளைக்குள் போய்த் திரும்பியே வரக்கூடாது என்று விரும்புகிறேன். நடப்பது நடக்கட்டும் என்று விட்டுவிடாமல் அதனை என்னுடைய பயனற்ற காவல்களால் தடுக்க மாட்டேன். ஆனால் நுழைவாயிலைச் சுற்றி நடக்கின்ற நிகழ்வுகளையெல்லாம் இவ்வளவு நேரம் கண்காணித்த பிறகு, கீழே இறங்குவதற்கான உறுதியை மேற்கொள்வது கடினமாக இருக்கிறது. நான் கீழே இறங்கினால், யாராவது அதனைப் பார்த்து விடலாம். எனது முதுகிற்குப் பின்னால் என்ன நடக்கிறது என்று தெரியாது. கதவை மூடிய பிறகு அதற்குப் பின்னால் என்ன நடக்கிறது என்பதும் தெரியாது. எனவே காற்றடிக்கும் இரவுகளைப் பயன்படுத்திக்கொண்டு, நான் சேமித்தவற்றையெல்லாம் மூட்டை கட்டிக் கொள்வேன். அது சரியாக வந்து விட்டது போலத் தோன்றும். ஆனால் கீழே இறங்கிய பிறகுதான் அது சரியாக இருக்கிறது என்று தெரியும். தெரிய வரும்போது, எனக்கு இல்லை அல்லது எனக்காகக் கூட இருக்கலாம். அது மிகக் கால தாமதமாக ஆகிப் போயிருக்கும்.

எனவே எனது முயற்சியை விட்டு விடுகிறேன், கீழே இறங்குவதில்லை. நுழைவாயிலுக்குத் தள்ளியே ஒரு சோதனை வளையைத் தோண்டுகிறேன். என்னுடைய நீள உயரத்துக்குக் கச்சிதமாக இருக்கிறது. பிறகு பாசியால் மூடி விடுகிறேன். பிறகு என்னுடைய துளைக்குள் ஊர்ந்து சென்று அதை மூடி விட்டு, பொறுமையாகப் பல மணி நேரம் கண்காணிப்பேன். பிறகு பாசியைத் தள்ளி விட்டு வெளியில் வந்து என்னுடைய அனுபவங்களை ஆராய்வேன். என்னுடைய பார்வையில் அகப்பட்டவை பலதரப்பட்டவை. அவற்றில் நல்லதும் இருக்கும், கெட்டதும் இருக்கும். எனினும் பொதுவான ஒரு கோட்பாட்டை அல்லது தவறே நிகழ முடியாத கீழிறங்கும் முறையை என்னால் கண்டுபிடிக்க முடியவில்லை. அதன் விளைவாகக் கீழே இறங்கும் தீர்மானத்தை என்னால் எடுக்க முடியவில்லை. விரைவில் செய்ய வேண்டியதிருக்குமே என்பதால் அயர்ந்து போகிறேன். தொலை தூரத்திலுள்ள வேறு ஒரு பகுதிக்குக் குடிபெயர்ந்து போய் மீண்டும் வசதியற்ற வாழ்க்கையைத் தொடங்கலாமா என்று கூடத் தோன்றும். அதில் ஒரு பாதுகாப்பும் இல்லை. ஆபத்துகள் தொடர்ந்து வந்தன.

எனினும் அதன் விளைவாகக் குறிப்பிட்ட ஆபத்துகளைப் பார்த்துப் பயப்படுவதிலிருந்து தடுக்கப்பட்டேன். ஏனென்றால் நான் எப்போதும் என்னுடைய பாதுகாப்பான வளையையும் சாதாரண வாழ்க்கையையும் ஒப்பிட்டுப் பார்த்துப் பழையதை நினைத்துக் கொள்கிறேன். ஆனால் அப்படிப்பட்ட முடிவு முட்டாள்தனமானதாக இருக்கும். சுதந்திரமான வாழ்க்கையை அதிக காலம் அனுபவித்ததால் இருக்கும். இந்த வளை என்னுடையதுதான். ஒரு அடி எடுத்து வைத்தால் போதும் பாதுகாப்புத் தான். என்னுடைய ஐயங்களிலிருந்து விடுபட்டு கதவைத் தூக்கி விட வேண்டும் என்ற தீர்மானத்தோடு அங்கு ஓடுகிறேன். ஆனால் என்னால் முடியவில்லை.

அதைக் கடந்துபோய் வேண்டுமென்றே ஒரு தண்டனையாக, எனக்குத் தெரியாத ஒரு பாவத்திற்குத் தண்டனையாக முட்புதரில் விழுகிறேன். கடைசி நிமிடத்தில், என்னுடைய எண்ணம் சரியாகத்தான் இருந்தது என்று ஏற்றுக் கொள்ளக் கட்டாயப்படுத்தப்படுகிறேன். எனக்குப் பிரியமானவற்றையெல்லாம் தரையிலும், மரங்களிலும், வானத்திலும் இருக்கிற என்னுடைய பகைவர்களின் கையில் சிறிது நேரம்கூட விட்டு விட்டு வளைக்குள் போக முடியாது என்று நான் ஏற்றுக் கொள்கிறேன். என்னைத் துரத்தத் தூண்டப்படுவதற்கு ஒரு குறிப்பிட்ட பகைவனாக இருக்க வேண்டியதில்லை. தற்செயலாக வருகின்ற ஒரு சிறிய அப்பாவி ஜந்தாகக் கூட இருக்கலாம். யார் என்று பார்க்கும் ஆவலோடு என்னைப் பின் தொடரலாம். இப்படி தனக்குத் தெரியாமலேயே எனக்கு எதிரான உலகின் தலைவனாக ஆகலாம். அப்படிக் கூட இருக்க வேண்டியதில்லை. ஆனால் அதைவிட மோசம். என்னுடைய இனத்தைச் சார்ந்த ஒருவனாகக் கூட இருக்கலாம். வளைகளைப் பற்றி நல்ல அறிவும், தேர்ந்தெடுப்பதில் திறமையும் உள்ளவனாக, அமைதியை விரும்பும் சன்னியாசியாக, அதே சமயம், தான் கட்டாத வீட்டிற்குள் புகுந்து இடம் தேடும் வடிகட்டின அயோக்கியனாக இருக்கலாம். இப்போது அவன் வந்து, அவனுடைய ஆபாசமான இச்சையினால் நுழைவாயிலைக் கண்டுபிடித்து, பாசி மூடியைத் தூக்கி, உள்ள நுழைய முயன்று, அதில் வெற்றி பெற்று, உள்ளே கிளைத்துக் கொண்டு நுழைந்து, அவனுடைய பின் பக்கம் மட்டும் காட்டிக் கொண்டிருந்தால், இவையெல்லாம் நடப்பதாக இருந்தால், முன்னெச்சரிக்கையை எல்லாம் காற்றில் பறக்கவிட்டு விட்டு, கண் மூடித்தனமான

கோபத்தில் அவன் மேல் பாய்ந்து, அவனைப் பிய்த்துப் போட்டு, அவனுடைய தசையை எலும்புகளிலிருந்து அறுத்து, அவனை அழித்து, அவன் இரத்தத்தைக் குடித்து, அவனுடைய உடலை என்னுடைய சேமிப்பில் தூக்கிப் போடுவேன்; அனைத்திலும் மேலாக இதுதான் முக்கியம் - என்னுடைய வளைக்கு மீண்டும் வந்திருப்பேன், என்னுடைய இரகசிய மர்மப் பாதைகளை பெரு மகிழ்ச்சியில் பார்த்திருப்பேன். ஆனால் அதற்கு முன்னர் எனக்கு மேல் பாசியைப் போட்டு மூடிவிட்டு, என்னுடைய வாழ்வின் எஞ்சிய நாட்களை ஓய்வில் கழிக்க விரும்பி இருப்பேன். ஆனால் ஒருவரும் வரவில்லை. அத்தகைய முயற்சியின் இக்கட்டான நிலை பற்றி மனதில் அழுந்திப் போவதால், என்னுடைய கோழைத்தனத்தை விட்டுவிட்டு, நுழைவாயிலைத் தவிர்ப்பதாகக் காட்டக்கூட முயல மாட்டேன். மாறாக, அதைச் சுற்றிச் சுற்றி வருவதைப் பொழுதுபோக்காக வைத்துக் கொண்டேன். முதல் வாய்ப்பைப் பயன்படுத்தி உள்ளே நுழைய வேவு பார்த்துக் கொண்டிருக்கும் பகைவனைப் போலவே நான் ஆகிவிட்டிருக்கிறேன். என்னுடைய நிலையத்திலிருந்து கண்காணிக்க ஒருவர் மட்டும் கிடைத்தால், மன அமைதியோடு நான் கீழே இறங்குவேன். இந்த நம்பிக்கைக்கு உகந்த கூட்டாளியிடம், நான் கீழே இறங்கும்போது உள்ள நிலைகளைக் கவனமுடன் குறித்துக் கொள்ள வேண்டும் என்றும், ஆபத்துக்கு அடையாளம் தெரியுமானால் உடனே பாசியைத் தட்ட வேண்டும் என்றும், ஒன்றும் பார்க்காவிட்டால் ஒன்றும் செய்யக் கூடாது என்றும் நான் ஒரு ஒப்பந்தம் செய்து கொள்ள வேண்டியதிருக்கும். அதோடு என்னுடைய அச்சங்கள் எல்லாம் முழுவதுமாக மறைந்து போகும், ஒரு எச்சமும் மிஞ்சாது. என்னுடைய நம்பிக்கைக்குப் பாத்திரமானவன் மட்டும் இருப்பான். ஏனென்றால் என்னிடமிருந்து பிரதியாக ஏதாவது நன்மை அவன் எதிர்பார்க்க மாட்டானா? குறைந்த அளவு என்னுடைய வளையையாவது பார்க்க ஆசைப் படமாட்டானா? அப்படியானால், என்னுடைய வளையில் ஒருவனைச் சுதந்திரமாக நடமாட விடுவது எனக்கு மிகுந்த வேதனையைக் கொடுக்கும். நான் இந்த வளையை எனக்காகக் கட்டினேன். பார்வையாளர்களுக்காக இல்லை. அவனை அனுமதிக்க மறுத்து விடுவேன் நான் என்று நினைக்கிறேன்.

அவனால்தான் நான் வளைக்குள் வர முடிந்திருந்தாலும் அவனை உள்ளே விடமாட்டேன். அவனை உள்ளே விட முடியாது.

ஏனென்றால் ஒன்று தானாக அவன் எனக்கு முன்னால் செல்ல அனுமதிக்க வேண்டும். அதைக் கற்பனை செய்து கூடப் பார்க்க முடியாது. அல்லது ஒரே சமயம் இரண்டு பேரும் இறங்க வேண்டும். அப்போது கண்காணிக்கும் நோக்கத்தோடு அவனை வைத்திருப்பது நடக்காமல் போய் விடும். மேலும் அவனிடம் எவ்வளவு நம்பிக்கையை நான் வைக்க முடியும்? நான் அவனைப் பார்க்க முடியாத போது, பாசி எங்களைப் பிரித்திருக்கும்போது, அவனை நான் நம்ப முடியுமா? நீங்கள் ஒரு வளையை மேற்பார்வை பார்த்துக் கொண்டிருக்கும்போது, அல்லது மேற்பார்வை பார்க்க முடியுமானால், ஓரளவு நம்பிக்கை வைக்க முடியும். தூரத்திலிருக்கும் ஒருவனைக் கூட நம்பலாம். ஆனால் நீங்கள் வளைக்குள் இருக்கும்போது, வெளியில் இருக்கும் ஒருவனை, அதாவது வேறொரு உலகில் இருக்கும் ஒருவனை, நம்புவது முடியாத காரியம். ஆனால் இத்தகைய சிந்தனைகளுக்கே இடமில்லை. நான் கீழே இறங்கும்போதோ, அதன் பிறகோ எண்ணற்ற விபத்துகளில் ஒன்றினால் எனது கூட்டாளி தன்னுடைய கடமையைச் செய்யாமல் தடுக்கப்படலாம். அதுபோன்ற சின்ன விபத்து ஒன்று எனக்கு அளவிடமிட முடியாத பாதிப்பை ஏற்படுத்தி விடும் அல்லவா? இல்லை. அனைத்தையும் சீர்தூக்கிப் பார்க்கும்போது, நான் தனியாக இருக்கிறேன், நான் நம்பக் கூடிய ஒருவனும் இல்லை என்று குறைசொல்ல எனக்கு உரிமை இல்லை. இதனால் நான் எதையும் இழக்கவில்லை; இடைஞ்சலைத் தான் நான் தவிர்த்திருக்கிறேன். நான் என்னையும் என்னுடைய வளையையும் மட்டுமே நம்ப முடியும். முன்னரே இதுபற்றி நான் சிந்தித்திருக்க வேண்டும். இப்போது எனக்கு மன உளைச்சலைத் தரும் இடைஞ்சலை எதிர்கொள்ளத் தகுந்த நடவடிக்கை எடுத்திருப்பேன். நான் வளையைக் கட்டத் தொடங்கியபோது, அது ஓரளவு சாத்தியமாக இருந்திருக்கலாம். ஒன்றுக்கொன்று ஓரளவு தூரத்திலுள்ள இரண்டு நுழைவாயில்கள் உள்ளவாறு முதல் பாதையைக் கட்டியிருக்க வேண்டும். அப்போது ஒரு வாயில் மூலம் மெதுவாக இறங்கியிருப்பேன். அது தவிர்க்க முடியாதது. உடனே பாதை வழியாக இரண்டாவது வாயிலுக்கு ஓடி, மூடியைச் சிறிது திறந்து பல பகல்களும் இரவுகளும் அதே நிலையிலிருந்து கண்காணித்திருக்க முடியும். அது தான் சரியான வழியாக இருந்திருக்க முடியும். ஆனால் இரண்டு வாயில்கள்

ஆபத்தை இரு மடங்காக ஆக்கியிருக்கும் என்பது உண்மைதான். ஆனால் அந்த எண்ணம் என்னைத் தாமதப்படுத்த வேண்டாம். ஏனென்றால் இரண்டாவது நுழைவாயில் கண்காணிப்புக் கோபுரம் போலச் செயல்படும் ஆதலால் குறுகியதாகத்தான் இருக்கும். இதனோடு நான் தொழில்நுட்ப விபரங்கள் எனும் புதர்ப்பாதையில் தொலைந்து போகிறேன். முழுமையான, குறை ஏதும் இல்லாத ஒரு வளையைப் பற்றிக் கனவு காணத் தொடங்கி விடுகிறேன். அது என்னை ஓரளவு அமைதிப்படுத்துகிறது. மூடிய கண்களில் நான் யாரும் காண முடியாதவாறு வெளியே போகும் கருவிகளைக் கொண்ட வழிமுறைகளைக் காண்கிறேன். அவற்றைப் பற்றி நான் எண்ணிக் கொண்டு படுத்திருக்கும்போது அத்தகைய கருவிகளை தொழில்நுட்பச் சாதனைகளாக மட்டுமே பெரிதும் மதிப்பேன்; உண்மையாகப் பயன் தரும் கருவிகளாக அல்ல. ஏனென்றால் நினைத்த நேரம் வெளியே போய் உள்ளே வரும் சுதந்திரம், எதைக் குறிக்கிறது? அது அமைதியற்ற நிலையை, உறுதியற்ற உள்ளத்தை, வெட்கக் கேடான ஆசைகளை, தீய எண்ணங்களைக் குறிக்கும் அடையாளம். அதுவும் கையிலிருக்கும் ஒரு வளை, ஒருவர் திறந்த மனதுடனும் ஏற்றுக் கொள்ளும் பக்குவத்துடனும் இருந்தால் அமைதி வெள்ளம் கரைபுரண்டு ஓடும் வளையை நினைத்துப் பார்க்கும்போது, இதுவெல்லாம் இன்னும் மோசமாகத் தெரிகிறது. எனினும் இப்போதைக்கு, உள்ளே போவதற்கான சாத்தியக் கூறுகளை ஆராய்ந்துகொண்டு வெளியே இருக்கும் வேளையில், தேவையான தொழில் நுட்பக் கருவிகள் இருப்பது விரும்பத்தக்கது. ஆனால் அவ்வளவு விரும்பத்தக்கதாக இருக்காதோ என்னவோ! பயத்தில் வளையை ஊர்ந்து சென்று பாதுகாப்பாக இருக்க உதவும் ஒரு துளையாகக் கருதுவது அதற்குச் செய்யும் அநீதி இல்லையா? அது ஒரு பாதுகாப்பான துளைதான், பாதுகாப்பானதாகத் தான் இருக்க வேண்டும். நான் ஆபத்தின் மத்தியில் என்னை கற்பனை செய்து பார்க்கும்போது, பற்களைக் கடித்துக் கொண்டு மன உறுதியுடன், இந்த வளை என்னைக் காப்பாற்றிக் கொள்வதற்காக ஒதுக்கப்பட்ட ஒரு துளை என்றும், முழுத் திறமையோடு அந்தக் குறிப்பிட்ட வரையறுக்கப்பட்ட பணியை அது செய்ய வேண்டும் என்றும், அதனை வேறு எந்தப் பணிக்கும் உட்படுத்த மாட்டேன் என்றும் அழுத்தமாகச் சொல்கிறேன். பெரிய ஆபத்தின் மத்தியில், ஆபத்து நெருங்கிக் கொண்டிருக்கும் வேளையில்

இதன் உண்மையைக் கருத்தில் கொள்ள மாட்டோம். ஆனால் உண்மை என்னவென்றால் வளை ஓரளவு சிறந்த பாதுகாப்பைத் தந்தாலும், போதுமானதாக இல்லை என்பதுதான். ஏனென்றால் உள்ளே இருக்கும்போது பதற்றமில்லாமல் இருக்க முடிகிறதா? சாதாரணப் பதற்றங்களை விட இவை வேறுபட்டவைதான். இவை அகந்தையுடன் கூடிய, ஆழமான ஆனால் நெடுங்காலம் அமுக்கப்பட்ட பதற்றங்கள். வெளி உலகில் இருக்கும் பதற்றங்களைப் போலவே இவையும் அழிவை ஏற்படுத்தக் கூடியவையே. என்னுடைய பாதுகாப்புக்காக மட்டுமே இந்த வளையை நான் கட்டியிருந்தால், நான் ஏமாற்றம் அடைந்திருக்க மாட்டேன் என்பது உண்மை. எனினும், அதற்குச் செலவழித்த உழைப்பையும், எனக்கு அது தரும் பாதுகாப்பையும் ஒப்பிட்டுப் பார்த்தால், நான் உணர்கின்ற வரையில் அது எனக்குச் சாதகமாக இராது. இதனை நானே ஏற்றுக் கொள்ளும்போது அதிக வருத்தம் ஏற்படுகிறது. ஆனால், கட்டியவனும் உரிமையாளனும் ஆன எனக்கு எதிராகவே வாயிலை மூடித் தாழிடும்போது எனக்கு வருத்தமாகத்தான் இருக்கிறது. எனினும், வளை அடைக்கலம் புகப் பயன்படும் ஒரு சாதாரணத் துளை இல்லை. நான் சேமிப்பு அரணில் சேர்த்து வைக்கப்பட்ட பொருள்கள் மத்தியில் நிற்கும்போது, அங்கே தொடங்குகிற மேடும் பள்ளமுமான பாதைகளை, உயரமான வட்ட வடிவப் பாதைகளை, அகலமான குறுகிய பாதைகளை எல்லாம் பார்க்கிறபோது, அமைதியாக ஆனால் காலியாக உள்ள அறைகளுக்கு என்னை அழைத்துச் செல்லும் பல பாதைகளைக் காணும்போது, வெறும் பாதுகாப்பு என்ற சிந்தனை எனது மனத்தில் இருக்காது; இது என்னுடைய அரண்மனை, பல்லாலும், நகங்களாலும், தட்டியும், இடித்தும் பொல பொலவென்றிருந்த மண்ணிலிருந்து கட்டிய அரண்மனை. என்னுடைய அரண்மனை வேறு யாருக்கும் சொந்தமாக முடியாது. இது எனது உயிருக்குயிரானது, எவ்வளவு என்னுடையதென்றால், என்னுடைய கடைசிநேரத்தில் எதிரியின் மரண அடியையும் அதில் அமைதியாக ஏற்றுக் கொள்வேன். ஏனென்றால் என்னுடைய இரத்தம் என்னுடைய மண்ணிலேயே சிந்தும், வேறு எங்கும் தொலைந்து போகாது. மேலும் சிறிது நேரம் அமைதியாகத் தூங்கிக் கொண்டும், எனக்குப் பொருத்தமாக வசதியாக இருக்கிற இந்தப் பாதைகளை மகிழ்ச்சியாகக் கண்காணித்துக் கொண்டும் பேரின்பமாக மணித்துளிகளைச் செலவழிப்பதன் அர்த்தம் அதுதான்.

இங்கே நீட்டிப் படுத்துக் கொள்வேன், குழந்தைத்தனமான மகிழ்ச்சியில் உருள்வேன், படுத்துக் கனவு காண்பேன் அல்லது ஆழ்ந்து உறங்குவேன். அந்தச் சிறிய அறைகள் எனக்கு மிகவும் பழக்கமானவை. ஒரே மாதிரியாக இருந்தாலும் கண்களை மூடிக் கொண்டுகூட தொட்டே ஒவ்வொன்றையும் அடையாளம் கண்டு வேறுபடுத்திக் காண்பேன். ஒரு பறவை தனது கூட்டில் இருப்பதைவிட அமைதியாக அவை என்னை சூழ்ந்து கொள்கின்றன. அனைத்தும், அனைத்துமே அமைதி, அங்கு ஒன்றுமில்லை.

அப்படி இருக்குமானால், நான் ஏன் அங்கேயே தொங்கிக் கொண்டிருக்க வேண்டும்? என்னுடைய வளையை மீண்டும் பார்க்க முடியாத ஒரு நிலையை விட உள்ளே புகுந்து விடக் கூடிய எதிரி பற்றி நான் ஏன் பயப்பட வேண்டும்? ஆனால் நான் மீண்டும் என்னுடைய வளைக்குப் போகாமலிருப்பது நடக்கக் கூடியது இல்லை. அந்த வளை எனக்கு எவ்வளவு முக்கியமானது என்பது பற்றி ஐயப்பட வேண்டியதில்லை. என்னுடைய அச்சங்கள் எவ்வளவு இருந்தாலும், நானும் எனது வளையும் பிரிக்க முடியாதபடி ஒன்றாக இருக்கிறோம். இங்கேயே எவ்வளவு நேரமானாலும் ஒன்றும் செய்யாமல் காத்திருப்பேன். எங்களை யாரும் பிரிக்க முடியாது. எப்படியோ நான் மீண்டும் என்னுடைய வளைக்குள் போய் விடுவேன். ஆனால் அதே சமயம், இங்கும் கீழேயும் அதற்கிடையில் எவ்வளவு காலம் கடக்கும், எத்தனை நிகழ்வுகள் நடக்கும்? இந்த இடைப்பட்ட காலத்தைக் குறைப்பதும், அதற்குத் தேவையானதை உடனே செய்வதும் என் கையில் தான் இருக்கிறது.

பிறகு, சிந்திக்க ஆற்றல் இல்லாத அளவிற்குக் களைப்படைந்து, எனது தலை கவிழ்ந்து, கால்கள் நடுங்க, அரைத்தூக்கத்தில், நடக்காமல் பாதையைக் கடந்து, நுழைவாயிலை அடைந்து, மெதுவாகப் பாசி மூடியைத் தூக்கி, கதவை மூடாமல் மெதுவாக இறங்கி, என்னுடைய தவறை உணர்ந்து அதைச் சரி செய்ய மீண்டும் வெளியே வந்து - ஆனால் அதற்காக வெளியே வரவேண்டிய அவசியம் என்ன? நான் செய்ய வேண்டியதெல்லாம் பாசி மூடியை இடித்து விட வேண்டியதுதான். எனவே மீண்டும் உள்ளே நகர்கிறேன்; பாசி மூடியை இழுத்து விடுகிறேன். இப்போது பாசியின் கீழ்

இரத்தக் கறை படிந்த மண்ணின் மேல் படுத்து விடுகிறேன். இப்போது நான் நெடுநேரம் ஏங்கிய தூக்கத்தைத் தழுவ முடியும். எதுவும் என்னைத் தொந்தரவு செய்யவில்லை; என்னை யாரும் பின் தொடர்ந்து வரவில்லை. பாசிக்கு மேல் அனைத்தும் இதுவரையில் அமைதியாக இருக்கிறது. ஆனால் அப்படியே அனைத்தும் அமைதியாக இருந்தாலும், இப்போது காவல் காக்காமல் இருக்க முடியுமா என்று என்னையே கேட்டுக் கொள்கிறேன். நான் இடத்தை மாற்றி விட்டேன். மேல் உலகத்தை விட்டுவிட்டு என்னுடைய வளைக்குள் வந்து விட்டேன். உடனே அதனுடைய தாக்கத்தை உணர்கிறேன். இது ஒரு புது உலகம். எனக்குப் புதிய சக்திகளைத் தருகிறது. அங்கு நான் களைப்பாக உணர்ந்தது இப்போது இங்கே இல்லை. ஒரு பயணத்திலிருந்து திரும்பியிருக்கிறேன். அலைந்ததில் களைப்படைந்திருக்கிறேன். ஆனால் பழைய வீட்டைப் பார்த்தவுடன், செய்ய வேண்டிய வேலைகள் நினைவுக்கு வந்தவுடன், எல்லா அறைகளையும் ஒரு பார்வை பார்க்க வேண்டும் என்று தோன்றியவுடன், எல்லாவற்றிற்கும் மேலாக என்னுடைய சேமிப்பு அரணுக்குப் போக வேண்டிய அவசியம் வந்தவுடன் என்னுடைய களைப்பெல்லாம் உற்சாகமான ஆர்வமாக மாறுகிறது. நான் என்னுடைய வளையில் கால் வைத்தவுடன் நீண்ட ஆழ்ந்த தூக்கத்திலிருந்து விழிப்பது போல் இருக்கிறது. என்னுடைய முதல் வேலை கடினமானது, என்னுடைய கவனத்தை எல்லாம் செலுத்த வேண்டும். அதாவது என்னுடைய வேட்டைப் பொருட்களை எல்லாம் குறுகிய மெல்லிய சுவர்களுள்ள பாதைகள் வழியாகக் கொண்டு செல்ல வேண்டும். என்னுடைய பலத்தையெல்லாம் சேர்த்துத் தள்ளுகிறேன். வேலை நடக்கிறது; ஆனால் மிக மெதுவாக நடக்கிறது, வேகப்படுத்த சதையின் ஒரு பகுதியைப் பின்னுக்கு இழுத்து அதன் மேலும் அதன் ஊடேயும் தள்ளுகிறேன். இப்போது என் முன்னால் ஒரு சிறு பகுதிதான் இருக்கிறது; முன்னேறுவது எளிதாக இருக்கிறது. ஆனால் என்னுடைய பாதை இந்தச் சதையால் அடைக்கப்பட்டு விடுகிறது. நான் தனியாக இருக்கும் போது என்னால் எளிதாகப் போக முடிவதில்லை. என்னுடைய பொருட்களாலேயே நான் மூச்சுத் திணறி விடுவேன். சில சமயங்களில் சாப்பிட்டு முடித்து எனக்காக ஒரு இடத்தை உண்டாக்கி, இந்த அழுத்தத்திலிருந்து என்னை மீட்டுக்கொள்ள வேண்டியிருக்கிறது. ஆனால்

சரக்குகளைக் கொண்டுபோவது வெற்றிகரமாக நடக்கிறது. சீக்கிரத்திலேயே முடித்து விடுகிறேன். புதிரான வலைப் பின்னல் பாதைகள் எனக்குப் பின்னால் இருக்கின்றன. சாதாரண பாதையை அடைகிறேன், நன்றாக மூச்சு விட முடிகிறது. வேட்டைப் பொருளை இணைப்பாதையிலிருந்து முதன்மைப் பாதைக்குக் கொண்டு போகிறேன். இதற்கென்றே சாய்வாக அமைக்கப்பட்டது. நேராக சேமிப்பு அரணுக்குப் போய் விடும். இப்போது வேலையே இல்லை. மொத்தச் சுமையும் தானாக பாதை வழியே உருண்டு போகும். கடைசியில் சேமிப்பு அரண்! இப்போது நான் ஓய்வெடுக்கலாம். எதுவும் மாறவில்லை. பெரிய விபத்து எதுவும் நடக்கவில்லை. நான் மேலோட்டமாகப் பார்க்கும்போது தென்படும் குறைகளை எல்லாம் எளிதில் சரி செய்து விடலாம். முதலில் எல்லாப் பாதைகளையும் பார்வையிட வேண்டும். அது ஒன்றும் சிரமமில்லை. பழைய நண்பர்களோடு உறவாடுவது தான்; அந்தக் காலத்தில் எல்லாம் செய்ததுதான். எனக்கு ஒன்றும் வயதாகவில்லை. ஆனால் பலவற்றைப் பற்றிய என்னுடைய நினைவுகள் குழம்பிப் போகின்றன. எனவே முன்னால் நான் அடிக்கடி செய்தது போல, அல்லது நான் செய்ததாக அடிக்கடி கற்பனை செய்திருக்கிறதைப் போல என்று தான் கூற வேண்டும், - நான் இரண்டாவது பாதையில் தொடங்குகிறேன். சேமிப்பு அரணைப் பார்த்த பிறகு நிறைய நேரம் இருக்கிறது. வளைக்குள் எப்போதும் எனக்கு நேரம் அதிகம் கிடைக்கும். ஏனென்றால் இங்கு நான் செய்வதெல்லாம் மதிப்பும் முக்கியத்துவமும் வாய்ந்தது; ஓரளவு எனக்கு நிறைவு தருவது. நான் இரண்டாவது பாதையில் தொடங்கி, நடுவிலேயே விட்டு விட்டு, மூன்றாவது பாதைக்கு வந்து மீண்டும் சேமிப்பு அரணுக்கு வந்து விடுகிறேன். இப்போது மீண்டும் நான் இரண்டாவது பாதையில் தொடங்க வேண்டும். இப்படி நான் என்னுடைய வேலையை விளையாட்டாக மாற்றிக்கொண்டு, அதனை நீட்டிக் கொண்டு, எனக்குள்ளேயே சிரித்துக் கொண்டு, என்னையே பாராட்டிக்கொண்டு, என் முன்னால் இருக்கும் வேலையைக் கண்டு மலைத்துப் போய், ஆனால் அதிலிருந்து திரும்ப நினைக்காமல் போய்க் கொண்டிருக்கிறேன். பாதைகளே, அறைகளே, சேமிப்பு அரணே, உங்களுக்காகத் தான் என்னுடைய உயிரைத் துச்சமாக மதித்து, அதிக நாட்கள் முட்டாள்தனமாக நடுங்கி, தள்ளிப் போட்டுக்கொண்டே வந்து இப்போது திரும்பி

வந்திருக்கிறேன். நான் உங்களோடு இருக்கும்போது, நான் ஏன் ஆபத்துக்கு அஞ்ச வேண்டும்? நீங்கள் எனக்குச் சொந்தம், நான் உங்களுக்குச் சொந்தம். நாம் ஒன்றுபட்டிருக்கிறோம். யார் நமக்குத் தீமை செய்ய முடியும்? மேலே இப்போது கூட என்னுடைய எதிரிகள் ஒன்று சேர்ந்து அவர்களுடைய ஆயுதங்களால் பாசியை உடைக்க முயன்றால் என்ன? வளை அதனுடைய அமைதியாலும், வெறுமையாலும் என்னுடைய வார்த்தைகளை உறுதி செய்து எனக்கு விடையளிக்கிறது. ஆனால் இப்போது எனக்குப் பிடித்தமான அறையில் சுருண்டு படுத்துக் கொள்கிறேன். நான் இன்னும் எல்லாவற்றையும் மேற்பார்வை செய்யவில்லை. இன்னும் நிறைய இடம் இருக்கிறது. எப்படியும் எல்லாவற்றையும் ஆராயும் தீர்மானம் மாறவில்லை. இங்கே நான் தூங்க மாட்டேன். இங்கே வசதியாகத் தூங்குவது போலப் பாசாங்கு செய்ய வேண்டும் என்ற ஆசைக்குப் பணிந்து விட்டேன். முன்னால் போலவே இது தூங்குவதற்குத் தகுந்த இடமா என்று பார்க்கிறேன். நல்ல இடம் தான். விழித்திருப்பதை விடத் தூங்கச் சிறந்த இடம்; ஆழ்ந்து தூங்கிப் போகிறேன்.

நான் அதிக நேரம் தூங்கியிருக்க வேண்டும். தூக்கத்தின் கடைசி நிலையான தூக்கத்தில் இருக்கும்போது நான் விழித்துக் கொண்டேன். மிக லேசான தூக்கமாக இருந்திருக்க வேண்டும். ஏனென்றால் மிக மெல்லிய 'விசில்' சத்தம் என்னை எழுப்பியிருக்கிறது. உடனே அது என்னவென்று எனக்குத் தெரிகிறது. நான் அதிகம் இடம் கொடுத்து விட்ட சிறிய இரை ஒன்று நான் இல்லாத நேரத்தில் எங்கேயோ சிறிய வாய்க்காலைத் தோண்டியிருக்க வேண்டும். அது வேறொரு பாதையில் வெட்டியிருக்கும். அங்கே காற்று சேர்ந்து இந்த சப்தம் வந்திருக்கிறது. இந்தச் சின்னப் பூச்சிகள் சுறுசுறுப்பாக இருக்கும். அவற்றின் உழைப்பினால் எவ்வளவு தொல்லை! முதலாவதாக நான் என்னுடைய பாதைகளின் சுவர்களில் கவனித்துக் கேட்க வேண்டும். சோதனையாகத் தோண்டி எங்கிருந்து இந்தத் தொல்லை வருகிறது என்று கண்டுபிடிக்க வேண்டும். அதன் பிறகுதான் இந்த சப்தத்தை நிறுத்த முடியும். எனினும் இந்தப் புதிய சிறு பாதை நல்லதுதான். காற்றோட்டம் அதிகம் ஆகும். ஆனால் இதன் பிறகு இந்தச் சின்னப் பூச்சிகள் மேல் ஒரு கண் வைத்திருக்க வேண்டும். எதையும் விட்டு வைக்கக் கூடாது.

எனக்கு இதுபோன்ற ஆராய்ச்சிகளில் நிறைய அனுபவம் இருந்ததால் அதிக நேரம் எடுக்காது. உடனே ஆரம்பிக்க வேண்டும். வேறு பல வேலைகள் காத்திருப்பது உண்மைதான். ஆனால் இது மிக அவசரம். என்னுடைய பாதைகளில் அமைதி வேண்டும். இந்த சப்தம் பயப்படத்தக்கதாக இல்லை. முதலில் வந்தபோது நான் கேட்கவில்லை. அப்போதே இருந்திருக்க வேண்டும். ஆனால் வீட்டுக்காரருக்குத் தான் அது கேட்கும். இதேபோன்ற ஒலிகளைப் போலவே இதுவும் தொடர்ந்து கேட்கவில்லை. நீண்ட இடைவெளிகள், காற்று அடிக்கும்போது தடைகள் இருந்திருக்க வேண்டும். நான் என்னுடைய ஆராய்ச்சிகளைத் தொடங்குகிறேன்; எந்த இடத்தில் தொடங்குவது என்று தெரியவில்லை. ஒரு ஒழுங்கில்லாமல் சில இடங்களில் தோண்டுகிறேன். அதனால் எந்தப் பயனும் இல்லை. தோண்டி, பிறகு அதை மூடி, அதைக் கெட்டித்து, உழைப்பு வீணானது தான் மிச்சம். சப்தம் வருகிற இடத்திற்கு அருகிலேயே போக முடியவில்லை. ஒலி மிக மெல்லியதாகவே கேட்டுக் கொண்டிருக்கிறது. இடைவெளிகள்; 'விசில்' குழலில் வருவது போல ஒலி. இப்போது அப்படியே விட்டு விடலாம். தொல்லை தான். ஆனால் அது நான் முதலில் சொன்ன அதே காரணத்தில் தான் கேட்கிறது என்பதில் ஐயமில்லை. எனவே ஒலி அதிகமாகாது. மாறாக, அந்த ஒலிகள் தாமாகவே காலத்தால் மறைந்து விடும். அல்லது ஒழுங்கான ஆராய்ச்சி தோற்றுப் போகும்போது தற்செயலான நிகழ்ச்சி தொல்லை தரும் பாதைக்கு இட்டுச் சென்று வரும். இப்படி என்னை நான் சமாதானம் செய்து கொள்கிறேன். என்னுடைய பாதைகளை ஆய்வு செய்வதைத் தொடர்கிறேன். நான் இன்னும் பார்க்காத பல அறைகளைப் பார்ப்பேன். இடைவேளையில் சேமிப்பு அரணைப் பற்றிச் சிந்தித்து மகிழ்வேன். ஆனால் என்னுடைய பதற்றம் போகாததால் நான் என்னுடைய தேடலைத் தொடர வேண்டும். இந்தச் சிறிய ஜந்துகள் அதிக நேரத்தை எடுத்துக் கொள்கின்றன. அந்த நேரத்தை வேறு பயனுள்ள வகைகளில் செலவவழிக்கலாம். இதுபோன்ற பிரச்சனைகளில் தொழில்நுட்பச் சிக்கல் தான் என்னைக் கவரும். எடுத்துக்காட்டாக, ஒலியின் பல்வேறு நுண்ணிய வேறுபாடுகளை என்னுடைய காது அறிய முடியும். அதனால் அதனைப் பற்றிய தெளிவான அமைப்பு எனக்குத் தெரியும். அதன் காரணத்தைக் கணக்கிட முடியும். இப்போது

எனது முடிவு சரியானது தானா என்று அறிய நான் பேரார்வமாக இருக்கிறேன். இதற்கு நல்ல காரணமும் உண்டு. இதன் காரணத்தை உறுதி செய்யாவிட்டால், நான் பாதுகாப்பாக இருக்க முடியாது. சுவரிலிருந்து ஒரு துளி மண் விழுந்து விட்டாலும் அதன் காரணத்தை அறிய வேண்டும் எனக்கு. இந்த ஒலி அப்படி ஒன்றும் சாதாரண நிகழ்வு இல்லை. ஆனால் முக்கியமானதோ, இல்லையோ நான் எவ்வளவு சிரமப்பட்டுத் தேடினாலும் என்னால் ஒன்றும் கண்டுபிடிக்க முடியவில்லை. அதுவும் அது எனக்கு மிக விருப்பமான அறையில் நடக்க வேண்டுமா என்று என்னையே கேட்டுக் கொண்டு அதனிடமிருந்து சிறிது தூரம் நடந்து அடுத்த அறைக்குப் போகிறேன். இதை வேடிக்கைக்காகத் தான் செய்கிறேன். இதற்கு எனக்கு விருப்பமான அறையை மட்டும் குற்றம் சொல்வதில் பயனில்லை, வேறு இடங்களிலும் இந்தத் தொந்தரவு இருக்கிறது என்று பாசாங்கு செய்கிறேன். முகத்தில் புன்முறுவலுடன் கவனிக்கிறேன். உடனே சிரிப்பதை நிறுத்தி விடுகிறேன். ஏனென்றால் அங்கேயும் அந்த 'விசில்' சப்தம் கேட்கிறது. இதில் கவலைப்படுவதற்கு ஒன்றுமில்லை. சில சமயங்களில் நான் மட்டும்தான் இதைக் கேட்கிறேன் என்று நினைப்பதுண்டு. இப்போது தெளிவாகக் கேட்கிறேன் என்பது உண்மை. ஏனென்றால் என்னுடைய காது பழக்கத்தினால் கூர்மையாகி விட்டிருக்கும். அதே ஒலியைத்தான் எல்லா இடத்திலும் கேட்கிறேன். ஒலியும் அதிகமாகவில்லை. பாதையின் நடுவில் சுவரில் காதை வைத்துக் கேட்காவிட்டாலும் இதை அடையாளம் கண்டு கொள்கிறேன். சில வேளைகளில் எனது காதுகளைத் தீட்டிக் கொண்டு கேட்டால்தான் ஒரு சிறு ஒலியையும் கேட்க முடியும். எல்லா இடத்திலும் இந்த ஒலி ஒரே சீராக இருப்பதுதான் எனக்குத் தொந்தரவு தருகிறது. ஏனென்றால் என்னுடைய முதல் அனுமானத்தோடு இது ஒத்துப் போகவில்லை. நான் இதன் காரணத்தைச் சரியாகக் கண்டு பிடித்திருந்தேன் என்றால் ஒரு குறிப்பிட்ட இடத்திலிருந்து மிகுந்த விசையோடு வந்திருக்க வேண்டும். அப்போது அதைக் கண்டுபிடிப்பது தான் எனது வேலை. அதன் பிறகு குறைந்து கொண்டே வரவேண்டும். ஆனால் இங்கு என்னுடைய கருதுகோள் சரியாகப் பொருந்தவில்லை என்றால், வேறு என்ன விளக்கம் இருக்க முடியும்? இன்னொரு சாத்தியம் இரண்டு ஒலிகள் இரண்டு இடங்களிலிருந்து வரலாம்.

இதுவரையில் அந்த இரண்டு மையங்களிலிருந்தும் தள்ளியே இருந்திருக்கிறேன். அவற்றில் ஒன்றுக்கு அருகில் போகும்போது ஒலி அதிகமாகிறது. இன்னொரு மையத்திலிருந்து ஒலி குறைவாவதால் மொத்த விளைவு ஒன்றாகவே இருக்கிறது. நான் கவனமாகக் கேட்டால் ஒலியின் தொனியில் வேறுபாடுகள் இருக்கின்றன என்று நான் கற்பனை செய்கிறேன். எப்படி இருப்பினும் என்னுடைய ஆராய்ச்சியின் பரப்பை அதிகமாக்க வேண்டும். அதன்படி நான் கீழே இறங்கி சேமிப்பு அரணுக்குச் சென்று அங்கு கவனிக்கிறேன். விந்தை! அங்கும் அதே ஒலி. நான் இல்லாதபோது அதனைப் பயன்படுத்திக்கொண்டு சின்ன ஜந்து ஒன்று வளை தோண்டியிருக்கிறது. அதுதான் இந்தச் சப்தம். எப்படியிருப்பினும் எனக்கு ஆபத்து விளைவிப்பது நோக்கமாக இருக்காது. அவை வேலையில் கருத்துடன் இருந்தன. அவற்றிற்குத் தடை எதுவும் வராதவரையில் அவை எடுத்துக் கொண்ட திசையை நோக்கிச் செல்லும். இதுவெல்லாம் எனக்குத் தெரியும். எனினும் சேமிப்பு அரண் வரையில் வருவதற்கு அவர்களுக்குள்ள துணிவைத்தான் என்னால் புரிந்து கொள்ள முடியவில்லை. அதுதான் என்னைக் கலங்கடித்து எனக்கு, எனது வேலைக்கு உடனே தேவைப்படும் சிந்தனையைக் குழப்புகிறது. சேமிப்பு அரண் அமைந்திருக்கும் ஆழம் காரணமா? அதன் பரப்பும் வளை தோண்டும் ஜந்துகளைப் பயமுறுத்தக் கணக்குப் பார்த்து வைக்கப்பட்ட சக்தி வாய்ந்த காற்றிழுக்கும் தன்மையா அல்லது அது சேமிப்பு அரண் என்பதால் மட்டுமே அவற்றின் மந்த புத்திகளுக்கு எட்டி விட்டதா என்று நான் கண்டுபிடிக்க விரும்பவில்லை. எப்படி இருப்பினும், சேமிப்பு அரணின் சுவர்களில் வளை தோண்டுவதற்காக அடையாளம் எதையும் நான் பார்க்கவில்லை. காட்டமான மணங்களால் கவரப்பட்டு சிறிய விலங்குகளின் கூட்டம் இங்கே வந்தது உண்மைதான். இங்கே எனக்கு நல்ல வேட்டை. ஆனால் எனது இரை மேல் பாதைகளில் வளை தோண்டி கீழே ஓடி வரும். ஆனால் இப்போது அவை எல்லாப் பாதைகளிலும் வளை தோண்டுவது போலத் தோன்றுகிறது. என்னுடைய இளமைப் பருவத்தில் நான் தீட்டிய திட்டங்களின் மிகச் சிறந்ததை நான் நிறைவேற்றியிருந்தால், அல்லது நிறைவேற்றும் சக்தி எனக்கு இருந்திருந்தால், - ஏனென்றால் அப்போது மன உறுதிக்குக் குறைவில்லை. எனக்கு விருப்பமான திட்டங்களுள் ஒன்று, சேமிப்பு அரணைச்

சுற்றுப்புறங்களிலிருந்து தனிமைப்படுத்துவது. அதாவது சுவர்களின் தடிமனை என்னுடைய உயரத்திற்குள் வைத்துக் கொண்டு, அதே அகலத்தில் அரணைச் சுற்றிக் காலி இடம் விடுவது; எல்லாவற்றையும் தாங்குவதற்காக குறுகிய அடித்தளம் மட்டும் அமைப்பது. இந்தக் காலி இடத்தை மிக இனிமையான ஓய்விடமாக நான் கற்பனை செய்திருந்தேன். வெளிச் சுவரில் அழுந்தப்படுத்து, மேலே தூக்கி, கீழே சுருக்கி, கால் தவறி தரையில் விழுவது எவ்வளவு மகிழ்ச்சியாக இருக்கும்! அல்லது சேமிப்பு அரணுக்கு உள்ளே இல்லாமல் அதன் மேலேயே விளையாடலாம். அல்லது சேமிப்பு அரணைத் தவிர்த்துவிட்டு, விரும்பும்போது அதன் மேல் கண்கள் படாமல், அதைப் பார்ப்பதைத் தள்ளிப் போடுவதும், அதனைப் பாதுகாப்பாக வைத்திருப்பதும் மிக இன்பமானவை. இவற்றிற்கு மேலாக அதனைப் பாதுகாக்கக் காவலிருப்பது அதனைப் பார்க்காமலிருக்கும் குறையை ஈடு செய்யும். சேமிப்பு அரணுக்குள்ளேயே வாழ்க்கை முழுவதையும் கழித்து விடுவதா அல்லது அதனைச் சுற்றியுள்ள திறந்த காலி இடத்தில் செலவிடுவதா எது வேண்டும் என்றால் இரண்டாவதைத்தான் தேர்ந்தெடுக்க வேண்டும். ஏனென்றால் அங்கே மேலும் கீழும் நடந்து நாள் முழுவதும் சேமிப்பு அரணைக் காவல் காக்கலாம். அப்போது சுவர்களில் ஒலிகள் கேட்காது. துணிச்சலாக யாரும் சேமிப்பு அரண் வரையில் வளை தோண்டி வரமாட்டார்கள். அப்போது அமைதி நிலவும்; நான் காவலனாக இருப்பேன். சின்ன விலங்குகள் வளை தோண்டுவதை வெறுப்போடு கேட்டுக்கொண்டு இருக்க வேண்டி இருக்காது. இப்போது நான் கேட்க முடியாத சேமிப்பு அரணின் முணுமுணுப்பு மௌனத்தை மகிழ்ச்சியுடன் கேட்பேன்.

ஆனால் அந்த அழகிய கனவு போய்விட்டது. இப்போது என்னுடைய சேமிப்பு அரணோடு நேரடித் தொடர்புடைய ஒரு வேலையில் இறங்க வேண்டும். நான் இதைப் பற்றித் தெளிவாகப் பார்க்கப் பார்க்க என்னுடைய சக்தி முழுவதையும் முதலில் எளிதாகத் தோன்றிய இந்த வேலையில் செலவழிக்க வேண்டியதிருக்கும். சேமிப்பு அறையின் சுவர்களில் கவனமாகக் கேட்கிறேன். நான் கேட்கும்போதெல்லாம், மேலேயும், கீழேயும், கூரையிலும், தரையிலும், மூலைகளிலும், நுழைவாயிலிலும், எங்கும், எங்குமே அதே ஒலியைக் கேட்கிறேன். விட்டு விட்டு வரும் அந்தச் சப்தத்தைக்

கேட்டுக் கொண்டிருப்பதில் எவ்வளவு நேரம், எவ்வளவு கவனத்தை வீணாக்க வேண்டியிருக்கிறது! இந்த அரணுக்குள் அரண் பெரிதாக இருப்பதால், பாதைகளைப் போல சப்தம் கேட்பதில்லை என்பதில் ஒருவகைத் திருப்தி கொள்ளலாம். குறிப்பாக சுவர்களுக்கு அப்பால் நின்றால் கேட்பதில்லை. ஓய்வு எடுப்பதற்காகவும், உற்சாகம் பெறுவதற்காகவும் நான் இந்தச் சோதனையை அடிக்கடி செய்கிறேன். கவனமாகக் கேட்கும்போது ஒன்றும் கேட்காமலிருப்பதால் நான் மகிழ்ந்து போகிறேன். ஆனால் அந்த வினாவிற்கு விடை இன்னும் கிடைக்கவில்லை. என்ன நடந்திருக்கக் கூடும்? இந்த நிலையில் என்னுடைய முதல் விளக்கம் தவறாகப் போகிறது. ஆனால் வேறு விளக்கங்களையும் நான் தள்ளிவிட வேண்டியதிருக்கிறது. எடுத்துக்காட்டாக, கேட்கும் சப்தம் சிறிய விலங்குகள் வேலை செய்யும்போது ஏற்படுகிறது என்று வைத்துக் கொள்ளலாம். ஆனால் என்னுடைய அனுபவம் இதை எதிர்க்கிறது. அங்கே எப்போதும் இருந்த ஒரு ஒலியை, இது வரையில் கேட்காதிருந்து இப்போது திடீரென்று கேட்க முடியாது. வயதாக ஆக ஒருவேளை வளையில் ஏற்படும் சின்ன மாறுதல்களையும் எளிதில் உணரும் ஆற்றலை நான் பெற்றிருக்கலாம். ஆனால் என்னுடைய கேட்கும் சக்தி கூர்மையாக ஆகியிருக்கவில்லை. சிறிய விலங்குகளின் தன்மையே பிறர் கேட்க முடியாமல் இருப்பதுதான், இல்லாவிட்டால் நான் அவற்றைத் தாங்கிக் கொண்டிருப்பேனா? பட்டினி கிடந்தாலும் பரவாயில்லை என்று அவற்றை ஒழித்துக் கட்டியிருப்பேன். ஆனால் ஒருவேளை எனக்குத் தெரியாத ஒரு விலங்காக இருக்கலாம். சாத்தியம் தான். நான் இங்குள்ள வாழ்க்கையை நீண்ட காலமாகக் கவனமாகப் பார்த்து வந்திருக்கிறேன். ஆனால் இந்த உலகம் வேறுபாடுகள் நிறைந்தது; ஆச்சரியங்களைத் தரக் கூடியது. ஆனால் இது தனி ஒரு விலங்காக இருக்க முடியாது. என்னுடைய அரசில் சின்னப் பிராணிகளின் ஒரு பெரிய கூட்டமே இறங்கி விட்டிருக்கும். அவற்றைக் கேட்க முடிவதால் அவை சின்னப் பூச்சிகளை விடப் பெரிதாக இருக்க வேண்டும். அதே சமயம் மிகப் பெரிதாகவும் இருக்க முடியாது. ஏனென்றால் அவை வேலை செய்யும் ஒலி மிக மென்மையாகத்தான் கேட்டது. அப்படியானால் அவை எனக்கு அறிமுகமாகாத பூச்சிகள். அவற்றின் பயணத்தில் இந்த வழியாக வந்து என்னைத் தொந்தரவு செய்திருக்க வேண்டும். விரைவாகவே போய் விடலாம். ஆகவே அவை போவதற்காக

நான் காத்திருக்க வேண்டும். தேவையில்லாத வேலையை நான் செய்ய வேண்டியதில்லை. இவை அந்நியர்களாக இருந்தால் நான் இதுவரையில் ஏன் ஒன்றையும் பார்க்கவில்லை? ஏற்கனவே நான் பல பதுங்கு குழிகளைத் தோண்டி வைத்திருக்கிறேன். அவற்றில் இதுவரை ஒன்றுகூட விழவில்லை. ஒருவேளை அவை மிகச் சிறிய பூச்சிகளாக, நான் இதுவரையில் பார்க்காதவையாக இருக்கலாம் என்று தோன்றுகிறது. அவை உண்டாக்கும் ஒலிதான் பெரிதாக இருக்கிறது போலும்.

அதன்படி நான் தோண்டிப் போட்ட மண்ணை ஆராய்கிறேன். கட்டிகள் எல்லாம் சிறிய துண்டுகளாக உடையுமாறு மேலே தூக்கிப் போடுகிறேன். ஆனால் பூச்சிகள் அங்கே இல்லை. அப்போது இந்த மாதிரி சிறிய பதுங்கு குழிகளைத் தோண்டுவது பயனற்றது என்று உணர்கிறேன். தோண்டுவதால் என்னுடைய வளையின் சுவர்களைத் தான் சிதைக்கிறேன். இங்கேயும் அங்கேயும் பிராண்டி, துளைகளை மூடாது விட்டு விடுகிறேன். பல இடங்களில் மண் குவியல்கள் எனது வழியையும் பார்வையையும் மறைக்கின்றன. ஆனால் இந்தப் பிரச்சனை அவ்வளவு முக்கியமில்லை. ஏனென்றால் நான் இப்போது என்னுடைய வீட்டைச் சுற்றிவர முடியாது, ஆய்வு செய்ய முடியாது, ஓய்வு எடுக்க முடியாது. ஒரு துளையில் வேலை செய்யும் போதே மேலேயுள்ள மண்ணைப் பிடித்திருக்க அப்படியே தூங்கிப் போய் விடுகிறேன். இப்போது என்னுடைய முறைகளை மாற்றப் போகிறேன். சப்தம் வரும் திசையை நோக்கி ஒரு அகலமான குழியைத் தோண்டிக் கொண்டே போவேன். சப்தத்தின் உண்மையான காரணத்தைக் கண்டுபிடிக்கும் வரையில் தோண்டுவேன். பிறகு என்னுடைய சக்திக்கு உட்பட்டிருந்தால் அதை நான் அழித்து விடுவேன். இல்லையென்றால் உண்மையைக் கண்டுபிடிப்பேன். உண்மை எனக்கு அமைதியை அல்ல நம்பிக்கையின்மையைத் தரும். இப்படியோ அப்படியோ ஐயப்பாடும் கேள்வியும் இருக்காது. இந்தத் தீர்மானம் என்னை உறுதிப்படுத்துகிறது. இதுவரையில் நான் செய்ததெல்லாம் அவசரத்தில் செய்தது போலத் தோன்றுகிறது. மேல் உலகக் கவலைகளிலிருந்து முற்றிலும் விடுபடாமல், வளையின் அமைதி முழுவதுமாக ஊடுருவாமல், இவ்வளவு நாள் அதை விட்டுப் பிரிந்திருந்தது பற்றி மனச் சஞ்சலத்துடன், திரும்பி வந்த உற்சாகத்துடன் இருந்ததால், பழக்கப்படாத

சப்தத்தினால் குழம்பிப்போய் விட்டேன். அது என்ன ஒலி? மெல்லிய ‘விசில்’ சப்தம், நீண்ட இடைவெளிகளில் கேட்கிறது. ஒன்றுமில்லை; அது பழக்கப்பட்டுப் போய்விடும் என்று சொல்ல மாட்டேன். ஏனென்றால் அதற்குப் பழக்கப்பட்டு விட முடியாது. ஆனால் அதைப் பற்றி உடனடியாக ஒன்றும் செய்யாமல் இருந்திருக்கலாம். நான் செய்ததுபோல சுவரில் காதைப் பதித்துக் கொண்டு, சின்ன மெல்லிய ஒலி கேட்டவுடன் எதையும் கண்டுபிடிக்க முடியும் என்ற நம்பிக்கையில்லாமல், உள்ளக் கிளர்ச்சிக்கு வடிவம் தருவதற்காக மண்ணைத் தோண்டி எடுக்காமல், சிறிது நேரம் உற்று நோக்கி, அதாவது ஒவ்வொரு இரண்டு மணி நேரமும் உற்றுக் கேட்டு, அதன் முடிவுகளைப் பதிவு செய்திருக்க வேண்டும். அதுவெல்லாம் இப்போது மாறிப்போகும் என்று நம்புகிறேன். பிறகு கண்களை மூடி, நான் அப்படி எதுவும் நடக்கும் என்று நம்பவில்லை என்று ஒத்துக் கொள்கிறேன். ஏனென்றால் பல மணி நேரங்களுக்கு முன்னர் நடுங்கிக் கொண்டிருந்தது போலவே இப்போதும் நடுங்கிக் கொண்டிருக்கிறேன். என்னுடைய பகுத்தறிவு என்னைத் தடுத்திருக்காவிட்டால், ஏதாவது ஒரு இடத்தில் பிடிவாதமாக, எதிர்ப்புணர்வோடு தோண்ட வேண்டும் என்பதற்காகவே தோண்டுவதை விரும்பியிருப்பேன். நோக்கம் இல்லாமல், அல்லது மண்ணை உணவாகத் தின்பதற்காக வளை தோண்டும் இந்தச் சிறிய பிராணிகளைப் போலவே நானும் செய்திருப்பேன். என்னுடைய புதிய பகுத்தறிவுக்குகந்த திட்டம் என்னைத் தூண்டுகிறது. அதே நேரம் உறைய வைக்கிறது. அதில் எனக்குத் தெரிந்த வரையில் எதிர்ப்புத் தெரிவிக்க எதுவுமில்லை. என்னுடைய நோக்கத்தை அது நிறைவேற்றி விடும். ஆனால் அடிப்படையில் நான் அதை நம்பவில்லை. அதை எவ்வளவு நாள் நம்பவில்லை என்றால், அதன் வெற்றி கொண்டு வரும் பயங்கரங்களுக்குக் கூட நான் அஞ்சவில்லை. அதன் பயங்கரமான முடிவைக் கூட நான் நம்பவில்லை. அந்த ஒலியை முதலில் கேட்டதிலிருந்தே அப்படிப்பட்ட முறையான பதுங்கு குழியைப் பற்றிச் சிந்தித்துக் கொண்டிருக்கிறேன். இதுவரையில் அதைத் தொடங்கவில்லை. ஏனென்றால் அதில் எனக்கு நம்பிக்கை இல்லை. எப்படி இருப்பினும், நான் அந்த வேலையை உடனே தொடங்கப் போவதில்லை. சிறிது காலம் தள்ளிப் போடப் போகிறேன். பகுத்தறிவை மீண்டும் அரியணையில் ஏற்ற வேண்டுமென்றால், அதை முழுமையாகச்

செய்ய வேண்டும். கண்மூடித்தனமாக அந்த வேலையில் இறங்க மாட்டேன். எப்படி இருப்பினும் நான் திட்டமிடாமல் தோண்டி எனது வளைக்கு ஏற்படுத்திய சேதத்தை முதலில் சரி செய்ய வேண்டும். அது அதிக நேரம் ஆகும்; ஆனால் அது மிகவும் தேவை. புதிய பதுங்கு குழி அதனுடைய இலக்கை உண்மையில் அடைய வேண்டுமென்றால், அதிக காலம் எடுக்கும். அது ஒன்றுக்குமே இட்டுச் செல்லவில்லை என்றால் முடிவற்றுப் போகும். எப்படியிருப்பினும் இந்த வேலையினால் வளையை முழுவதும் கவனிக்க முடியாது; வெளியுலகத்திற்குப் போனபோது இருந்தது போல அவ்வளவு துயரமிக்கதாக இருக்காது. ஏனென்றால் என்னுடைய வேலையை நிறுத்தி விட்டு என்னுடைய வீட்டுக்குப் போக முடியும்; அப்படியே முடியாவிட்டாலும், நான் வேலை செய்யும்போது சேமிப்பு அரணின் காற்று என்னை வந்து சூழ்ந்து கொள்ளும். எனினும், இதனால் நான் வளையை விட்டு விட்டு நிரந்தரமற்ற ஒரு விதிக்கு அடிபணிவதாக ஆகும். எனக்குப் பின்னால், இந்த வளையை நல்ல நிலையில் விட்டுச் செல்ல விரும்புகிறேன். நான், - அதனுடைய அமைதிக்காகப் போராடிக் கொண்டிருக்கும் நான்- நானே அதனை உடனே மீண்டும் ஏற்படுத்தாமல் அழித்து விட்டேன் என்ற பெயர் வரக் கூடாது. எனவே துளையிலிருந்து எடுக்கப்பட்ட மண்ணை மீண்டும் அங்கேயே போடத் தொடங்குகிறேன். இது எனக்குப் பழக்கமான வேலை. அதனை வேலை என்று கருதாமலேயே நான் எண்ணற்ற முறை செய்திருக்கிறேன். கடைசியாக, அதனை அழுத்தி, வளுவளுப்பாக ஆக்குவதில் என்னை அடித்துக் கொள்ள ஆள் கிடையாது. இது வெற்றுச் சுய பாராட்டு இல்லை; உண்மை. ஆனால் இப்போது எல்லாமே கடினமாகத் தோன்றுகிறது. என்னுடைய கவனம் அவ்வப்போது சிதறிப் போகிறது. வேலையின் நடுவில் சுவரில் காதைப் பதித்துக் கேட்கிறேன். எனக்கே தெரியாமல் நான் எடுத்து வைத்த மண் கீழே பாதையில் விழுந்து விடுகிறது. கடைசியாகச் செய்ய வேண்டிய அலங்காரத்திற்கு அதிகப்படி கவனம் வேண்டும். அது என்னால் முடியாமலேயே போகிறது. அசிங்கமான முடிச்சுகள், பயமுறுத்தும் வெடிப்புகள் அப்படியே இருக்கின்றன. இப்படி சுவரை ஒட்ட வைத்தால் அது பழைய நிலைக்கு வராது. எனினும் இந்த வேலை தற்காலிகமானது தான் என்று என்னை நானே சமாதானப்படுத்திக் கொள்ள முயல்கிறேன்.

அமைதியை மீட்டெடுத்த பிறகு நான் திரும்பி வந்து சரியாக பழுது நீக்குவேன். வேலை எனக்கு விளையாட்டாக இருக்கும். ஆமாம், தேவதைக் கதைகளில் வரும் விளையாட்டுப் போலத்தான் வேலை. இந்தச் சமாதானமும் கூட தேவதைக் கதைகளைச் சார்ந்தது தான். இனிமேல் உடனேயே வேலையை முழுமையாகக் குறைவின்றிச் செய்ய வேண்டும், அதுதான் நல்லது. வேலையை நடு நடுவே விட்டு விட்டு சப்தத்தின் புதிய மூலங்களைக் கண்டுபிடிக்க அலைந்து திரிவதை விட அது பகுத்தறிவிற்கு உட்பட்டது. அப்படி இடையே விட்டு விடுவதும் எளிதுதான். விரும்பும் இடத்தில் நிறுத்தி விட்டு, கவனித்துக் கேட்க வேண்டியதுதான். பயனற்ற கண்டுபிடிப்புகளுக்கு முடிவு அது இல்லை. சில வேளைகளில் சப்தம் நின்று விட்டது என்று கற்பனை செய்து கொள்கிறேன். ஏனென்றால் நீண்ட இடைவெளி விடுகிறது. சில சமயங்களில் நமது இரத்தமே காதுகளில் ஒலியை எழுப்புவதால் அந்த மெல்லிய 'விசில்' சப்தம் நமது கவனத்திலிருந்து தப்பி விடுகிறது. இரண்டு இடைவெளிகள் ஒன்றுக்குப் பிறகு வருகின்றன. அப்போது 'விசில்' சப்தம் நின்று விட்டது என்று எண்ணத் தோன்றுகிறது. கவனிப்பதை விட்டு விட்டு, நான் குதிக்கிறேன். வாழ்க்கையே மாறி விடுகிறது. வளையில் அமைதி வழிந்தோடும் சுனைகள் திறந்து விட்டன. ஆனால் என்னுடைய கண்டுபிடிப்பை உடனே சரி பார்க்கவில்லை. என்னுடைய நம்பிக்கைக்கு உரிய ஒருவரிடம் நான் சொல்ல வேண்டும். ஆகவே சேமிப்பு அரணுக்கு வேகமாக ஓடுகிறேன். நானும் என்னிடமுள்ள அனைத்தும் ஒரு புதிய வாழ்விற்கு விழித்துக் கொள்கிறோம். நான் ஒரு நேரம் ஒன்றும் சாப்பிடவில்லை. குட்டையில் பாதி புதைந்து கிடக்கும் உணவிலிருந்து கிடைத்ததை எடுத்து வேகமாக விழுங்கத் தொடங்குகிறேன். நான் கண்டுபிடித்த இடத்திற்கு வேகமாக ஓடுகிறேன். அதுபற்றி உறுதி செய்துகொள்ள விரும்புகிறேன். நான் கேட்கிறேன். நான் சிறிது கேட்டவுடனேயே நான் கேவலமாக ஏமாற்றப்பட்டு விட்டேன் என்று தெரிகிறது. தூரத்தில் 'விசில்' சப்தம் இன்னும் கேட்கிறது. நான் உணவைத் துப்பிவிட்டு, காலால் மிதித்துவிட்டு என்னுடைய வேலையை மீண்டும் தொடர்கிறேன். எந்த வேலை என்று கவலைப்படவில்லை. எங்கு தேவையோ அங்கு செய்கிறேன். தேவையான இடங்கள் நிறையவே இருக்கின்றன. ஏதோ ஒன்றை எந்திரம் போலத் தொடங்குகிறேன்,

மேற்பார்வையாளர் வந்தால் அவருடைய நன்மைக்காக வேலை செய்வதாக பாசாங்கு செய்வதுபோல. இப்படி நான் தொடங்கியது தான் தாமதம், உடனே புதிதாக ஒன்றைக் கண்டுபிடிக்கிறேன். சப்தம் கொஞ்சம், அதிகம் கூடி விட்டது போலத் தோன்றுகிறது. எப்படி இருப்பினும், காது தெளிவாகத் தெரிந்து கொள்ளக்கூடிய அளவு அதிகமாக இருந்தது. இப்படி சப்தம் அதிகமாவது அருகில் வருவது போல இருக்கிறது. சப்தம் அதிகமாவதை உணரும்போதே, அதனைக் கொண்டு வரும் ஆளையும் அருகில் உணர முடிகிறது. சுவரிலிருந்து பின்னால் குதிக்கிறீர்கள். இந்தப் புதிய கண்டுபிடிப்பு கொண்டு வரக்கூடிய எல்லா விளைவுகளையும் ஒரே நேரத்தில் புரிந்து கொள்ள முயல்கிறீர்கள். வளையைப் பாதுபாப்பிற்காகச் சரியாக அமைக்கவில்லையோ என்று எண்ணுகிறீர்கள். நீங்கள் அப்படி அமைக்கத் தான் விரும்பினீர்கள். எனினும் உங்களுக்கு வாழ்க்கையின் அனுபவம் இருந்தாலும், தாக்குதலின் ஆபத்தும் இந்த இடத்தைப் பாதுகாப்புள்ள இடமாக அமைப்பதற்கான தேவையும் இல்லை போலத் தோன்றிற்று. இல்லை என்று சொல்வதைக் காட்டிலும், அமைதியாக ஒருவர் வாழ்வதே முக்கியமாகக் கருதி அதற்குத் தக்க அமைக்கப்பட்டது. அதன்படி வளையில் ஒவ்வொன்றுக்கும் முதன்மையான இடம் தரப்பட்டது.

ஆனால் மொத்தத் திட்டத்தையும் பாதிக்காமல் இதற்காக பலவற்றை செய்திருக்க முடியும். புரிய முடியாத புதிராக அவை கவனிக்கப்படவில்லை. இதுவரையில் எனக்கு நல்ல காலம் இருந்தது. நல்ல காலமே என்னைக் கெடுத்து விட்டது. பதற்றமான நேரங்கள் இருந்திருக்கின்றன. ஆனால் அதிர்ஷ்டம் உங்கள் பின்னால் இருக்கும்போது பதற்றத்தால் ஒன்றும் ஏற்படுவதில்லை.

இப்போது உண்மையில் செய்யக் கூடியதெல்லாம், வளை முழுவதையும் நன்றாக ஆராய்ந்து, அதனைப் பாதுகாக்கும் வழிகளைத் தேட வேண்டும். பாதுகாப்பிற்கான திட்டம் ஒன்றை வகுத்து, அதற்கேற்ற கட்டிடத் திட்டத்தை உருவாக்க வேண்டும். இளமையின் வேகத்தில் உடனே வேலையைத் தொடங்க வேண்டும். இந்த வேலை தான் முதலில் இருக்க வேண்டும். ஆனால் இன்று நேரமாகி விட்டது. எனினும் அதைத்தான் செய்ய வேண்டும். பெரிய அளவில் ஆராய்ச்சி

நிமித்தம் குழிகள் தோண்டுவது வேண்டாம். இப்போது திடீரென்று எனது முந்தைய திட்டத்தை என்னால் புரிந்துகொள்ள முடியவில்லை. அப்போது பகுத்தறிவிற்கு உட்பட்டதாக இருந்தது. இப்போது அறிவுப்பூர்வமாகத் தெரியவில்லை. மீண்டும் என்னுடைய வேலையைத் தள்ளி வைத்து விடுகிறேன். கேட்பதையும் நிறுத்தி விடுகிறேன். சப்தம் அதிகமாகிக் கொண்டே வருவதற்கான அடையாளங்களைக் கண்டுபிடிக்க நான் விரும்பவில்லை. எனது கண்டுபிடிப்புகள் போதும். அனைத்தையுமே அவற்றின் போக்கில் விட்டு விடுகிறேன். என் உள்ளத்தில் இருக்கும் முரண்பாட்டை அமைதிப்படுத்தினாலே போதும். மீண்டும் எனது பாதைகள் விட்ட வழியில் போகிறேன். மிகத் தொலைவில் மூலையில் இருக்கும் இடங்களுக்கெல்லாம் போகிறேன். நான் திரும்பி வந்த பிறகு போகாத இடங்கள், என்னுடைய நகங்களின் பிரண்டலால் பாதிக்கப்படாதவையாக இருந்தன. அவற்றின் மௌனம் எழுந்து என்னைச் சந்தித்து என்னுள் மூழ்கிப் போகிறது. அதற்கு நான் அடிபணியாமல், தொடர்ந்து வேகமாகப் போகிறேன். எனக்கு என்ன வேண்டுமென்று தெரியவில்லை. விரைவில் மர்மப் பின்னலுள்ள பகுதிக்கு வருகிறேன். பாசி மூடியிருப்பதற்குக் கீழே கேட்க வேண்டும் என்று தோன்றுகிறது. நான் மேலே தள்ளிக் கவனித்துக் கேட்கிறேன். ஆழ்ந்த அமைதி. இங்கே இவ்வளவு அழகாக இருக்கிறது! மேலே என்னுடைய வளையைப் பற்றி யாரும் கவலைப்படுவதாகத் தெரியவில்லை. அவரவர்களுக்கு அவரவர் வேலை; அவற்றிற்கும் எனக்கும் எந்தத் தொடர்பும் இல்லை. எப்படி இந்த நிலைக்கு நான் வர முடிந்தது? இங்கே பாசி மூடிக்குக் கீழேதான் வளையிலே பல மணி நேரம் கவனித்தாலும் ஒன்றும் கேட்க முடியாத இடம் உள்ளது. வளையில் இவை அனைத்திற்கும் நேர்மார். ஒரு காலத்தில் ஆபத்தான இடமாக இருந்தது. இப்போது அமைதியாக இருக்கிறது; சேமிப்பு அறையோ வெளி உலகின் சப்தத்திலும், ஆபத்திலும் மூழ்கி விட்டிருக்கிறது. இன்னும் மோசம் என்னவென்றால், இங்கும்கூட உண்மையில் அமைதி இல்லை. இங்கே எதுவும் மாறவில்லை. அமைதியோ, ஆரவாரமோ, பாசிக்குமேல் எப்போதும் போல ஆபத்து ஒளிந்து கொண்டிருக்கிறது. ஆனால் அதை உணராத நிலைக்கு வந்திருக்கிறேன். என்னுடைய சுவர்களில் கேட்கும் ‘விசில்’ சப்தம்தான் எனது மனதை நிறைத்திருக்கிறது. மனம்

உண்மையில் அதனால் ஆட்கொள்ளப்பட்டிருக்கிறதா? சப்தம் அதிகமாகிறது, அருகில் வருகிறது. ஆனால் நான் மர்மப் பாதையில் புகுந்து இங்கு பாசிக்குக் கீழ் படுக்கை ஒன்றை உண்டாக்கி இருக்கிறேன். 'விசில்' அடிப்பவனுக்கு வீட்டை விட்டுக் கொடுத்துவிட்டது போலத் தோன்றுகிறது. இங்கே அமைதி கிடைத்தால் போதும். 'விசில்' அடிப்பவனுக்கா? அப்படியானால் ஒலியின் காரணம் பற்றி புதிய முடிவுக்கு வந்திருக்கிறேனா? சின்னப் பிராணிகளால் சிறு பாதைகளைக் குடையும் போது ஏற்பட்டதில்லையா? அது தானே என்னுடைய ஆய்வின் முடிவு? இந்த முடிவிலிருந்து அதிக தூரம் வரவில்லை என்று எனக்குத் தோன்றுகிறது. இந்தச் சிறு பாதைகளால் சப்தம் நேரடியாக இல்லாவிட்டால், மறைமுகமாக உண்டாகியிருக்கின்றது.

அவற்றோடு அதற்கு எந்தத் தொடர்பும் இல்லாவிட்டாலும் தற்காலிக அனுமானங்களை உண்டாக்குவதற்கு ஒருவருக்கு உரிமை உண்டு. ஆனால் காரணத்தைக் கண்டுபிடிக்கும் வரையில், அல்லது வெளிப்படும் வரையில் காத்திருக்க வேண்டும். இந்தக் கருதுகோள்களோடு இந்த நிலையிலும் விளையாட முடியும். எடுத்துக்காட்டாக, தொலைவில் தண்ணீர் உடைப்பெடுத்திருக்கலாம். எனக்கு குழாய் வழியாக வரும் சப்தம், விசில் அடிப்பது போன்ற சப்தம், உண்மையில் கொப்பளிக்கும் சப்தமாக இருக்கலாம். ஆனால் அதுபற்றி எனக்கு அனுபவம் இல்லை. தொடக்கத்தில் நான் சந்தித்த நிலத்தடி நீர் உடனே வடிந்து விட்டது. இந்த மணற்பரப்பின் தரையில் அது திரும்ப வரவில்லை. மேலும் சப்தம் 'விசில்' சப்தம் தான், கொப்பளிக்கும் ஒலி இல்லை. என்னுடைய கற்பனை நிற்காது. 'விசில்' சப்தம் ஒரு விலங்கினால் தான், சின்னப் பிராணிகளால் இல்லை - ஒரே ஒரு விலங்கினால் தான் உண்டாகிறது என்று நான் நம்பத் தொடங்கி விட்டேன். ஆனால் பல அடையாளங்கள் இதைத் தவறாக்குகின்றன. இந்த ஒலியை எல்லா இடங்களிலும் கேட்க முடிகிறது. அதுவும் ஒரே சக்தியோடு, இரவிலும் பகலிலும் ஒரே மாதிரியாகக் கேட்கிறது. எனவே, முதலில் பல சிறிய பிராணிகளால் உண்டாகிறது என்ற கருதுகோள் பக்கம் சாய வேண்டியிருக்கிறது. அப்படியானால் தோண்டும்போது அவற்றில் சிலவற்றையாவது பார்த்திருக்க வேண்டும்; ஆனால் ஒன்றையும் பார்க்கவில்லை. எனவே பெரியதொரு விலங்கு இருக்கிறது என்றே அனுமானிக்க

வேண்டும். அதாவது கருதுகோளைத் தவறாகக் காட்டும்போது பெரிய விலங்கு ஒன்று இருப்பதாகவே முடிவு செய்ய வேண்டியதிருக்கிறது. ஆனால் இது கற்பனைக்கு அப்பாற்பட்ட ஒன்றாக, ஆபத்து நிறைந்ததாக இருக்கிறது. அந்த விலங்கைத் தொலை தூரத்திலிருந்து கேட்க முடிவதற்குக் காரணம், அது அவ்வளவு ஆக்ரோஷமாக வேலை செய்கிறது. வேறு விலங்குகள் சாலையில் வேகமாக நடப்பது போல, இது வளையை வேகமாகத் தோண்டுகிறது. அதை நிறுத்தினாலும் தரை அதிர்கிறது. இந்த அதிர்வும், எதிரொலியும், குடையும் சப்தமும் தொலைவில் ஒன்றாகச் சேர்கின்றன. நான் அதன் கடைசி அலையைக் கேட்பதால் ஒரே சீரான சக்தியுடன் இருப்பதாக எனக்குத் தோன்றுகிறது. சப்தத்தை அந்த விலங்கு எனக்காக ஏற்படுத்தவில்லை என்று இதனால் தெரிகிறது. அதற்கு என்று ஒரு திட்டம் இருக்கலாம். அதை என்னால் கண்டுபிடிக்க முடியவில்லை. நான் இருப்பது அதற்குத் தெரியும் என்று கூறவில்லை; எனினும் அது என்னைச் சுற்றி வளைப்பதாகக் கருதிக் கொள்கிறேன். எனது வளையைச் சுற்றிப் பல சுற்றுகள் சுற்றியிருக்கலாம். அந்த ஒலியின் தன்மை, குழாயில் போவது போல, 'விசில்' அடிப்பது போல இருப்பது என்னுடைய சிந்தனைக்குத் தீனி போடுகிறது. என் வழியில் நான் மண்ணைச் சுரண்டும்போதும், பிராண்டும்போதும் வரும் ஒலி வித்தியாசமாக இருக்கும். 'விசில்' சப்தத்தை நான் இப்படித்தான் விளக்க முடியும். வளை தோண்டுவதற்கு அது பிரதானமாகக் கையாளும் கருவி நகங்கள் இல்லை; அதன் மூக்குத்தான். அது மிகவும் பலமாகவும் அதே சமயத்தில் கூர்மையாகவும் இருக்க வேண்டும். தன்னுடைய மூக்கைக் கொண்டு தரையில் ஒரு இடி இடித்துப் பெரிய மண்கட்டியை எடுக்கும் போலத் தெரிகிறது. அப்படிச் செய்யும்போது எனக்கு ஒன்றும் கேட்காது. பிறகு அடுத்து இடிப்பதற்கு மூச்சை இழுக்க வேண்டும். இவ்வாறு மூச்சை உள்ளே இழுப்பது, மிகப் பெரிய சப்தமாக இருக்க வேண்டும். இரண்டு காரணங்கள். ஒன்று அந்த விலங்கின் சக்தி, இரண்டு வேலையின் மேலுள்ள மோகத்தில் உள்ள வேகம். இந்தச் சப்தம் தான் மெல்லிய 'விசில்' ஒலியாகக் கேட்கிறது. ஆனால் என்னால் புரிந்து கொள்ள முடியாதது, நிறுத்தாமல் வேலை செய்யக்கூடிய அதனுடைய பலம் தான். ஒருவேளை சிறிய இடைவெளிகள் ஓய்வு எடுப்பதற்கு உதவுகின்றன போலும். ஆனால் அந்த

விலங்கு நீண்ட ஓய்வு எடுத்துக் கொண்டதாகத் தெரியவில்லை. இரவும் பகலுமாக வளை தோண்டிக்கொண்டே இருக்கிறது. அதே வேகத்தோடு, அதே உற்சாகத்தோடு, எப்போதும் அதனுடைய குறிக்கோளைப் பற்றியே சிந்தித்து, அதை அடையும் முயற்சியில் ஈடுபட்டிருக்கிறது. அதனால் எளிதாக அதைச் சாதிக்கவும் முடியும். என்னால் அப்படிப்பட்ட ஒரு பகைவனை எதிர்பார்த்திருக்க முடியாது. அந்த விலங்கின் தனித் தன்மைகள் இருக்கட்டும். ஆனால் இப்போது நடப்பதை நான் எதிர்பார்த்திருக்க வேண்டும், எதிர்பார்த்து பயப்பட்டிருக்க வேண்டும்; அதற்கு என்னைத் தயார்படுத்திக் கொண்டிருக்க வேண்டும். இப்படி யாராவது வருவார்கள் என்று எனக்குத் தெரிந்திருக்க வேண்டும். இவ்வளவு நீண்ட காலம் இவ்வளவு அமைதியாக மகிழ்ச்சியாக எல்லாம் நடந்திருப்பது எதனால்? என்னுடைய பகைவர்களை அவர்கள் பாதையிலிருந்து விலக்கி என்னுடைய சொத்தைச் சுற்றி இவ்வளவு தூரத்திற்கு யார் போக வைத்தது? இவ்வளவு காலம் கழித்து நான் இப்போது இந்த ஆபத்துகளுக்கு உட்படுத்தப்படுவது ஏன்? இதனோடு ஒப்பிடும்போது என்னுடைய வாழ்க்கை முழுவதும் சிறு சிறு ஆபத்துகளுக்காகக் கவலைப்பட்டதெல்லாம் ஒரு பொருட்டா! வளையின் சொந்தக்காரனாக இங்கே வரக்கூடிய எந்தப் பகைவனைக் காட்டிலும் பலமான பாதுகாப்பான நிலையில் இருப்பதாக எண்ணிக் கொண்டிருந்தேன். ஆனால் எளிதில் தாக்குதலுக்கு உள்ளாகக் கூடிய இந்த மாட மாளிகையில் பெரிய தாக்குதலுக்கு நான் எளிதில் விழுந்து விடுவேன். இதன் சொந்தக்காரனாக இருப்பதன் மகிழ்ச்சியே என்னைக் கெடுத்து விட்டது. எனது வளையை எளிதில் தாக்க முடிவதைப் போல என்னையும் எளிதாகத் தாக்கி விடலாம். அதில் ஒரு சேதம் ஏற்பட்டாலும் என்னையே அது காயப்படுத்துகிறது. இதனை, இதனைத்தான் முன்னரே நான் எதிர்பார்த்திருக்க வேண்டும். என்னுடைய பாதுகாப்பை மட்டும் கருதியிருப்பதற்குப் பதிலாக வளையின் பாதுகாப்பைப் பற்றிச் சிந்தித்திருக்க வேண்டும். வளையைச் சிறிய பகுதிகளாகப் பிரிக்கும் வகையில் ஏற்பாடுகள் செய்திருக்க வேண்டும். அப்போது ஆபத்து ஏற்படும் இக்கட்டிலிருந்து பிற பகுதிகளைப் பிரித்து விடலாம். மண் சரிவை ஏற்படுத்தும் அமைப்பை உருவாக்கி இருக்க வேண்டும். அது கனமாக இருக்க வேண்டும். அப்போது தாக்குபவன் உண்மையான வளை அடுத்த பக்கத்தில் தொடங்குகிறது

என்று யூகிக்க முடியாது. அது மட்டுமில்லை. இந்த மண் சரிவு வளையை மறைப்பது மட்டுமின்றித் தாக்குபவனுக்கும் சமாதி கட்டி விட வேண்டும். ஆனால் இந்தத் திட்டத்தை நான் சிறிதும் தொடங்கவில்லை. ஒரு குழந்தை போல விளையாட்டாக இருந்து விட்டேன். என்னுடைய முதிர்ச்சியடைந்த பருவத்தைக் குழந்தைத்தனமான விளையாட்டுகளில் செலவழித்து விட்டேன். ஆபத்தைக் கூட விளையாட்டாகக் கருதி விட்டேன். உண்மையான ஆபத்து வருவதைப் பற்றிச் சிந்திப்பதைத் தவிர்த்து விட்டேன். எச்சரிக்கையும் இல்லாமல் இல்லை.

இதுபோன்ற ஒரு நிகழ்ச்சி இதற்கு முன்னர் நடந்ததில்லை. ஆனால் வளையைத் தோண்டத் தொடங்கிய காலத்தில் ஒரு நிகழ்வு குறிப்பிடத்தக்கது. அப்போதைக்கும் இப்போதைக்குமுள்ள ஒரு வேறுபாடு வளை அப்போது தான் தொடங்கிக் கொண்டிருந்தது! அந்த நாட்களில் முதல் ஆண்டில் இருக்கும் பயிற்சியாளன் போலத்தான் இருந்தேன். புதிர் வலைப் பின்னல் பாதைகள் அப்போதுதான் வரைபட நிலையில் இருந்தன. ஒரு சிறிய அறையை மட்டும் தோண்டியிருந்தேன். ஆனால் சுவர்களின் பரிமாணங்களில் தவறு ஏற்பட்டு விட்டது. எல்லாமே தற்காலிகமானதாக இருந்ததால் ஒரு சோதனை ஓட்டம் போலத்தான் இருந்தது. பொறுமை இழந்தால் அப்படியே விட்டு விடலாம். என்னுடைய உழைப்புக்கு ஓய்வாக மண்ணில் படுத்திருந்தபோது, திடீரென்று ஒரு ஒலி கேட்டது. பயத்தை விட அது என்னவென்று பார்க்க வேண்டும் என்ற ஆசைதான் மேலோங்கியிருந்தது. வேலையை விட்டு விட்டுக் கவனமாகக் கேட்கத் தொடங்கினேன். கேட்டேன், கேட்டுக்கொண்டே இருந்தேன். பாசி மூடியை நோக்கி ஓடி நான் கேட்காதிருக்குமாறு அங்கு படுத்துக்கொள்ள விரும்பவில்லை. நான் வளை தோண்டுவது போலவே வேறு யாரோ வளை தோண்டுவதன் சப்தம் அது என்று கண்டுகொண்டேன். கொஞ்சம் சப்தம் குறைவாக இருந்தது. தூரத்திலிருந்து வந்ததால் அப்படிக் கேட்டதா என்று தெரியவில்லை. நான் மிக ஆர்வத்தோடு இருந்தேன்; ஆனால் மிகவும் அமைதியாக இருந்தேன். ஒருவேளை நாம் இன்னொருவர் வளையில் இருக்கிறோமா, அதன் சொந்தக்காரர் என்னை நோக்கித் தோண்டிக் கொண்டிருக்கிறாரோ என்று நினைத்துக் கொண்டேன். அந்த அனுமானம் சரியாக இருந்திருந்தால் நான் அந்த இடத்தை விட்டுப் போயிருப்பேன். வேறொரு

இடத்தில் கட்டியிருப்பேன். எனக்கு வெற்றி பெறுவது, இரத்தம் சிந்துவதெல்லாம் பிடிக்காது. ஆனால் அப்போது நான் இளைஞன், எனக்கென்று ஒரு வளை கிடையாது. எனவே நான் உணர்ச்சி வசப்படாமல் இருக்கலாம்.

மேலும் அடுத்துக் கேட்ட சப்தமெல்லாம் பயப்படும்படியாக இல்லை. ஆனால் என்னால் அதை விளக்க முடியவில்லை. யாராவது துளை தோண்டியிருந்தால் அது எனக்காகத் தான் இருக்க வேண்டும். ஆனால் இப்போது நடந்திருப்பது போல திசையை மாற்றினால் அதற்கு இரண்டு காரணங்கள் இருக்கலாம். ஒன்று நான் ஓய்வு எடுப்பதற்காக வேலையை நிறுத்தியதால் அவனுக்கு எதை நோக்கித் தோண்ட வேண்டும் என்பது தெரியவில்லை. அல்லது அவனுடைய திட்டத்தை மாற்றியிருக்கலாம். ஒருவேளை நான் முழுவதுமாக ஏமாற்றப்பட்டிருக்கலாம். என்னை நோக்கியே அவன் வராமல் இருந்திருக்கலாம். ஆனால் திடீரென்று சப்தம் அதிகமாயிற்று. அவன் அருகில் நெருங்கி விட்டது போலத் தோன்றிற்று. நான் அப்போது இளைஞனாக இருந்ததால், வளை தோண்டுபவன் திடீரென்று கரையிலிருந்து எழுவதைப் பார்க்க விரும்பினேன். ஆனால் அப்படி எதுவும் நடைபெறவில்லை. ஒருநேரம் சப்தம் மிகவும் குறைந்து விட்டது. வேறு திசையை நோக்கி அவன் தோண்டுவது போலத் தோன்றிற்று. பிறகு திடீரென்று சப்தம் நின்று விட்டது. எதிர்த் திசையில் தோண்டத் தொடங்கியிருக்கலாம். என்னை விட்டு அப்பால் போய்க் கொண்டிருக்கலாம். நெடுநேரம் அவனுக்காக மௌனமாகக் காத்திருந்து விட்டுப் பிறகு என்னுடைய வேலையைத் தொடங்கினேன். ஆனால் அப்போது கேட்ட எச்சரிக்கை மிக முக்கியமானது. பிறகு அதை மறந்து விட்டேன். அது என்னுடைய கட்டிடத் திட்டத்தைப் பாதிக்கவில்லை.

அன்றைக்கும் இன்றைக்கும் வித்தியாசம், நான் இந்த ஆண்டுகளில் முதிர்ச்சி அடைந்து விட்டேன். ஆனால் இரண்டுக்கும் மத்தியில் இடைவேளையே இல்லை போலத் தோன்றுகிறது. இப்போதும் என்னுடைய வேலைகளுக்கு இடையே நீண்ட ஓய்வு எடுத்துக்கொண்டு சுவர்கள் அருகில் நின்று கவனித்துக் கேட்கிறேன். வளை தோண்டுபவன் தனது நோக்கத்தைத் திடீரென்று மாற்றுகிறான், பின்னால் போகிறான். திரும்பி வருகிறான். ஒருவேளை அவனை வரவேற்கத்

தயாரிப்பதற்கு நிறைய நேரம் கொடுத்திருப்பதாக நினைக்கிறான் போலும். ஆனால் எனது பக்கத்தில் ஒரு தயாரிப்பும் இல்லை. பெரிய வளைக்குப் பாதிப்பே இல்லை. நான் இப்போது இளம் பயிற்சியாளன் இல்லை. கிழட்டுக் கட்டிடச் சிற்பி. என்னிடமுள்ள சக்தியெல்லாம் ஆபத்து வேளையில் ஓடி விடுகிறது. ஆனால் இன்னும் வயதாக வேண்டும் என்று விரும்புகிறேன். பாசிக்குக் கீழ் என்னுடைய ஓய்விடத்திலிருந்து எழக் கூட முடியாத அளவிற்குக் கிழட்டுத் தன்மையை அடைய வேண்டுமென்று விரும்புகிறேன். உண்மையைச் சொல்ல வேண்டுமென்றால், இந்த இடத்தை என்னால் தாங்கிக் கொள்ள முடியவில்லை; எழுந்து வீட்டுக்குள் ஓடுகிறேன். அமைதிக்குப் பதிலாக புதிய பதற்றங்களை நானே உண்டாக்கிக் கொண்டது போல ஓடுகிறேன். நான் போன முறை இங்கே வந்தபோது நிலைமை எப்படி இருந்தது? ‘விசில்’ சப்தம் குறைந்து விட்டது. இல்லை, அதிமாகி விட்டிருக்கிறது. பத்து இடங்களில் காது கொடுத்துக் கேட்டேன். விசில் சப்தம் ஒரே மாதிரிதான் இருந்தது. எதுவும் மாறவில்லை; ஏமாற்றம். மேலே, பாசிக்குக் கீழ் எந்த மாற்றமும் என்னைத் தொடாது. அங்கே அமைதி, காலத்திற்கும் அப்பாற்பட்டது. இங்கே ஒவ்வொரு நிமிடமும் அறுத்து அரிக்கிறது. மீண்டும் ஒருமுறை சேமிப்பு அரணுக்குப் போகிறேன். சுற்றுப்புறமெல்லாம் கிளர்ச்சியில் ஈடுபட்டிருப்பதுபோலத் தோன்றுகிறது. என்னையே பார்ப்பது போல இருக்கிறது. என்னைத் தொந்தரவு செய்யாமல் இருப்பதற்காக வேறு பக்கம் பார்க்கிறது. ஆனால் மீண்டும் என்னுடைய முகத்தோற்றத்தைப் பார்ப்பது போலத் தோன்றுகிறது. நான் தீர்வு கண்டுவிட்டேனா என்று அறிவதற்கும் நான் தலையை ஆட்டுகிறேன். இன்னும் தீர்வு கிடைக்கவில்லை.

நான் சேமிப்பு அரணுக்குப் போகவில்லை. என்னுடைய சோதனைக் குழியைத் தோண்ட நினைத்திருந்த இடத்தைத் தாண்டிப் போகிறேன். அதை மேலோட்டமாகப் பார்க்கிறேன். குழி தோண்டுவதற்குச் சரியான இடம். அதன் பாதையில் சிறு சிறு காற்றோட்டம் தரும் துவாரங்கள் இருக்கும். இதனால் எனக்கு வேலை குறையும். ஒருவேளை நான் அதிக தூரம் தோண்ட வேண்டியதிருக்காது. நான் அந்தக் காற்றோட்டத் துவாரங்களில் கவனித்திருந்தாலே போதுமானதாக இருந்திருக்கும். ஆனால் எந்தத் தேவையும் சமாதானமும் தோண்டும் வேலையைச் செய்ய என்னைத்

தூண்டப் போவதில்லை. குழி உறுதியான விடையைத் தரும் என்று கூறுகிறீர்களா? உறுதியான நிலைப்பாடு தேவைப்படாத மனநிலையை நான் அடைந்திருக்கிறேன். சிவப்பு நிற மாமிசத்தை சேமிப்பு அரணிலிருந்து தேர்ந்து எடுத்து அதோடு மண் குவியலுக்குள் போய் விடுகிறேன். அங்கேயே எனக்கு அமைதி கிடைக்கும். மாமிசத்தைச் சுரண்டி, சுவைக்கும்போது, தொலைவில் வினோதமான விலங்கொன்று சாலையில் செல்வதைப் பற்றி நினைத்து, உடனே முழுவதுமாக ரசித்து உண்கிறேன். எனக்கு அவகாசம் இருக்கும்போதே, நான் அனுபவிக்க வேண்டும். இது ஒன்றுதான் நான் நடைமுறைப்படுத்தக் கூடிய திட்டம். மற்றதெல்லாம் அந்த விலங்கின் திட்டங்களை விடுகதையைத் தீர்ப்பது போலத் தீர்க்க வேண்டியது தான். அது அங்கும் இங்கும் நோக்கமின்றி அலைந்து கொண்டிருக்கிறதா? அல்லது தன்னுடைய வளையைத் தோண்டிக் கொண்டிருக்கிறதா? அது ஊர் சுற்றிக் கொண்டிருந்தால் புரிந்து கொள்வது சாத்தியம். என்னுடைய வளைக்குள் உடைத்துக்கொண்டு வந்து விட்டால், நான் என்னுடைய சேமிப்பிலிருந்து சிறிது தருவேன். அவன் அதன் வழியாகப் போய் விடுவான். நன்றாகத் தான் இருக்கிறது கதை. மண்ணின் மேல் படுத்துக்கொண்டு, எல்லா வகையான கனவுகளையும் காணலாம். அந்த விலங்கோடு ஒரு புரிந்துணர்வு ஏற்படலாம் என்று கூடக் கனவு காண்பேன். எனினும் அப்படி நடக்க முடியாதென்று எனக்குத் தெரியும். நாங்கள் இருவரும் ஒருவரை ஒருவர் பார்த்தவுடன், இல்லை, இல்லை ஒருவர் இருப்பதை மற்றவர் உணர்ந்தவுடனேயே, எங்களுடைய நகங்களை விரித்து, பற்களைக் காட்டி, புதியதோர் பசி மேலோங்க, போருக்குத் தயாராவோம். ஏனென்றால், வெறும் ஊர் சுற்றிக் கொண்டிருக்கும்போது, என்னுடைய வளையைப் பார்த்தவுடன் வருங்காலத்திற்கான திட்டங்களையும் கால அட்டவணையையும் மாற்றாதவர்கள் யாரிருக்க முடியும்? ஆனால் ஒருவேளை அது தன்னுடைய வளையைத் தோண்டிக் கொண்டிருக்கலாம்; அப்போது புரிந்து கொள்ளும் உறவு கூட வராது. தன்னுடைய வளைக்கருகில் இன்னொரு விலங்கை வைத்திருக்க விரும்பும் வினோதமான விலங்காக அது இருந்தாலும் என்னுடைய வளையை ஏற்றுக் கொள்ளாது. பக்கத்திலிருந்து அனைத்தையும் கேட்கக் கூடிய விலங்கை அருகில் வைத்திருக்க விரும்பாது. இப்போது அந்த விலங்கு தொலைதூரத்தில் இருப்பது

போலக் கேட்கிறது. இன்னும் கொஞ்சம் பின்னால் போனால் முழுவதுமாக ஒலி மறைந்து விடும். அப்படியானால் பழைய நாட்களைப்போல அமைதி மீண்டும் வந்து விடும். அப்போது இதுவெல்லாம் நல்ல, ஆனால் கடுமையான, பாடமாக இருக்கும். இது வளையில் தேவைப்படும் முக்கியமான திருத்தங்களைச் செய்ய என்னைத் தூண்டும். அதற்கு அமைதி தேவை. அமைதி இருந்தால் உடனடியாக எந்த அபாயமும் எதிர் கொள்ளாது. அப்படிப்பட்ட கடின உழைப்புக்கு என்னுடைய உடல் சாதகமாக இருக்கிறது. அதனுடைய சக்திகளும் ஆற்றல்களும் தரும் எண்ணற்ற வாய்ப்புகளைக் கருத்தில்கொண்டு என்னுடைய வளை வரையில் தன்னுடைய வளையை நீட்டும் தனது திட்டத்தை கை விட்டுவிட்டு வேறு திசைக்குப் போகலாம். இப்படிப்பட்ட முடிவு பேசித் தீர்ப்பதால் வர முடியாது. அது அந்த விலங்கினால் மட்டுமே முடியும். அல்லது என் பக்கத்திலிருந்து மேற்கொள்ளப்படும் நடவடிக்கையில் ஏற்படலாம். இரண்டுமே அந்த விலங்கிற்கு என்னைத் தெரியுமா என்பதும், அப்படித் தெரியுமானால் என்ன தெரியும் என்பதையும் பொறுத்திருக்கிறது. இதைப் பற்றிச் சிந்திக்க, சிந்திக்க அந்த விலங்கு என்னைப் பற்றிக் கேள்வியே பட்டிருக்காது என்பதற்கான சாத்தியக் கூறு அதிகம் இருப்பதாகத் தோன்றுகிறது. வேறு வழியாக என்னைப் பற்றிய செய்தியை அது தெரிந்து வைத்திருக்கலாம்; ஆனால் அது கற்பனை கூடச் செய்ய முடியாது. அது என்னைப் பற்றிக் கேள்விப்பட்டிருக்க முடியாது. அதைப் பற்றி எனக்கு எதுவும் தெரியாத வரையில், என்னைப் பற்றியும் அது கேள்விப்பட்டிருக்க முடியாது. ஏனென்றால் நான் மிக அமைதியாக இருக்கிறேன். வளைக்குத் திரும்பியது போல அமைதியானது எதுவும் இருக்க முடியாது. ஆனால் திரும்பி வந்து நான் சோதனைக் குழிகளை தோண்டியபோது என்னைக் கேட்டிருக்க முடியும். ஆனால் என்னுடைய தோண்டும் பாணியில் சப்தம் அதிகம் வராது. ஆனால் அது என்னைக் கேட்டிருந்தால் அதற்கு ஏதாவது ஒரு அடையாளம் தெரிந்திருக்க வேண்டும். அந்த மிருகம் அப்போதைக்கப்போது தன்னுடைய வேலையை நிறுத்திக் கவனித்துக் கேட்டிருக்க வேண்டும். அனைத்தும் மாறாமல் அப்படியே இருக்கிறது.

❄❄❄

தண்டனைக் குடியிருப்பில்

அந்த அலுவலர் "இது குறிப்பிடத்தக்க ஒரு கருவி," என்று ஆய்வாளரிடம் சொன்னார். அந்தக் கருவி அவருக்குப் பழக்கமானதாக இருந்தாலும் கூட அதை மேலும் கீழும் பார்த்துக் கொண்டார். மரியாதை நிமித்தமாகத்தான் ஆய்வாளர் மேலதிகாரியின் அழைப்பினை ஏற்றுத் தூக்குத் தண்டனை நிறைவேற்றுவதைப் பார்க்க வந்திருந்தார். ஒரு படைவீரன் தனது மேலதிகாரிக்குக் கீழ்ப்படியாமல், அவரிடம் மரியாதை இல்லாமல் நடந்ததற்காக அவனைத் தூக்கில் போடப் போகிறார்கள். அந்தக் குடியேற்றப் பகுதியில் வேறு யாரும் தண்டனை நிறைவேற்றப்படுவதைப் பார்க்க ஆர்வம் காட்டவில்லை. பாறைகள் சூழ்ந்த அந்த மணற் பள்ளத்தாக்கில், அலுவலர், ஆய்வாளர், தண்டிக்கப்பட்டவன், அவனைக் கட்டியிருந்த சங்கிலியைப் பிடித்துக் கொண்டிருந்த படைவீரன் ஆகியோரைத் தவிர வேறு யாரும் இல்லை. தண்டிக்கப்பட்டவன் பிளந்த வாயுடன், கலைந்த தலைமுடியுடன், குழம்பிய முகத்துடன் முட்டாள் போலத் தோன்றினான். தண்டிக்கப்பட்டவனுடைய கணுக்கால்களைச் சுற்றியும் மணிக்கட்டுகளிலும், கழுத்தைச் சுற்றியும் இருந்த சிறு சங்கிலிகளை இணைத்த கனத்த சங்கிலியைத்தான் அந்தப் படைவீரன் பிடித்திருந்தான். எப்படி இருப்பினும் தண்டிக்கப்பட்டவன் அடிபணிந்து கிடக்கும் நாய் போலத் தோன்றினான். சுற்றிலுமுள்ள மலைகளில் ஓட விட்டுத் தூக்குப் போடும்போது மட்டும் சீட்டி அடித்தால் திரும்பி வந்து விடுபவன் போலத்தான் தோன்றினான்.

ஆய்வாளருக்கு அந்த எந்திரம் மேல் ஆர்வம் இல்லை. தண்டனைக்கு உள்ளாகப் போகிறவனுக்குப் பின்னால் மேலும்

கீழுமாக நடந்து கொண்டிருந்தார். அலுவலர் தனது கருவியைக் கடைசியாகச் சரிபார்த்துக் கொண்டிருந்தார். தரையில் ஆழமாகப் பதிக்கப்பட்டிருந்த எந்திரத்தின் கீழே ஊர்ந்து போய்ப் பார்த்தார். பிறகு ஏணியில் ஏறி மேற்பகுதிகளைப் பார்வையிட்டார். இதை ஒரு பொறியாளரிடம் சொல்லிப் பார்க்கச் சொல்லி இருக்கலாம். ஆனால் அலுவலர் இந்த வேலைகளை மிகவும் உற்சாகத்தோடு செய்தார். அதற்குக் காரணம் அந்தக் கருவியை மிகவும் விரும்பியிருக்கலாம்; அல்லது சில காரணங்களால் இந்த வேலையை வேறு யாரிடமும் ஒப்படைக்க முடியாமல் இருந்திருக்கலாம். ஏணியிலிருந்து கீழே இறங்கிக்கொண்டே, "எல்லாம் சரியாக இருக்கிறது," என்றார். அவர் பார்ப்பதற்கு வித்தியாசமாகத் தெரிகிறார். வாயை அகலத் திறந்து மூச்சு விட்டார். தன்னுடைய சீருடையின் கழுத்துப் பட்டிக்குக் கீழ் இரண்டு பெண்கள் கைக் குட்டையைச் செருகி இருந்தார்.

"இந்தச் சீருடை வெப்பப் பகுதிகளுக்குத் தகுந்தது இல்லை," என்றார் ஆய்வாளர். அலுவலர் எதிர்பார்த்தது போல அவர் தூக்குத் தண்டனைக் கருவியைப் பற்றி ஏதும் கேட்கவில்லை. "ஆமாம்," என்றார் அலுவலர், தனது எண்ணெய் படிந்த கைகளை வாளித் தண்ணீரில் கழுவிக்கொண்டே. "ஆனால் இவைதான் எங்களுக்கு வீடு. வீட்டை மறக்க நாங்கள் விரும்பவில்லை. இந்தக் கருவியைப் பாருங்களேன்," என்றார். துண்டில் கைகளைத் துடைத்துக் கொண்டார். கருவியைக் காட்டி, "இது வரையில் அனைத்தையும் கையாலேயே செய்ய வேண்டியிருந்தது. இப்போது தானாகவே வேலை செய்யும்," என்றார். ஆய்வாளர் தலையை ஆட்டிக் கொண்டே அவரைப் பின் தொடர்ந்தார். அலுவலர் எந்த இடர்ப்பாடு ஏற்பட்டாலும் சந்திக்க ஆயத்தமாக இருப்பதைக் காட்டிக்கொள்ள, "சில வேளைகளில் ஏதாவது தவறு ஏற்படலாம். இன்று எதுவும் நடக்காது என்று நம்புகிறேன். ஆனாலும் நாம் எச்சரிக்கையாக இருக்க வேண்டுமல்லவா? பன்னிரெண்டு மணி நேரம் தொடர்ந்து இந்த எந்திரம் வேலை செய்யும். அப்படி ஏதாவது தவறு நேர்ந்தால் அது சிறியதாக தான் இருக்கும். உடனே சரி செய்து விடலாம்," என்றார்.

"கொஞ்சம் உட்காருங்களேன்," என்று சொல்லி ஒரு பிரம்பு நாற்காலியை இழுத்துப் போட்டார். ஆய்வாளரும் மறுக்க முடியாமல் உட்கார்ந்து கொண்டார். இப்போது அவர் சவக்

குழியின் ஓரத்தில் உட்கார்ந்திருந்தார். ஒரு கணம் அதை நோட்டம் விட்டார். அவ்வளவு ஆழம் இல்லை. குழியின் ஒரு பக்கம் தோண்டிய மண் குவியலாகக் கிடந்தது. இன்னொரு பக்கம் எந்திரம் இருந்தது.

"மேலதிகாரி உங்களுக்கு இந்தக் கருவியை விளக்கியிருக்கிறாரா என்பது தெரியவில்லை," என்றார் அலுவலர். ஆய்வாளர் கையை அசைத்தார். அதற்கு 'ஆம்' என்று பொருளா 'இல்லை' என்று பொருளா என்பது தெரியாது. எனினும், அலுவலர் இதையே சாக்காக வைத்துக்கொண்டு எந்திரத்தை விவரிக்கத் தொடங்கி விட்டார். எந்திரத்தின் ஒரு கைப்பிடியைப் பிடித்துக் கொண்டு, "இந்த எந்திரம் எங்கள் முன்னாள் மேலதிகாரியால் கண்டுபிடிக்கப்பட்டது. முதலில் நடந்த சோதனைகளில் கூட நான் உதவினேன். முடியும் வரை என் பங்கு இருந்தது. ஆனால் அதனைக் கண்டுபிடித்த பெருமை அவருக்கு மட்டும் தான் உரியது. எங்கள் முன்னாள் அதிகாரியைப் பற்றிக் கேள்விப்பட்டிருக்கிறீர்களா? இல்லையா? இந்தத் தண்டனைத் தீவாந்திரத்தை அமைத்தவரே அவர் தான். அவர் இறப்பதற்கு முன்னரே கூட இந்தக் குடியேற்றத்தின் அமைப்பு எவ்வளவு குறையின்றி இருந்ததென்றால் அவருக்கு அடுத்து வருபவர்கள் எத்தனை ஆயிரம் புதிய திட்டங்கள் வைத்திருந்தாலும் சிறிது காலத்திற்காவது எந்த மாற்றமும் செய்ய முடியாது என்பது அவருடைய நண்பர்களாகிய எங்களுக்குத் தெரியும். நாங்கள் வருமுன்னுரைத்தது உண்மையாகி விட்டது. புதிய மேலதிகாரியும் இந்த உண்மையை ஏற்றுக் கொண்டாக வேண்டியிருந்தது. பழைய அதிகாரியை நீங்கள் பார்க்காமல் போய் விட்டீர்கள்! ஆனால்... நான் ஏதேதோ சொல்லிக் கொண்டு போகிறேன். இந்த எந்திரத்தைப் பாருங்கள். இது மூன்று பகுதிகளைக் கொண்டது. காலப் போக்கில் ஒவ்வொன்றுக்கும் ஒரு பெயர் வந்து விட்டது. கீழே இருப்பது 'படுக்கை'. மேலே இருப்பது 'வடிவமைப்பாளர்.' மத்தியில் இருப்பது மேலும் கீழும் போய் வரும். அதற்கு 'பரம் படிக்கும் ஏர்' என்று பெயர்." "அதென்ன," என்றார் ஆய்வாளர். அவரும் மற்றவர் சொன்னதைச் சரியாகக் கவனிக்கவில்லை. நிழல் எதுவும் இல்லாத பள்ளத்தாக்கில் சூரிய ஒளி கண்ணைக் கூச வைத்து அவரைச் சிந்திக்க முடியாமல் செய்து விட்டது. அதனால்தான் அந்த அலுவலர் கனமான, இறுக்கிக் கொண்டிருக்கும் உடையில், பேசிக்கொண்டே தனது

வேலையில் கண்ணும் கருத்துமாக இருந்தார். அங்கொரு நட்டை முடுக்கி, இங்கொன்றை சரி செய்து தன்னுடைய வேலையில் கவனமாக இருந்தார். ஆனால் படைவீரன் ஆய்வாளரைப் போலத்தான் இருந்தான். கைதியினுடைய சங்கிலியைத் தன்னுடைய இரண்டு மணிக்கட்டுகளில் சுற்றிக்கொண்டு, தனது துப்பாக்கியில் சாய்ந்துகொண்டு தலையைத் தொங்கப் போட்டு எதையும் கவனிக்காமல் நின்று கொண்டிருந்தான். இது ஆய்வாளருக்கு எந்த வியப்பையும் தரவில்லை. ஏனென்றால் இருவரும் பிரெஞ்சு மொழியில் பேசிக் கொண்டிருந்தார்கள். அவனுக்கோ, கைதிக்கோ பிரெஞ்சு தெரியாது. ஆனால் அலுவலரின் பேச்சை கைதி புரிந்துகொள்ள முயன்றது குறிப்பிடத் தகுந்தது. அலுவலர் கையைக் காட்டும்போது அந்த இடத்திற்கு அவனுடைய பார்வை சென்றது. ஆய்வாளர் ஏதாவது கேள்வி கேட்டுக் குறுக்கிட்டால், அலுவலரையும் போலவே அவனும் சுற்று முற்றும் பார்த்தான்.

“ஆமாம், அதன் பெயர் பரம்படிக்கும் ஏர் தான்,” என்றார் அலுவலர். “நல்ல பெயர். அதன் முட்கள் பரம்படிப்பதில் இருக்கும் பற்கள் போலவே இருக்கும். அந்தப் பகுதியே பரம்படிக்கும் கருவியைப் போலத்தான் வேலை செய்யும். இருப்பினும் நீங்கள் விரைவில் அதைப் புரிந்து கொள்வீர்கள். படுக்கையில் தண்டனைக்குட்படுபவன் படுக்க வைக்கப்படுவான். இந்த எந்திரத்தை இயக்குவதற்கு முன்னர் அதனை விவரித்து விடுகிறேன். அப்போது தான் உங்களுக்குப் புரியும். மேலும் பல் சக்கரம் ஒன்று தேய்ந்து விட்டது. அதனால் வேலை செய்யும் போது அதிகம் சப்தம் போடுகிறது. நாம் பேசுவது கேட்காது. உதிரிப் பாகங்கள் கிடைப்பதில்லை. நான் சொன்னேன் இல்லையா? இங்கே படுக்கை இருக்கிறது. அது முழுவதும் பருத்திக் கம்பளியில் மூடப்பட்டிருக்கும். எதற்காக என்று பின்னால் உங்களுக்குத் தெரியும். இந்த பருத்திக் கம்பளியில் தண்டனைக்கு உட்படுபவன் உடையில்லாமல் குப்புறப்படுக்க வைக்கப்படுவான். இங்கு தோல் பட்டைகள் கைகளையும், கால்களையும் கழுத்தையும் கட்ட இருக்கின்றன. இங்கே படுக்கையின் தலைப் பகுதியில் அவனுடைய முகம் குப்புற இருக்கும். இங்கே வாயை அடைக்கத் துணி இருக்கும்; அது நேரடியாக அவனுடைய வாய்க்குள் போய் விடும். இது எதற்காக என்றால், அவன் கத்தாமலும், நாக்கைக் கடித்துக் கொள்ளாமலும் இருக்க. அதனை அவன்

வாய்க்குள் வைக்காவிட்டால் தோல் பட்டை அவனுடைய கழுத்தை இறுக்கி விடும். "அது பஞ்சுக் கம்பளியா?" என்றார் ஆய்வாளர். "ஆமாம், நீங்களே தொட்டுப் பாருங்கள்," என்றார் அலுவலர். ஆய்வாளரின் கையைப் பிடித்து படுக்கையைத் தொடச் செய்தார். "இதற்காகத் தனியாகத் தயாரிக்கப்பட்டது. எதற்காக என்று பிறகு சொல்கிறேன்." ஆய்வாளருக்கு அந்தக் கருவியின் மேல் இப்போது ஆர்வம் பிறந்தது. ஒரு கையால் சூரிய ஒளி கண்களால் படாதவாறு மறைத்துக்கொண்டு அதன் அமைப்பைப் பார்த்தார். பெரிய எந்திரம் தான். படுக்கையும், வடிவமைப்பாளரும் ஒரே அளவில் இரண்டு பெரிய மரப் பெட்டிகள் போல இருந்தன. படுக்கைக்கு இரண்டு மீட்டர் உயரத்தில் வடிவமைப்பாளர் தொங்கியது. இரண்டும் மூலைகளில் நான்கு பித்தளைக் கம்பிகளால் கட்டப் பட்டிருந்தன. அவை சூரிய ஒளியில் பளபளத்தன. பெட்டிகளுக்குக் கீழே பரம்படிக்கும் ஏர் ஒரு எஃகுத் தகட்டில் போய் வந்தது.

முதலில் ஆய்வாளர் இந்த எந்திரத்தைப் பற்றி ஆர்வம் இல்லாமல் இருந்ததை அலுவலர் கவனிக்கவில்லை. இப்போது அவருடைய ஆர்வம் அவருக்குத் தெரிந்தது. எனவே அவர் நன்றாக எந்திரத்தைப் பார்ப்பதற்காக விளக்கம் தருவதைச் சிறிது நிறுத்தினார். மரண தண்டனை பெற்றவனும் அமைதியாக ஆய்வாளரைப் போலவே பார்த்தான். ஆனால் கையைக் கொண்டு அவனால் கண்ணை மறைக்க முடியவில்லை.

"அவன் படுக்கையில் படுக்கிறான், பிறகு?" என்றார் ஆய்வாளர் தனது நாற்காலியில் சாய்ந்து கொண்டே.

அலுவலர் தனது தொப்பியைச் சரி செய்துகொண்டு பேசினார்: "கேளுங்கள். படுக்கைக்கும், வடிவமைப்பாளருக்கும் ஒரு மின்சார பேட்டரி இருக்கும். படுக்கைக்கு ஒன்று. வடிவமைப்பாளரிடம் இருப்பது பரம்படிக்கும் ஏருக்காக. ஆளைக் கட்டியவுடன் படுக்கை இயக்கப்படும். ஒரு நிமிடத்தில் அது துடிக்கத் தொடங்கும். மேலும் கீழும் பக்கவாட்டிலும் ஆடும். மருத்துவமனைகளில் பார்த்திருப்பீர்கள். ஆனால் படுக்கையில் ஒவ்வொரு அசைவும் கவனமாகக் கணக்கிடப்பட்டிருக்கும்.

அந்த அமைப்புகள் ஒவ்வொன்றும் பரம்படிக்கும் ஏரின் அசைவிற்கு இசைந்து இருக்க வேண்டும். அந்தப் பரம்படிக்கும் ஏர் தான் தண்டனையை நிறைவேற்றும் கருவி.”

“தண்டனை என்ன சொல்கிறது?” என்று கேட்டார் ஆய்வாளர்.

“உங்களுக்கு அது கூடத் தெரியாதா?” என்றார் அலுவலர் ஆச்சரியத்துடன். “என்னுடைய விளக்கங்கள் கோர்வையாக இல்லாவிட்டால் மன்னிக்க வேண்டும். மேல் அதிகாரிதான் வழக்கமாக விளக்கங்கள் சொல்வார். அவர் தன்னுடைய கடமையைச் செய்யத் தவறி இருப்பது வருந்தத்தக்கதுதான். அதுவும் உங்களைப் போன்ற ஒரு முக்கியமான பார்வையாளரிடம் புதிதாக நாங்கள் வழங்கும் தண்டனை பற்றிக் கூறாமல் இருப்பது சரியில்லை.”

கடுமையான சொற்களைப் பயன்படுத்தாமல் நிறுத்திக் கொண்டார். “எனக்குத் தெரியாதது என்னுடைய குற்றமில்லை. எனினும் இதனை விளக்குவதற்கு என்னைத் தவிரத் தகுதியான ஆள் யாருமில்லை,” என்று சொல்லிவிட்டுத் தன்னுடைய கோட்டுப் பையைத் தொட்டுக் காண்பித்தார். “பழைய மேலதிகாரி வரைந்த வரைபடங்கள் இங்கே இருக்கின்றன,” என்றார்.

“மேலதிகாரியின் சொந்த வரைபடங்களா? அவரிடம் எல்லாத் திறமைகளும் இருந்தனவா? படைவீரர், நீதிபதி, பொறியாளர், மருந்து தருபவர், வரைபடம் வரைபவர்...?” என்றார் ஆய்வாளர்.

“ஆமாம்,” என்ற அலுவலர் தனது கைகளைப் பார்த்தார். வரைபடங்கள் அழுக்காகி விடும் என்று நினைத்து கைகளை மீண்டும் வாளியில் கழுவிக் கொண்டார். பிறகு ஒரு கைப் பெட்டியை எடுத்துக்கொண்டு சொன்னார். “எங்களுடைய தண்டனை அவ்வளவு கொடூரமாக இருக்காது. தண்டனைக்குட்பட்டவன் செய்த குற்றம் இந்த பரம்படிக்கும் ஏ்ரினால் அவனது உடலில் எழுதப்படும். எடுத்துக்காட்டாக இந்த ஆளின் உடலின் ‘உன்னுடைய அதிகாரிகளுக்கு மரியாதை செய்’ என்று எழுதப்பட்டிருக்கும்.

ஆய்வாளர் தண்டனை பெறப் போகிறவனைப் பார்த்தார். அலுவலர் அவனைச் சுட்டிக் காட்டியபோது, சொல்வது அனைத்தையும் விடாமல் கேட்க வேண்டும் என்பது போலத் தலையைக் கவிழ்ந்துக் கொண்டு நின்றான். ஆனால் அவருடைய உதடுகளைக் கவனித்தபோது அவனுக்கு எதுவும் புரியவில்லை என்று தெளிவாயிற்று. ஆய்வாளருக்குப் பல கேள்விகள் கேட்க வேண்டும் போலத் தோன்றிற்று. ஆனால் தண்டனை பெறப் போகிறவனைப் பார்த்தவுடன் ஒரு கேள்விதான் கேட்கத் தோன்றிற்று. "என்ன தண்டனை என்று அவனுக்குத் தெரியுமா?" "இல்லை," என்றார் அலுவலர். அவர் தன்னுடைய விளக்கத்தைத் தொடரப் போனார். ஆனால் ஆய்வாளர் அவரை இடைமறித்து, "என்ன தண்டனை என்று அவனுக்குத் தெரியாதா?" என்றார். "இல்லை" என்றார் அலுவலர் மீண்டும் சிறிது நேரம் கழித்து. "அவனிடம் சொல்வதால் ஒரு பயனும் இல்லை. அதை அவன் தன் உடலிலேயே நேரடியாகத் தெரிந்து கொள்வான்," ஆய்வாளர் பதில் எதுவும் சொல்ல விரும்பவில்லை. ஆனால் கைதியின் கண்கள் தன் மேல் பதிந்து இவற்றை அவர் அங்கீகரிக்கிறாரா என்று கேட்பது போல இருந்தது. இப்போது முன்னால் குனிந்து, இன்னொரு கேள்வி கேட்டார். "ஆனால் அவனுக்குத் தான் தண்டிக்கப்பட்டிருக்கிறோம் என்பது தெரியுமல்லவா?" "அதுவும் தெரியாது," என்றார் அலுவலர். "இல்லையா? அப்படியானால் அவனுடைய தரப்பு வாதம் சரியாக இருந்தது என்று கூடத் தெரியாதா?" "அவன் தன் தரப்பு வாதத்தை முன் வைக்க வாய்ப்பே இல்லை," என்றார் அலுவலர். ஆய்வாளர் பார்க்காமல் வேறுபக்கம் பார்த்துக் கொண்டார். "அவனுக்கு தன்னைப் பாதுகாத்துக் கொள்ள அவன் தரப்பு வாதத்தைச் சொல்ல அனுமதிக்க வேண்டும் அல்லவா?" என்று சொல்லிக் கொண்டே ஆய்வாளர் எழுந்து நின்றார்.

எந்திரம் பற்றிய தன்னுடைய விளக்கம் இடையிலேயே நின்று போகும் ஆபத்து இருப்பதை உணர்ந்த அலுவலர் தண்டனைக்கு ஆளாகப் போகிறவன் பக்கம் கையைக் காட்டி, "இங்கு அப்படித்தான். இந்தக் குடியிருப்புக்கு நான் நீதிபதியாக நியமிக்கப்பட்டிருக்கிறேன். எனக்கு வயது குறைவு தான். ஆனால் தண்டனை பற்றிய காரியங்களில் நான் முன்னாள் மேலதிகாரிக்கு உதவியாளராக இருந்திருக்கின்றேன். எல்லோரையும் விட எனக்குத் தான் இந்த எந்திரத்தைப்

பற்றி நன்றாகத் தெரியும். என்னுடைய கொள்கை இதுதான். குற்றத்தைச் சந்தேகப்படக் கூடாது. மற்ற நீதிமன்றங்கள் இந்தக் கொள்கையைப் பின்பற்ற முடியாது. ஏனென்றால் அங்கே பல கருத்துகள் இருக்கின்றன. அவற்றை ஆராய உயர்நீதிமன்றங்கள் இருக்கின்றன. இங்கே அப்படி இல்லை. முன்னாள் மேலதிகாரியின் காலம் வரையில் இருந்ததில்லை. இந்தப் புதிய அதிகாரி என்னுடைய தீர்ப்புகளில் தலையிட முயல்கிறார். ஆனால் நான் இதுவரையில் வெற்றிகரமாக எதிர்த்து வந்திருக்கிறேன். இன்னும் வெற்றி பெறுவேன். உங்களுக்கு இந்த வழக்கை விளக்குகிறேன். மிக எளிதான வழக்கு. ஒரு தளபதி இன்று காலை என்னிடம் புகார் செய்தார். இந்த ஆள் அவருக்குப் பணியாளாக நியமிக்கப்பட்டிருக்கிறான். பணியில் இருக்கும்போதே கதவுக்கு அருகில் தூங்கி விட்டான். ஒவ்வொரு மணி அடிக்கும்போதும் எழுந்து தளபதியின் கதவுக்கு வணக்கம் செலுத்த வேண்டும். இது ஒன்றும் கடினமான வேலை இல்லை. ஆனால் தேவையானது. அவன் பணியாள் மட்டுமில்லை, காவலனும் கூட. எனவே அவன் இரண்டு பணிகளையும் செய்ய விழிப்பாக இருக்க வேண்டும். நேற்று இரவு தளபதி இவன் வேலையில் கவனமாக இருக்கிறானா என்று பார்ப்பதற்காக இரண்டு மணிக்குக் கதவைத் திறந்தார். அப்போது இவன் சுருண்டு படுத்துத் தூங்கிக் கொண்டிருந்தான். தளபதி தனது சாட்டையால் முகத்தில் அடித்தார். எழுந்து மன்னிப்புக் கேட்பதற்குப் பதிலாக இவன் காலைப் பிடித்துக் கொண்டு, 'சாட்டையை தூரப்போடு, அல்லது உன்னை உயிரோடு தின்று விடுவேன்,' என்றான். இது தான் சாட்சியம். தளபதி ஒரு மணி நேரத்திற்கு முன்னர் வந்து புகார் அளித்தார். நான் அவருடைய கூற்றைப் பதிவு செய்து தண்டனையை எழுதி விட்டேன். பிறகு அவனைச் சங்கிலிகளால் பிணைக்கச் செய்தேன். இதெல்லாம் மிக எளிதானது. நான் அவனை அழைத்து விசாரணை செய்தால் பொய் சொல்வான். பிறகு அவனது பொய்களை மறுத்தால் மேலும் பொய்கள் சொல்வான். ஒரே குழப்பம் ஆகிவிடும். இப்போது அவனைப் பிடித்தாகி விட்டது; விட மாட்டேன். தெரிகிறதா? நாம் நேரத்தை வீணாக்கிக் கொண்டிருக்கிறோம். மரண தண்டனையை நிறைவேற்றத் தொடங்க வேண்டும். இன்னும் நான் உங்களுக்கு இந்த எந்திரத்தை முழுவதுமாக விவரிக்கவில்லை." ஆய்வாளரை மீண்டும் நாற்காலியில் உட்கார வைத்துவிட்டு, மீண்டும்

எந்திரத்துக்கு அருகில் போய் விளக்கத் தொடங்கினார். "நீங்கள் பார்க்கிறீர்கள் அல்லவா, பரம்படிக்கும் ஏர் மனித உடலைப் போல இருக்கிறது. இங்கே மார்புப் பகுதி, இங்கே கால்கள். தலைக்குப் பதிலாக இந்தக் குமிழ் தான் இருக்கிறது. புரிகிறதா?"

ஆய்வாளர் பரம்படிக்கும் ஏரைக் கடுப்போடு பார்த்தார். இதுபோன்ற வழக்கு முறை அவருக்குப் பிடிக்கவில்லை. இது தண்டனை பெற்றவர்களின் தீவாந்திரம் என்றும் இங்கு அசாதாரண நடைமுறைகள் தேவை என்றும் இராணுவக் கட்டுப்பாடு கடுமையாகக் கடைப்பிடிக்கப்பட வேண்டும் என்றும் தனக்குத் தானே நினைவுபடுத்திக் கொண்டார். எனினும் புதிய மேலதிகாரியிடம் கொஞ்சம் நம்பிக்கை வைக்கலாம் என்றும் புதிய நடைமுறையைக் கொண்டு வர முடியும் என்றும் நம்பினார். அலுவலரின் குறுகிய புத்தி இதனைப் புரிந்துகொள்ள முடியாது. இப்படிச் சிந்தித்துக் கொண்டிருந்த போது ஒரு புதிய கேள்வி எழுந்தது. "மேலதிகாரி தண்டனை நிறைவேற்றுவதைப் பார்க்க வருவாரா?" "நிச்சயமில்லை," என்றார் அலுவலர். இந்த நேரடியான கேள்வி அவரைப் பாதித்திருக்க வேண்டும். அவருடைய முகம் மாறிவிட்டது. "அதனால் தான் நாம் நேரத்தை வீணாக்கக் கூடாது. நான் என்னுடைய விளக்கத்தைச் சுருக்கிக் கொள்ள வேண்டும். நாளைக்கு எந்திரத்தைச் சுத்தம் செய்யும்போது துல்லியமாக விளக்குகிறேன். இப்போதைக்குத் தேவையான விபரங்கள் மட்டும் போதும். இவன் படுக்கையில் படுத்தவுடன் அது அதிர்வடைகிறது. பரம்படிக்கும் ஏர் அவன் உடம்பை நோக்கி நகரும். அது தானாகவே தனது அசைவை ஒழுங்குபடுத்தி ஊசிகள் அவனுடைய தோலை மட்டும் தொடச் செய்யும். தொட்டவுடன் எஃகுத் தகடு இறுகும். நிகழ்ச்சி தொடங்கும். ஒன்றும் தெரியாத பார்வையாளருக்கு ஒரு தண்டனையிலிருந்து இன்னொன்றுக்கு வேறுபாடு தெரியாது. ஏர் ஒரே மாதிரியாக வேலை செய்வதாகத் தோன்றும். அது அதிர்வடையும்போது அதன் நுனிகள் உடலின் தோலைக் குத்தும். அதே சமயம் படுக்கையும் அதிர்வடையும். தண்டனை நிறைவேற்றப்படுவதைப் பார்ப்பதற்காக ஏர் கண்ணாடியால் செய்யப்பட்டிருக்கிறது. கண்ணாடியில் ஊசிகளைப் பொருத்துவது கடினமாகத்தான் இருந்தது. அந்தத் தொழில்நுட்பப் பிரச்சனையைப் பல சோதனைகளுக்குப் பிறகு சரி செய்து விட்டோம். இப்போது யாரும் கண்ணாடி வழியாகப் பார்த்து உடலில் எப்படிப் பதிவு செய்யப்படுகிறது

என்பதைக் காணலாம். கிட்டத்தில் வந்து அந்த ஊசிகளைப் பார்க்கிறீர்களா?"

ஆய்வாளர் மெல்ல எழுந்து நடந்தார். ஏரைப் பார்த்தார்.

"அங்கே இரண்டு வகை ஊசிகளைப் பார்க்கிறீர்கள் அல்லவா? ஒரு பெரிய ஊசிக்குப் பக்கத்தில் ஒரு சிறிய ஊசி. பெரிய ஊசி எழுதும்போது, சின்ன ஊசி தண்ணீரைப் பீய்ச்சி அடித்து இரத்தத்தைக் கழுவும். தண்ணீரும், இரத்தமும் கலந்து இரத்தக் குழாய் வழியாகச் சவக் குழிக்குள் விழும்." தனது விரலால் கழிவுக் குழாயில் தண்ணீரும் இரத்தமும் போகும் பாதையைக் காட்டினார். அதை அப்படியே படம் பிடித்துக் காட்டுவதற்காக குழாயின் வாய்ப்புறத்தில் கைகளைக் குவித்து வைத்தார். அப்போது ஆய்வாளர் தனது தலையைப் பின்னுக்கு இழுத்துப் பின்புறம் ஒரு கையால் தனது நாற்காலியைத் தேடினார். அப்போது தண்டனை பெற்றவனும் ஏரைப் பார்க்க அலுவலர் அழைத்ததற்குக் கீழ்ப்படிந்து அவரைப் பின் தொடர்ந்திருக்கிறான். அப்போது தூங்கி வழிந்து சங்கிலியைப் பிடித்திருந்த படைவீரனையும் அவன் சேர்த்து இழுத்து வந்து கண்ணாடி வழியாகப் பார்த்துக் கொண்டிருந்தான். இந்த இரண்டு பேரும் என்ன பார்க்கிறார்கள் என்று புரிந்து கொள்ள அவனால் முடியவில்லை என்பது அவன் கண்களில் தெரிந்தது. அவனுக்கு அலுவலர் தந்த விளக்கம் புரியவில்லை. ஆதலால் எதுவுமே அவனுக்கு விளங்கியிருக்காது. இந்தப் பக்கமும் அந்தப் பக்கமும் கண்ணாடி வழியாகப் பார்த்துக் கொண்டிருந்தான். ஆய்வாளர் அவனைத் தள்ளிப் போகச் செய்ய முயன்றார். ஆனால் அலுவலர் அவரைத் தடுத்து நிறுத்தி விட்டு மண்ணாங்கட்டி ஒன்றை எடுத்துப் படைவீரன் மேல் எறிந்தார். திடுக்கிட்டு விழித்த படைவீரன் தண்டனை பெற்றவன் செய்யத் துணிந்ததைப் பார்த்து, தனது துப்பாக்கியைக் கீழே போட்டு விட்டு, காலை ஊன்றிக் கைதியை இழுத்தான். அவன் தடுமாறிக் கீழே விழுந்தான். அவன் சங்கிலியை ஆட்டி எழ முயன்றதை படைவீரன் பார்த்துக் கொண்டிருந்தான். "அவனை நிற்க வை," என்று கர்ஜித்தார் அலுவலர். ஏனென்றால் கைதி ஆய்வாளரின் கவனத்தை முழுவதுமாகத் தன் பக்கம் இழுத்துக் கொண்டதாக நினைத்தார். ஆய்வாளரும் ஏரைக் கவனிக்காமல் அதற்கப்பால் கைதிக்கு என்ன நடந்து கொண்டிருக்கிறது என்பதைப் பார்த்துக் கொண்டிருந்தார். "கவனம்," என்றார் அலுவலர் படைவீரனைப்

பார்த்து. ஓடிப்போய் அவரே தண்டனை பெற்றவனை தோளின் கீழ்ப்பிடித்து நிறுத்திப் படைவீரனுக்கு உதவினார்.

"இப்போது எனக்கு எல்லாம் புரிகிறது," என்றார் ஆய்வாளர் திரும்பி வந்த அலுவலரிடம். "ஒன்றைத் தவிர," என்றார் அலுவலர். "அது முக்கியமானது. ஏரைக் கட்டுப்படுத்தும் எல்லாப் பற்சக்கரங்களும் வடிவமைப்பாளரிடம் இருக்கிறது. இந்தப் பகுதி தண்டனைக்குத் தகுந்த வாசகத்தின்படி ஒழுங்குபடுத்தப்படுகிறது. நான் இன்னும் முன்னாள் மேலதிகாரியின் வரைபடத்தையே பின்பற்றுகிறேன்," என்று கூறிக் கொண்டே சில தாள்களை வெளியே எடுத்தார். "இவை இங்கே இருக்கின்றன. ஆனால் உங்களிடம் அவற்றைத் தர முடியாது; மிக மதிப்பு வாய்ந்தவை. உட்காருங்கள். இப்படிப் பிடித்துக் கொள்கிறேன். நீங்கள் பார்க்கலாம்." பிறகு முதல் தாளைப் பிரித்துக் காண்பித்தார். ஆய்வாளர் அதைப் பற்றிப் புகழ்ச்சியாக ஏதாவது சொல்லலாம் என்று பார்த்தால் குறுக்கும் நெடுக்குமாகக் கோடுகள் தான் தென்பட்டன. "வாசியுங்கள்," என்றார் அலுவலர். "என்னால் முடியவில்லை," என்றார் ஆய்வாளர். "தெளிவாக இருக்கிறதே," என்றார் அலுவலர். "மிகவும் கெட்டிக்காரத்தனமாக வரையப்பட்டிருக்கிறது. எனக்குத்தான் புரியவில்லை." "ஆமாம்," என்றார் அலுவலர் சிரித்துக்கொண்டே. "இது குழந்தைகளுக்கான சித்திர எழுத்துகள் இல்லை. கவனமாகப் படிக்க வேண்டும். நீங்களும் புரிந்து கொள்வீர்கள். எழுத்து எளிமையாக இருக்க முடியாது. உடனே ஆளைக் கொன்று விடக் கூடாது; பன்னிரெண்டு மணி நேர இடைவெளி வேண்டும். திருப்புமுனை ஆறாவது மணியில் வருமாறு கணக்கிடப்பட்டிருக்கிறதா? எனவே தான் அந்த எழுத்தில் நிறைய வேலைப்பாடுகள் இருக்க வேண்டியிருக்கிறது. எழுத்துகள் மட்டும் உடலில் ஒரு குறுகிய அளவில் தான் வேண்டும். அந்த வேலைப்பாடுகள் உடலின் மற்ற பகுதிகளுக்காக இருக்கும். இப்போது ஏரின் வேலையும், மொத்த எந்திரத்தின் வேலையும் உங்களுக்குப் புரிகிறதா? இப்போது பாருங்கள்!" ஏணியில் மேலேறி சக்கரத்தைச் சுற்றிவிட்டு "கவனம், ஒரு பக்கம் இருங்கள்," என்று சப்தமாகக் கூறினார். உடனே எல்லாம் வேலை செய்யத் தொடங்கிற்று. ஆனால் அந்தக் 'கிரிச்', 'கிரிச்' சப்தம் மட்டும் இல்லாமலிருந்தால் நன்றாக இருந்திருக்கும். அலுவலர் அதனால் ஆச்சரியப்படுவது போலத் தனது கையை அதனை நோக்கி

ஆட்டினார். பிறகு ஆய்வாளரைப் பார்த்துக் கைகளை விரித்து விட்டுக் கீழே இறங்கி எந்திரத்தை ஆராய்ந்தார். ஏதோ ஒரு தவறு இருக்கிறது. அது அவருக்கு மட்டும்தான் தெரியும். பிறகு மேலே மீண்டும் ஏறி வடிவமைப்பாளரில் ஏதோ சரி செய்து விட்டுக் கீழே ஒரு இரும்புக் கம்பியைப் பிடித்துக் கொண்டு இறங்கினார். பிறகு ஆய்வாளரின் காதுகளில், "பார்க்க முடிகிறதா? பரம்படிக்கும் ஏர் எழுதத் தொடங்குகிறது. முதுகில் அது எழுதியவுடன் பஞ்சுக் கம்பளி சுற்ற ஆரம்பிக்கும்; உடலைத் திருப்பிக் கொடுக்கும். எழுதுவதற்குப் புது இடம் ஏற்படும். இதற்கிடையில் பஞ்சுக் கம்பளி எழுதிய பகுதியில் இருக்கும் இரத்தத்தை நிறுத்துவதற்காகவே சிறப்பாகத் தயாரிக்கப்பட்டது. எழுத்தை மீண்டும் ஆழமாக உழ இப்போது ஆயத்தமாகிறது. பிறகு ஏரின் ஓரத்திலுள்ள பற்கள் உடலைச் சுற்றி வரும்போது பஞ்சுக் கம்பளியைக் காயங்களிலிருந்து கிழித்து சவக் குழிக்குள் எறிந்து விடும். இப்போது ஏருக்கு இன்னும் வேலை. அடுத்த பன்னிரெண்டு மணி நேரத்திற்குத் தொடர்ந்து ஆழமாக எழுதிக் கொண்டிருக்கும். முதல் ஆறு மணி நேரம் தண்டனைக்குள்ளானவன் உயிரோடு இருப்பான்; வலி மட்டும் இருக்கும். இரண்டு மணி நேரம் கழித்து வாயை மூடிய துணி எடுக்கப்பட்டு விடும். இப்போது கத்துவதற்கு அவனுக்கு சக்தி இருக்காது. இங்கு படுக்கையின் தலைப் பக்கத்தில் மின்சாரத்தால் சூடாக்கப்பட்ட பாத்திரத்தில் அரிசிக் கஞ்சி இருக்கும். இப்போது அவன் விரும்பினால் அதை நக்கிக் குடிக்கலாம். இந்த வாய்ப்பை யாரும் தவற விட மாட்டார்கள். ஆறு மணி நேரம் கழித்து சாப்பிடும் ஆசையே இருக்காது. நான் பல முறை கவனமாகப் பார்த்திருக்கிறேன். கடைசி வாய்க் கஞ்சியை விழுங்காமல், வாயில் வைத்திருந்து சவக்குழிக்குள் துப்பி விடுவார்கள். நான் தலையை பின்னுக்கு எடுத்து விடுவேன். இல்லையென்றால் என் முகத்தில் துப்பி விடுவார்கள். ஆறு மணி நேரம் ஆனவுடன் எவ்வளவு அமைதியாகி விடுகிறான்! முட்டாள் கூட ஞான ஒளி பெறுகிறான். கண்களில் தான் முதலில் தெரியும். அங்கிருந்து அந்த ஒளி பரவும். அவனோடு ஏரில் இறங்கி விடலாமா என்று கூடத் தோன்றும். அதன் பிறகு ஒன்றும் நடக்காது. இப்போது உடலில் பொறிக்கப்படுவது அவனுக்குப் புரியும். கவனிப்பது போல வாயைச் சுருக்குவான். கண்களால் இந்த எழுத்துகளை வாசிப்பது எவ்வளவு கடினம் என்று உங்களுக்குத் தெரியும்.

ஆனால் இவன் அதன் அர்த்தத்தைப் புண்களைக் கொண்டே அறிந்து கொள்கிறான். கடினமான வேலை தான். இதற்கு ஆறு மணி நேரம் எடுத்துக் கொள்கிறான். இதற்குள் ஏர் அவனைக் குத்திக் குத்திக் கிழித்து சவக்குழிக்குள் எறிந்து விடும். அவன் இரத்தம், தண்ணீர், பஞ்சுக் கம்பளியுடன் விழுவான். தீர்ப்பு நிறைவேற்றப்படுகிறது. நாங்கள், நானும், படைவீரனும் புதைத்து விடுவோம்.

ஆய்வாளர் தனது தலையை அலுவலர் பக்கம் சாய்த்து எந்திரம் வேலை செய்வதைப் பார்த்தார். தண்டனை பெற்றவனும் பார்த்தான்; ஆனால் அவனுக்கு எதுவும் புரிந்திருக்காது. கொஞ்சம் குனிந்து அசையும் ஊசிகளைப் பார்த்துக் கொண்டிருந்தான். அலுவலரின் சைகைப்படி அவனுடைய சட்டையையும், கால் சட்டையையும் பின்புறமிருந்து கத்தியால் வெட்டினான். அவை கீழே விழுந்தன. கீழே விழும் துணியைப் பிடித்துத் தனது உடலை மறைக்க முயன்றான் தண்டிக்கப்படப் போகிறவன். ஆனால் படைவீரன் அவனை மேலே தூக்கி மிச்சம் இருந்த துணிகளையும் உதறி விட்டான். அலுவலர் எந்திரத்தை நிறுத்தினார். திடீரென்று அமைதி. தண்டிக்கப்பட்டவன் பரம்படிக்கும் ஏரின் கீழ் வைக்கப்பட்டான். சங்கிலிகளை எடுத்து விட்டுத் தோல்பட்டிகளால் இறுக்கினார்கள். முதலில் அவனுக்கு அது இதமாக இருந்திருக்க வேண்டும். இப்போது ஏரை இன்னும் கொஞ்சம் கீழே இறக்கினார்கள். ஏனென்றால் அவன் ஒல்லி. ஊசிமுனைகள் அவன் உடலில் பட்டவுடன் அவன் நடுங்கினான். படைவீரன் அவனுடைய வலது கையைக் கட்டியபோது இடக்கையை வீசினான். அது ஆய்வாளர் நின்றிருந்த திசையை நோக்கி இருந்தது. அலுவலர் தண்டனை நிறைவேற்றப்படுவது எப்படி ஆய்வாளரைப் பாதிக்கிறது என்று பக்கவாட்டில் பார்த்தார்.

மணிக்கட்டைக் கட்டிய தோல்பட்டை அறுந்து விட்டது. ஒரு வேளை, படைவீரன் மிகவும் இறுக்கி விட்டான் போலும். அலுவலர் குறுக்கிட்டு அறுந்த பட்டையைக் காட்டினார். பிறகு ஆய்வாளர் பக்கம் திரும்பி விளக்கினார். "இது ஒரு சிக்கலான எந்திரம். ஏதாவது ஒரு பகுதி உடைந்து விடுகிறது. ஆனால் அது தீர்ப்பைப் பாதிக்கக் கூடாது. எப்படி இருந்தாலும் இந்தத் தோல்பட்டையைச் சரி செய்து விடலாம். சங்கிலியைப் பயன்படுத்துவேன். ஆனால் வலது தோளில் அதிர்வு

பாதிக்கப்படும்." சங்கிலியைக் கட்டியபடியே சொன்னார்: "எந்திரத்தைப் பராமரிக்கத் தரும் செலவைக் குறைத்து விட்டார்கள். பழைய மேலதிகாரி இருந்தபோது இதற்காக ஒதுக்கப்பட்ட பணத்தை நான் சுதந்தரமாகச் செலவழிக்க முடியும். எல்லாப் பழுதுகளையும் சரி செய்ய உதிரிப் பாகங்கள் இருந்தன. முன்னாலெல்லாம் அவற்றை நினைத்தாற்போலப் பயன்படுத்தினேன். ஆனால் இப்போதைய மேலதிகாரி பழையவற்றை எல்லாம் எதிர்க்கிறார். எந்திரத்திற்கான பணத்தை அவர் பொறுப்பில் எடுத்துக் கொண்டார். புதிய தோல்பட்டை கேட்டால் அறுந்து போனதைக் கேட்கிறார்கள். புதியது வரப் பத்து நாளாகும். அதுவும் மோசமான தோலாக இருக்கும். இப்போது பட்டை இல்லாமல் நான் வேலை செய்ய வேண்டும். அதைப்பற்றி யாரும் கவலைப்பட மாட்டார்கள்."

ஆய்வாளர் தனக்குள் சிந்தித்துக் கொண்டார். வேற்று மக்கள் விவகாரத்தில் தலையிடுவது உசிதமாகாது. இந்த தண்டனைக் குடியிருப்பில் அவர் உறுப்பினர் இல்லை. அது இருந்த மாநிலத்தில் கூட அவர் இல்லை. இந்தத் தண்டனையைக் கண்டித்தாலோ, அதைத் தடுக்க முயன்றாலோ, 'நீ வெளி ஊர்க்காரன், உன் வேலையைப் பார்த்துக் கொண்டு போ, என்பார்கள். அதற்கு அவரால் எந்தப் பதிலும் சொல்ல முடியாது. தான் ஒரு பார்வையாளனாகவே பயணம் செய்வதாகவும், பிறருடைய நீதிமுறைகளை மாற்றுவது நோக்கமில்லை என்றும் எண்ணிக் கொண்டார். ஆனால் இங்கே அவரால் வாளாயிருக்க முடியவில்லை. நடைமுறையில் அநீதியும், தண்டனையின் கொடூரமும் மறுக்க முடியாதவை. தனக்கு இதில் சுயநலம் இருப்பதாகவும் யாரும் சொல்ல முடியாது. ஏனென்றால் தண்டிக்கப்படுபவனை அவருக்கு யாரென்றே தெரியாது. அவருடைய நாட்டவனும் அல்ல. அவன் மேல் இரக்கமும் இல்லை. ஆய்வாளர் பெரிய இடங்களின் பரிந்துரைகளோடு வந்திருக்கிறார். மிக மரியாதையோடு வரவேற்கப்பட்டார். இந்த மரண தண்டனை நிறைவேற்றப்படுவதைப் பார்க்க அழைக்கப்பட்டிருப்பதே அவருடைய கருத்துகள் வரவேற்கப்படும் என்று காட்டுகிறது. அது சாத்தியம் தான். ஏனென்றால் மேலதிகாரிக்கும் இந்த நடைமுறை பிடிக்கவில்லை என்பதும், அலுவலர் மேல் பகைமை உணர்வு கொண்டிருந்தார் என்பதும் தெரியும்.

அந்த நேரத்தில் அலுவலர் கோபத்தில் கத்தினார். தண்டனைக்குள்ளானவர் வாயில் அப்போதுதான் துணியைத் திணித்திருந்தார். அவன் குமட்டிக் கண்களை மூடி வாந்தி எடுத்து விட்டான். உடனே அலுவலர் அவனுடைய தலையைச் சவக்குழிக்கு அருகில் பிடிக்க முயன்றார். அதற்குள் அவன் எந்திரத்தின் மேல் முழுவதும் வாந்தி எடுத்து விட்டான். "எல்லாம் அந்த மேலதிகாரியின் தவறுதான். எந்திரம் முழுவதும் பன்றிக் குடில் போல ஆகிவிட்டது." கை நடுங்க அலுவலர் ஆய்வாளருக்கு எந்திரத்தைக் காட்டினார். "நிறைவேற்றப்படுவதற்கு முதல் நாள் கைதி பட்டினி கிடக்க வேண்டுமென்று மேலதிகாரியிடம் மணிக்கணக்காகச் சொல்லியிருக்கிறேன். ஆனால் மென்மையான புதிய தலைமை வேறு விதமாக நினைக்கிறது. மேலதிகாரியின் வீட்டுப் பெண்கள் கைதிக்கு இனிப்புப் பலகாரம் கொடுத்து வழியனுப்புகிறார்கள். வாழ்நாள் முழுவதும் நாற்றம் பிடித்த மீனைத் தின்றவர்களுக்கு இப்போது இனிப்புப் பலகாரம்! இருந்து விட்டுப் போகட்டும். அதைப் பற்றி நான் சொல்வதற்கு ஒன்றுமில்லை. இவர்கள் வாயில் வைக்கத் துணி புதிதாகக் கொடுத்தாலென்ன? நானும் மூன்று மாதங்களாகக் கெஞ்சிக் கொண்டிருக்கிறேன். நூறு பேர் சாவதற்கு முன்னர் மென்று கடித்த துணியை வாயில் வைத்தால் யார் தான் வாந்தியெடுக்க மாட்டார்கள்?"

மரண தண்டனைக் கைதி தலையைக் கீழே வைத்துக் கொண்டான். அமைதியாகக் காணப்பட்டான். அவனுடைய துணியைக் கொண்டு படைவீரன் எந்திரத்தைத் துடைத்தான். அலுவலர் ஆய்வாளரை நோக்கி ஒரு எட்டு எடுத்து வைத்தார். ஆய்வாளரும் பயந்துபோய் ஒரு அடி பின்னால் போனார். அலுவலர் அவர் கையைப் பிடித்துத் தனியாக அழைத்துச் சென்று "உங்களிடம் இரகசியமாக ஒன்று பேச வேண்டும், பேசலாமா?" என்றார். ஆய்வாளர் சரியென்று கூறி கண்களை கீழே தாழ்த்திக் கேட்டார்.

"நீங்கள் பார்த்து வியப்படைகிறீர்கள் அல்லவா, இந்த தண்டனை நிறைவேற்றும் நடைமுறைக்கு இந்தக் குடியிருப்பில் ஆதரவே இல்லை. நான் ஒருவன் மட்டும் தான் இதை ஏற்றுக் கொள்கிறேன். இந்த முறையை இன்னும் சிறப்பாக்க முடியாதென்று நினைக்கிறேன். இதனைக் கட்டிக் காக்கவே

என்னுடைய முழு சக்தியையும் செலவிட வேண்டியிருக்கிறது. பழைய மேலதிகாரியின் காலத்தில் இந்தக் குடியிருப்பு முழுவதும் அவருக்கு ஆதரவாக இருந்தது. அவருடைய மன உறுதி ஓரளவு எனக்கும் இருக்கிறது. ஆனால் அவருடைய அதிகாரம் ஒரு சிறிதும் எனக்கு இல்லை. அதனால் ஆதரவாளர்கள் எல்லாம் ஓடி விட்டார்கள். இன்னும் இருந்தாலும் அதனை வெளியில் ஒத்துக் கொள்வதில்லை. இன்று தேநீர்க் கடைக்கு நீங்கள் போய்ப் பார்த்தால், இன்று மரண தண்டனை நாளில் அங்கே என்ன பேசுகிறார்கள் என்று கவனித்துக் கேட்டால் தெளிவற்ற கருத்துகளைத் தான் கேட்பீர்கள். அவர்களை எனக்கு ஆதரவாகத் திருப்ப முடியும். ஆனால் இன்றைய மேலதிகாரியின் கீழ், அவருடைய கொள்கைகளுக்கு உட்பட்டிருக்கிற அவர்களால் எனக்கு எந்தப் பயனும் இல்லை. இந்தப் புது மேலதிகாரியாலும் அவரை அதிகாரம் செய்யும் பெண்களாலும் இந்த அருமையான எந்திரம் வீணாகப் போகலாமா? இதனை நடக்க விடலாமா? சில நாட்கள் மட்டுமே பார்வையாளராக வந்தாலும் பேசலாமே! ஆனால் காலம் தாழ்த்த முடியாது. நான் நீதிபதியாக இருப்பதற்கு எதிர்ப்பு எந்த நேரமும் வரலாம். மேலதிகாரியின் அலுவலகத்தில் நடைபெறும் கூட்டங்களிலிருந்து நான் ஒதுக்கப்படுகிறேன். நீங்கள் இன்று இங்கே வந்திருப்பது கூட முக்கியமானதொரு நோக்கத்தோடு தான் என்று தோன்றுகிறது. அவர்கள் கோழைகள், உங்களை ஒரு திரையாகப் பயன்படுத்திக் கொள்ளப் பார்க்கிறார்கள். அந்தக் காலத்தில் எல்லாம் மரண தண்டனை எவ்வளவு வித்தியாசமாக இருந்தது? தண்டனை நிறைவேற்றுவதற்கு முதல் நாளே பள்ளத்தாக்கு முழுவதும் ஆட்கள் கூடி விடுவார்கள். பார்ப்பதற்கு வந்தவர்கள் தான். காலையில் மேலதிகாரி பெண்களுடன் வருவார். முகாம் முழுவதும் உற்சாகம். எல்லாம் தயார் என்று நான் அறிவிப்பேன். எல்லோரும், ஒரு அதிகாரியும் வராமல் இருக்க முடியாது, எந்திரத்தைச் சுற்றிக் கூடுவார்கள். எந்திரம் சுத்தப்படுத்தப்பட்டுப் பளபளக்கும். ஒவ்வொரு தண்டனைக்குப் பிறகும் உதிரி பாகங்களை மாற்றி விடுவேன். நூற்றுக்கணக்கான பார்வையாளர்கள் தங்கள் கட்டை விரல்களில் நிற்பார்கள். அவர்கள் முன்னாலேயே தண்டனை பெற்றவன் மேலதிகாரியாலேயே பரம்படிக்கும் ஏரின் கீழ் வைக்கப்படுவான். இன்று ஒரு சாதாரண படைவீரன் செய்யும்

வேலையை நான் செய்வேன். பிறகு தண்டனை தொடங்கும். எந்திரத்திலிருந்து எந்த விபரிதமான சப்தமும் வராது. பலர் அதனைப் பார்க்க மாட்டார்கள். மண்ணில் கண்களை மூடிப் படுத்திருப்பார்கள். அவர்களுக்கு நீதி நிறைவேற்றப்பட வேண்டும் என்று தெரியும். அமைதியாக இருக்கும். சாகப் போகிறவனுடைய பெருமூச்சு மட்டும் கேட்கும். ஆனால் அதை வாய்க்குள் வைத்த துணிப் பந்து அமுக்கி விடும். பிறகு ஆறாவது மணி வரும்.

அருகில் இருந்து பார்க்க விரும்பும் அனைவருடைய வேண்டுகோளையும் ஏற்றுக்கொள்ள முடியாது. குழந்தைகளுக்குத்தான் முதலிடம் தருவார் அறிவாளியான மேலதிகாரி. நான் என்னுடைய பதவியினால் எப்போதும் அருகில் தான் இருப்பேன். பல வேளைகளில் ஒவ்வொரு கையிலும் ஒரு குழந்தையைப் பிடித்துக்கொண்டு நிற்பேன். தண்டனையின்போது துன்பப்படுகின்றவனுடைய முகத்தில் தோன்றும் மாறுதலை நாங்கள் எவ்வளவு ஆர்வமுடன் உள்வாங்கி கொள்வோம்! அவன் முகத்தில் தோன்றி மறையும் நீதியின் பிரகாசம் எங்கள் கன்னங்களை நனைக்கும்! அது எல்லாம் என்ன அருமையான காலம், தோழரே!" அலுவலர் தான் யாரிடம் பேசுகிறோம் என்பதை மறந்து விட்டார் போலும். அவரைக் கட்டித் தழுவி அவர் தோளில் முகத்தைப் பொதித்துக் கொண்டார்.

படைவீரன் எந்திரத்தைத் துடைத்து முடித்து விட்டுப் பாத்திரத்தில் அரிசிக் கஞ்சியை ஊற்றினான். மரண தண்டனை பெற்றவன் முழுவதுமாகப் பழைய நிலைக்கு வந்து விட்டான். கஞ்சியைப் பார்த்தவுடன் தனது நாக்கால் அதைத் தொட முயன்றான். படைவீரன் அவனைத் தள்ளிவிட்டுக் கொண்டிருந்தான். ஏனென்றால் கஞ்சியைப் பிறகுதான் கொடுக்க வேண்டும். படைவீரன் தன்னுடைய அழுக்குக் கைகளை உள்ளே விட்டு, அவன் முன்னாலேயே தின்றது சிறிதும் பொருத்தமாக இல்லை.

அலுவலர் தலையை விரைவாக எடுத்துக் கொண்டார். "உங்களை வருந்தச் செய்ய நினைக்கவில்லை. அந்த நாட்கள் பற்றி இப்போது நினைத்துப் பார்க்க முடியாது. எப்படி இருப்பினும், எந்திரம் இன்னும் வேலை செய்கிறது.

கடைசியாகப் பிணம் மென்மையாகச் சவக்குழிக்குள் விழும். முன்னால் போல மக்கள் கூட்டம் அதைப் பார்க்க இருக்காது, அவ்வளவு தான். அப்போதெல்லாம் குழியைச் சுற்றி பலமான வேலி ஒன்றைப் போட்டிருப்போம். அதை எல்லாம் எடுத்து விட்டார்கள்," என்றார்.

ஆய்வாளர் அலுவலரின் முகத்தைப் பார்க்காமல் சுற்றுமுற்றும் பார்த்தார். பள்ளத்தாக்கு வெறிச்சோடிக் கிடந்ததை அவர் பார்க்கிறார் என்று அலுவலர் நினைத்தார். அவர் கையைப் பிடித்து இழுத்து, "இந்த அவமானத்தைப் பார்த்தீர்களா?" என்று கேட்டார்.

ஆய்வாளர் ஒன்றும் சொல்லவில்லை. அலுவலர் அவரைத் தனியே விட்டுவிட்டு இடுப்பில் கை வைத்துக் கொண்டு அமைதியாகச் சிறிது நேரம் நின்றார். பிறகு ஊக்கப்படுத்தும் வகையில் சிரித்து விட்டுச் சொன்னார்: "உங்களுக்கு மேலதிகாரி அழைப்பு விடுத்தபோது நான் அருகில்தான் நின்று கொண்டிருந்தேன். அவர் சொன்னதை எல்லாம் கேட்டேன். எனக்கு மேலதிகாரியைப் பற்றி நன்கு தெரியும். என்ன நினைக்கிறார் என்பதைக் கண்டு கொண்டேன். என்மேல் நடவடிக்கை எடுக்க அவருக்கு அதிகாரம் இருக்கிறது. என்றாலும் அதைப் பயன்படுத்த அவர் துணியவில்லை. எனவே உங்களுடைய அறிக்கையை எனக்கு எதிராகப் பயன்படுத்தப்போகிறார். புகழ்மிக்க வெளிநாட்டுக்காரரர் ஒருவரின் தீர்ப்பு. மிகவும் கவனமாகக் கணக்குப் போட்டிருக்கிறார். இந்தத் தீவில் உங்களுக்கு இது இரண்டாவது நாள். பழைய மேலதிகாரியைப் பற்றி உங்களுக்கு ஒன்றும் தெரியாது. நீங்கள் ஐரோப்பியக் கொள்கைகளில் வளர்ந்திருக்கிறீர்கள். ஒருவேளை மரண தண்டனையே பொதுவாக உங்களுக்குப் பிடிக்காது இருக்கலாம். சிறப்பான இப்படிப்பட்ட எந்திரக் கருவிகளை நீங்கள் ஏற்காது இருக்கலாம். மேலும் இந்த மரண தண்டனையை மக்கள் ஏற்கவில்லை என்பதைப் பார்ப்பீர்கள். மோசமான சடங்காகத் தோன்றும். பழைய எந்திரம். இதையெல்லாம் பார்த்தபிறகு என்னுடைய முறையை ஏற்க மாட்டீர்கள் என்று மேலதிகாரி கருதியிருக்கலாம். உங்களுக்குப் பிடிக்கவில்லை என்றால் அதை மறைக்க மாட்டீர்கள். (நான் இன்னும் மேலதிகாரியின் கண்ணோட்டத்தில் பார்க்கிறேன்.) நீங்கள் உங்களுடைய

முடிவுகளில் முழு நம்பிக்கை வைக்கும் மனிதர் இல்லையா? நீங்கள் பல நாட்டு மக்களின் பழக்கங்களைத் தெரிந்து வைத்திருப்பீர்கள். எனவே நீங்கள் எங்கள் முறைகளுக்கு எதிராகத் தீவிரமான ஒரு கருத்தை வைத்துக் கொள்ள மாட்டீர்கள் என்பது உண்மை. மேலதிகாரிக்கு அதெல்லாம் தேவையில்லை. நீங்கள் அசந்து மறந்து எதையாவது சொல்லிவிட்டால் போதும். அவருக்கு அது பயன்படுவதாக இருந்தால், நீங்கள் உண்மையில் நினைப்பதை அதைச் சொல்லாவிட்டாலும் கவலையில்லை. உங்களை நோண்டி நோண்டிக் கேள்விகள் கேட்டுத் தனக்குச் சாதகமாக்கிக் கொள்வார். அவருடைய பெண்களும் காதைத் தீட்டிக் கொண்டு காத்திருப்பார்கள். நீங்கள், 'எங்கள் நாட்டில் நீதியை நிறைவேற்றுவது வேறு வழியில்,' என்றோ 'எங்கள் நாட்டில் ஒரு கைதிக்குத் தண்டனை கொடுப்பதற்கு முன்னால் அவன் தன்னை நிரபராதி என்று வாதாட வாய்ப்பு இருக்கிறது,' என்றோ 'நாங்கள் சித்திரவதை செய்வதே இல்லை,' என்றோ சொல்கிறீர்கள் என்று வைத்துக் கொள்வோம். இவை எல்லாம் உண்மைதான். ஆனால் என்னுடைய முறைகளைப் பற்றி எந்தத் தீர்ப்பும் இடாதவை. ஆனால் மேல் அதிகாரி அதனை எப்படிப் பயன்படுத்துவார்? அவர் உடனே தன்னுடைய நாற்காலியைப் பின்னால் தள்ளி விட்டு பால்கனியை நோக்கி ஓடுவதை நான் கற்பனை செய்ய முடிகிறது. அந்தப் பெண்கள் பின்னாலேயே ஓடுவார்கள். அவருடைய குரலையும் என்னால் கேட்க முடிகிறது. அந்தப் பெண்கள் அந்தக் குரலை இடி முழக்கம் என்பார்கள். அவர் சொல்வார், 'ஒரு புகழ் மிக்க ஆய்வாளர் உலகிலுள்ள தண்டனை முறைகளை எல்லாம் ஆராய்வதற்காக அனுப்பப்பட்டவர் நாம் நீதியை நிறைவேற்றும் பழைய முறை மனிதாபிமானமில்லாதது என்று சொல்கிறார். இப்படிப்பட்ட ஒரு அறிஞர் இப்படித் தீர்ப்புச் சொன்ன பிறகு இந்த முறைகளை இனிமேலும் அனுமதிக்க முடியாது. எனவே இன்றிலிருந்து நான் கட்டளை இடுகிறேன்...' என்றெல்லாம் சொல்வார். நீங்கள் அப்படி எல்லாம் சொல்லவில்லை என்று குறுக்கே சொல்ல முற்படுகிறீர்கள். என்னுடைய முறைகளை இரக்கம் இல்லாதது என்று சொல்லவில்லை என்றும், மாறாக மனித மாண்புக்கு ஒத்துப் போகாதது என்றும் என்னுடைய எந்திரத்தைப் பாராட்டுவதாகவும் சொல்ல நினைப்பீர்கள். ஆனால் அதற்குள் மிஞ்சிப் போயிருக்கும். பால்கனிக்குக் கூடப் போக முடியாது. பெண்கள் அங்கே கூடியிருப்பார்கள்.

அவர்களுடைய கவனத்தைக் கவர முயல்வீர்கள். கத்தக் கூட முயல்வீர்கள். ஆனால் ஒரு பெண் உங்கள் உதடுகளை மூடிவிடுவார். நானும் பழைய மேலதிகாரியும் தொலைந்தோம்."

ஆய்வாளர் சிரிப்பை அடக்கிக் கொண்டார். எவ்வளவு எளிது! அவர் மிகவும் கடினமாக இருக்கும் என்று நினைத்து விட்டார். பட்டும் படாமல் அவர் சொன்னார், "என்னுடைய செல்வாக்கை அதிகமாக மதிப்பிடுகிறீர்கள். மேலதிகாரி என்னைப் பற்றி எழுதிய சிபாரிசுக் கடிதங்களை எல்லாம் படித்திருப்பீர்கள். குற்றம் தண்டனை நடைமுறைகள் பற்றி நான் ஒன்றும் பெரிய கெட்டிக்காரன் இல்லை. நான் என்னுடைய கருத்தைச் சொல்வதாக இருந்தால் அது சாதாரண ஆளாகத் தான் கூற முடியும். அப்படியே இருந்தாலும் மேலதிகாரியை மிஞ்சி நான் என்ன செய்ய முடியும்? அவருக்கு இந்த வாந்திரத்தில் பரந்த அதிகாரம் இருப்பதாகத் தெரிகிறது. நீங்கள் நம்புவது போல, உங்கள் நடைமுறைக்கு அவர் எதிர்ப்பாக இருந்தால், உங்களுடைய இந்தப் பழக்கத்திற்கு முடிவு நெருங்கி விட்டது, எனது பரிந்துரையே தேவைப்படாது."

இது அலுவலருக்குப் புரிந்து விட்டதா? இல்லை, இன்னும் அவருக்குப் புரியவில்லை. தலையைப் பலமாக அசைத்தார். தண்டனைக்குட்பட்ட மனிதனையும், படை வீரனையும் பார்த்தார். இருவரும் கஞ்சியைப் பார்த்து முகத்தைச் சுளித்தார்கள். அலுவலர் ஆய்வாளரை நெருங்கி மிகத் தணிந்த குரலில் சொன்னார். "உங்களுக்கு மேலதிகாரியைப் பற்றித் தெரியாது. உங்களைப் பொறுத்தவரையில் நீங்கள் வெளி ஊர்க்காராராக நினைத்துக் கொள்கிறீர்கள். ஆனால் உங்களுடைய செல்வாக்கு உங்களுக்கே தெரியாது. நீங்கள் தனியாக இந்த மரண தண்டனை நிறைவேற்றப்படுவதைப் பார்க்கப் போகிறீர்கள் என்று தெரிந்தவுடன் நான் மகிழ்ச்சி அடைந்தேன். மேலதிகாரி என்னை உங்களை வைத்து அடிக்க நினைக்கிறார். ஆனால் இதை எனக்குச் சாதகமாகப் பயன்படுத்திக் கொள்வேன். நீங்கள் விளக்கத்தைக் கேட்டீர்கள். எந்திரத்தைப் பார்த்தீர்கள். இப்போது மரண தண்டனையையும் பார்க்கிறீர்கள். ஏற்கனவே நீங்கள் ஒரு முடிவுக்கு வந்திருப்பீர்கள். உங்களுக்கு சில சந்தேகங்கள் இருந்தால் அவை தண்டனையைப் பார்த்தவுடன் தீர்ந்து விடும். இப்போது ஒரு வேண்டுகோள், "மேலதிகாரிக்கு எதிராக எனக்கு உதவி செய்யுங்கள்!" ஆய்வாளர் அவரைத்

தொடர விடவில்லை. "நான் என்ன செய்ய முடியும்? என்னால் உங்களுக்கு உதவவும் முடியாது, எதிராகச் சொல்லவும் முடியாது." "இல்லை, உங்களால் முடியும்," என்றார் அலுவலர். அவர் கையை முறுக்குவதைப் பார்த்து ஆய்வாளருக்கும் பயம். "உங்களால் முடியும்," என்றார் திரும்பவும். "நான் ஒரு திட்டம் வைத்திருக்கிறேன். அது நிச்சயம் வெற்றியடையும். உங்களுடைய செல்வாக்குப் போதாது என்று நீங்கள் நினைக்கிறீர்கள், போதும். அப்படியே நீங்கள் சொல்வது சரியென்றாலும், இந்தப் பாரம்பரியத்தைக் காப்பாற்ற அதையாவது பயன்படுத்தாமல் இருக்கலாமா? என்னுடைய திட்டத்தைக் கேளுங்கள். முதலாவதாக இந்த நடைமுறைகளைப் பற்றிய உங்கள் தீர்ப்பைப் பற்றி வாய் திறக்காதீர்கள். உங்களை நேரடியாகக் கேட்டாலொழிய ஒன்றும் சொல்லாதீர்கள். ஆனால் நீங்கள் சொல்வது சுருக்கமாக இருக்க வேண்டும். பொதுப்படையாகவும் இருக்க வேண்டும். அதைப் பற்றி விரிவாக விளக்கத் தயார் என்று காட்டிக் கொள்ளுங்கள். உங்களைப் பொய் சொல்லச் சொல்லவில்லை. சுருக்கமான விடைகள் சொல்ல வேண்டும். 'ஆமாம், நான் தண்டனை நிறைவேற்றியதைப் பார்த்தேன்.' அல்லது 'ஆம், எனக்கு விளக்கப்பட்டது.' அது மட்டும் தான், அது மட்டும் தான்; வேறு எதுவும் சொல்லக் கூடாது. உங்களுடைய விடையைத் தவறாகப் புரிந்துகொண்டு, அவருக்கு வேண்டியபடி அதனை விளக்குவார். அங்கு தான் என் திட்டம் இருக்கிறது. நாளைக்கு மேலதிகாரியின் அலுவலகத்தின் அதிகாரிகளின் மாநாடு நடைபெறும். இந்த மாநாட்டை மேலதிகாரி பொது நிகழ்ச்சியாக ஆக்கி விடுவார். பார்வையாளர்கள் உட்கார இடம் கட்டி வைத்திருக்கிறார். நானும் மாநாட்டில் கலந்து கொள்ள வேண்டும். ஆனால் அவர்களைப் பார்த்தாலே எனக்குக் குமட்டும். எப்படி இருப்பினும் உங்களையும் அழைப்பார். நான் சொல்வது போல் நீங்கள் நடந்து கொண்டால் வெறும் அழைப்பாக இருக்காது. உங்களை வேண்டிக் கூப்பிடுவார்கள். அப்படியே ஏதாவது ஒரு காரணத்தினால் அழைக்கவில்லை என்றால், நீங்களே கேட்க வேண்டும். நாளை நீங்கள் மேலதிகாரியுடனும் பெண்களுடனும் உட்கார்ந்திருப்பீர்கள். நீங்கள் இருக்கிறீர்களா என்று அவர் பார்த்துக் கொள்வார். முதலில் வேறு பல செய்திகளைப் பற்றிப் பேசி விட்டு மரண தண்டனை பற்றிப் பேச்சு வரும். அப்படியே மேலதிகாரி அதனைப் பற்றிப் பேசாவிட்டால் நானே அதைப்

பற்றிச் சொல்வேன். நான் இன்றைய தண்டனையைப் பற்றிச் சுருக்கமாக அறிக்கைத் தருவேன். மேலதிகாரி நன்றி சொல்வார்; வாய்ப்பைப் பயன்படுத்திப் பேசத் தொடங்குவார். 'இப்போது ஒரு மரண தண்டனை நிறைவேற்றப்பட்டிருக்கிறது. இந்தத் தண்டனையை ஒரு புகழ்மிக்க ஆய்வாளரும் பார்த்திருக்கிறார். அவர் நமது குடியிருப்புக்கு வருகை தந்து நமக்குப் பெருமை தந்திருக்கிறார். நம்முடைய பரம்பரையானத் தண்டனை முறையைப் பற்றிய அவரது தீர்ப்பைத் தருமாறு கேட்கலாமா?' என்பார். உடனே கை தட்டல் இருக்கும். மேலதிகாரி உங்களை நோக்கித் தலையைத் தாழ்த்தி, 'இங்குள்ளவர்களின் பெயரால் நான் உங்களைக் கேட்கிறேன்,' என்பார். இப்போது நீங்கள் முன் வருகிறீர்கள். எல்லோரும் பார்க்குமாறு உங்கள் விரல்களை அமுக்குகிறீர்கள். கடைசியாக நீங்கள் பேசுகிறீர்கள். உங்கள் பேச்சிற்கு எந்தக் கட்டுப்பாடும் இல்லாமல் உண்மையை உரக்கச் சொல்லுங்கள். மிக உறுதியாகச் சப்தம் போட்டு உங்கள் தீர்ப்பைக் கூறுங்கள். ஒருவேளை உங்கள் நாட்டில் அது பழக்கம் இல்லாவிட்டால், எழுந்திராமல் கூட சில வார்த்தைகளில் அமைதியாகச் சொல்லுங்கள். மக்களின் ஆதரவு இல்லாதது, சப்தம் போடும் சக்கரம், அறுந்த தோல்பட்டை ஆகியவற்றைப் பற்றிக் கூட நீங்கள் கூற வேண்டாம். நான் சொல்லிக் கொள்கிறேன். மேலதிகாரி ஒன்று வெளியே ஓடி விடுவார் அல்லது முழங்காலிட்டு 'பழைய மேலதிகாரியே, உங்கள் முன்னர் அடிபணிகிறேன்,' என்பார். இதுதான் என் திட்டம் இதற்கு உதவுவீர்களா? நீங்கள் உதவித்தான் ஆக வேண்டும்," என்று அலுவலர் ஆய்வாளரின் இரண்டு கைகளையும் பிடித்துக் கொண்டார். அவருடைய கடைசி வாக்கியத்தை எவ்வளவு உரக்கச் சொன்னாரென்றால் தண்டிக்கப்பட்டவனும், படை வீரனும் திடுக்கிட்டு நிமிர்ந்து பார்த்தார்கள். அவர்களுக்குப் பேசிய எதுவும் புரியவில்லை. சாப்பிடுவதை நிறுத்தி விட்டு ஆய்வாளரைப் பார்த்தார்கள்.

தொடக்கத்திலிருந்தே ஆய்வாளருக்கு என்ன விடை தர வேண்டுமென்பதில் எந்தச் சந்தேகமும் இல்லை. அவருடைய வாழ்க்கையில் பலவற்றை அனுபவித்து விட்டார்; இங்கே உறுதியில்லாமல் இருப்பதற்கு எதுவுமில்லை. அடிப்படையிலேயே அவர் நேர்மையானவர், பயப்படாதவர். எனினும் இங்கே படைவீரனையும், தண்டனை பெறுபவனையும் பார்த்துச் சிறிது நேரம் தயங்கினார்,

கடைசியாக "முடியாது" என்று கூறிவிட்டார். அலுவலர் பலமுறை கண்களை மூடித் திறந்தார். ஆய்வாளர், "விளக்கமாகச் சொல்லவா?" என்றார். அலுவலர் தலையை ஆட்டியவுடன், ஆய்வாளர், "உங்களுடைய நடைமுறை எனக்கு ஏற்புடையதில்லை. நீங்கள் என்னிடம் இரகசியமாகச் சொல்வதற்கு முன்னரே, குறுக்கிடுவது எனது கடமையா, அதனால் சிறிதளவாவது பயன் இருக்குமா என்பது பற்றிச் சிந்தித்து வந்தேன். யாரிடம் போக வேண்டுமென்பது எனக்குத் தெரிந்து விட்டது. மேலதிகாரியிடம் போக வேண்டும். நீங்கள் அதனைத் தெளிவுபடுத்தி விட்டீர்கள். ஆனால் உங்களுடைய உறுதியான நம்பிக்கை என்னைப் பாதிக்கிறது. எனினும் அது எனது தீர்ப்பை மாற்ற முடியாது."

அலுவலர் மௌனமாகி எந்திரத்தின் பக்கம் திரும்பி எல்லாம் சரியாக இருக்கிறதா என்பது போலப் பார்த்தார். தண்டனை பெற்றவனும் படைவீரனும் ஒருவரையருவர் புரிந்து கொண்டது போலத் தோன்றிற்று. தண்டனை பெற்றவன் படைவீரனுக்குச் சில சமிக்ஞைகள் செய்தான். பட்டைகள் இறுக்கமாக கட்டியிருந்ததால் அது கடினமாகத் தான் இருந்தது. படைவீரன் குனிந்து கேட்டான். மற்றவன் அவன் காதில் இரகசியமாக ஏதோ சொன்னான்; அவனும் தலை அசைத்தான்.

ஆய்வாளர் அலுவலரைத் தொடர்ந்து போய், "நான் என்ன செய்யப் போகிறேன் என்று உங்களுக்குத் தெரியாது. மேலதிகாரியிடம் இந்த மரண தண்டனை பற்றி நான் என்ன நினைக்கிறேன் என்பதைச் சொல்லப் போகிறேன். ஆனால் மாநாட்டில் அல்ல தனியாகத் தான் கூறுவேன். நான் மாநாட்டில் கலந்து கொள்வதற்கு இங்கு தங்க மாட்டேன். நாளை அதிகாலையிலேயே போய் விடுவேன், அல்லது எனது கப்பல் புறப்பட்டு விடும்."

இதை அலுவலர் கவனித்ததாகத் தெரியவில்லை. "அப்படியானால் எங்களுடைய நடைமுறை உங்களுக்குப் பிடிக்கவில்லை," என்று தனக்குத் தானே சொல்லிக் கொண்டார். கிழவர் குழந்தைகளின் முட்டாள்தனத்தைப் பார்த்துச் சிரிப்பது போலச் சிரித்துக் கொண்டார்.

கடைசியில் "நேரம் வந்து விட்டது" என்றார். ஆய்வாளர் "எதற்கு நேரம் வந்து விட்டது?" என்று கேட்டார். பதிலில்லை.

அலுவலர் "உனக்கு விடுதலை," என்று தண்டனை பெற்றவனிடம் அவனுடைய மொழியில் சொன்னார். முதலில் அவன் இதை நம்பவில்லை. "ஆமாம், நீ விடுதலை செய்யப்படுகிறாய்," என்றார். முதன்முறையாக அவன் முகத்தில் உயிர் வந்தது. இது உண்மையா? இது அலுவலரின் வேடிக்கை விளையாட்டா? மாறி விடுமா? வெளிநாட்டு ஆய்வாளர் கெஞ்சிக் கேட்டாரா? என்ன நடந்தது? இப்படிப் பல வினாக்கள் அவனுடைய முகத்தில் தோன்றின. அதிக நேரம் இல்லை. எப்படியிருப்பினும் அவனுக்கு விடுதலை பெற வேண்டும் என்று ஆசை. பரம்படிக்கும் ஏர் அனுமதித்த வரையில் அவன் தன்னை விடுவிக்க முயன்றான்.

"நீ என்னுடைய பட்டைகளை அறுத்து விடுவாய். அப்படியே இரு. விரைவில் அவற்றை நீக்கி விடுவோம்," என்றார் அலுவலர். பிறகு படைவீரன் உதவியுடன் அவற்றை நீக்கினார். தண்டனைக்குட்பட்டவன் எதுவும் பேசாமல் சிரித்தான். அலுவலர், படைவீரன், ஆய்வாளர் ஆகியோரை மாறி மாறிப் பார்த்தான்.

"அவனை வெளியே இழு," என்றார் அலுவலர். கவனமாகச் செய்ய வேண்டும். ஏற்கனவே பொறுமை இழந்து தனது முதுகில் காயப்படுத்திக் கொண்டான்.

இப்போது அலுவலர் அவனைக் கவனிக்காமல், ஆய்வாளரிடம் வந்து தனது தோல் பையிலிருந்து ஒரு காகிதத்தை எடுத்துக் கொடுத்து அவரை வாசிக்கச் சொன்னார். "என்னால் முடியாது. எனக்கு இந்த எழுத்துகள் புரியவில்லை என்று ஏற்கனவே சொன்னேனே," என்றார் ஆய்வாளர். "கவனமாகப் பாருங்கள்," என்று கூறிய அலுவலர் எழுத்துகள் மேல் விரலை வைத்துக் காட்டி உதவி செய்தார். ஆய்வாளரும் முயன்று பார்த்தார், முடியவில்லை. அலுவலர் "நியாயமாக இரு" என்று இங்கே எழுத்தியிருக்கிறது என்றார். "இப்போது உங்களால் வாசிக்க முடியும்," என்று கூறினார். பிறகு "நீதியோடு இரு என்று எழுதியிருக்கிறது," என்றார். ஆய்வாளர் "நீங்கள் சொல்வதை நான் நம்புகிறேன்," என்றார். ஓரளவு திருப்தியடைந்து காகிதத்துடன் ஏணியில் ஏறினார். அதனை வடிவமைப்பாளருடன் வைத்து பற்சக்கரங்களில் சில மாற்றங்கள்

செய்தார். கடினமான வேலை போலும். சிறிது நேரம் அலுவலரின் தலையே தெரியவில்லை.

ஆய்வாளர் இதனைக் கூர்மையாகக் கவனித்துக் கொண்டிருந்தார். அவருக்கு கழுத்து வலித்தது. கண்கள் எரிந்தன. படைவீரனும் தண்டனைக்குட்பட்டவனும் வேலை செய்து கொண்டிருந்தார்கள். சவக்குழியிலிருந்த உடையைப் படைவீரன் தனது துப்பாக்கி முனைக் கத்தியைக் கொண்டு வெளியே எடுத்தான். சட்டை மிக அழுக்காக இருந்ததால் வாளித் தண்ணீரில் கழுவினான். அவன் உடைகளை அணிந்தவுடன் இருவருமே சிரித்தார்கள். ஏனென்றால் உடையின் பின்பக்கம் கிழிந்து தொங்கியது. படைவீரனைக் குஷிப்படுத்தவோ என்னவோ சுற்றிச் சுற்றி வந்து காண்பித்தான். பிறகு சிரிப்பை மரியாதையின் நிமித்தம் அடக்கிக் கொண்டார்கள்.

அலுவலர் தனது வேலையை முடித்துத் தனது எந்திரத்தை ஒருமுறை பார்த்தார். பிறகு மேல் மூடியை மூடிவிட்டுக் கீழே இறங்கினார். சவக்குழியையும், தண்டனை பெற்றவனையும் பார்த்து உடையை மேலே எடுத்ததைப் பார்த்துத் திருப்தி அடைந்தார். பிறகு தனது கைகளைக் கழுவ வாளிக்குப் போனார். அங்கே நீர் அழுக்காக இருந்ததைப் பார்த்து முகம் சுளித்தார். பிறகு மண்ணில் கைகளைத் துடைத்துக் கொண்டார். பிறகு நேராக நிமிர்ந்து நின்று தனது சீருடையின் பொத்தான்களைக் கழற்றத் தொடங்கினார். அப்போது அவர் கழுத்துப் பட்டைக்குள் செருகியிருந்த பெண்கள் கைக்குட்டைகள் இரண்டும் அவருடைய கைகளில் விழுந்தன. "இந்தா உனது கைக்குட்டைகள்," என்று அவற்றைத் தண்டிக்கப்பட்டவனிடம் எறிந்தார். "பெண்களிடமிருந்து கிடைத்த பரிசு," என்றார் ஆய்வாளரைப் பார்த்து.

தன்னுடைய உடைகளை வேகமாகக் களைந்தாலும், தன்னுடைய சீருடையை மிகப் பிரியத்தோடு கையாண்டார். ஆனால் உடனே அதை சவக்குழிக்குள் எறிந்து விட்டார். கடைசியாக இருந்தவை உடைவாளும், பெல்டும்தான். அதை உருவி உடைத்து விட்டு எல்லாவற்றையும் ஒன்றாகச் சேர்த்து குழிக்குள் எறிந்தார்.

இப்போது உடையில்லாமல் நின்றார். ஆய்வாளர் உதட்டைக் கடித்துக் கொண்டார். ஒன்றும் பேசவில்லை. என்ன நடக்கப் போகிறது என்று அவருக்குத் தெரியும். ஆனால் அலுவலர்

செய்வது எதையும் தடுக்க அவருக்கு உரிமை இல்லை. இந்த அலுவலர் போற்றிப் பாதுகாத்து வந்த நீதி நடைமுறை அதன் இறுதிக் கட்டத்திற்கு வந்ததென்றால் அலுவலர் சரியாகத் தான் செய்கிறார். அவருடைய இடத்தில் ஆய்வாளரும் அதையேதான் செய்திருப்பார்.

மற்ற இருவருக்கும் என்ன நடக்கிறதென்று புரியவில்லை. கைக்குட்டைக்குப் போட்டி போட்டி விளையாடிக் கொண்டிருந்தார்கள். அலுவலர் உடையில்லாமல் நின்ற போதுதான் கவனித்தார்கள். தண்டனை பெற்றவன் ஏதோ பெரிய மாற்றம் நிகழப்போகிறது என்பதைக் கண்டு மலைத்தான். அவனுக்கு நடக்கவிருந்தது இப்போது அலுவலருக்கு நடக்கப் போகிறது; இறுதிநிலை வரையிலும் நடக்கப் போகிறது. வெளிநாட்டு ஆய்வாளரின் வேலையாகத் தான் இருக்க வேண்டும். அப்படியானால் இது பழிக்குப் பழி தான். அவன் கடைசி வரையிலும் துன்பப்படாவிட்டாலும், அவனுக்குப் பழிக்குப் பழி நடக்கிறது. இப்போது அவன் முகத்தில் பெரிய புன்முறுவல் தோன்றிக் கடைசி வரையில் இருந்தது.

அலுவலர் எந்திரத்துப் பக்கம் திரும்பினார். அவர் சொற்படி அது கேட்டது. அவர் பரம்படிக்கும் ஏருக்கு அருகில் கையைக் கொண்டுபோனது தான் தாமதம் அது மேலும் கீழும் நகர்ந்து அவரை ஏற்றுக் கொள்ளத் தயாரானது. அவர் படுக்கையைத் தொட்டவுடன் அது அதிரத் தொடங்கி விட்டது. அவருடைய வாய்க்கு அருகில் துணி வந்தது. முதலில் கொஞ்சம் சங்கடப்பட்டாலும் வாயில் வைத்துக் கொண்டார். எல்லாம் தயார். தோல்பட்டிகள் மட்டுமே தொங்கின. ஆனால் அவற்றை இறுக்கத் தேவையில்லை. ஆனால் தண்டனை பெற்றவன் படைவீரனுக்குச் சைகை காட்டியவுடன் இருவரும் அவற்றை இறுக்கிக் கட்ட வந்தார்கள். ஏற்கனவே காலால் பொறியைத் தள்ள இருந்தவர் இருவரையும் கண்டவுடன் நிறுத்திக் கொண்டார். அவர்கள் கட்டிய பிறகு அவரால் பொறியை எட்ட முடியவில்லை. மற்ற இருவருக்கும் தெரியவில்லை. ஆனால் அதற்கு அவசியமே இல்லாமல் போயிற்று. பட்டையை இறுக்கியவுடன் எந்திரம் வேலை செய்யத் தொடங்கி விட்டது. படுக்கை அதிர்வடைந்து ஊசிகள் தோலில் கோடிட்டன. ஏர் மேலும் கீழும் நகர்ந்தது. ஆய்வாளர் சிறிது நேரம் பார்த்துக்

கொண்டிருந்தார். ஒரு சக்கரம் சப்தம் போட வேண்டும். ஆனால் போடவில்லை. எல்லாம் அமைதியாக நடந்தது.

எந்திரம் எந்த சப்தமும் போடாததால் கவனிக்க முடியவில்லை. ஆய்வாளர் மற்ற இருவரையும் பார்த்தார். குற்றம் சாட்டப்பட்டவன் மிக உற்சாகமாக எந்திரம் வேலை செய்வதை விளக்கிக் கொண்டிருந்தான். கடைசி வரையில் இருக்கலாம் என்றிருந்த ஆய்வாளருக்கு இப்போது இருவரையும் பார்க்கவே பிடிக்கவில்லை. "வீட்டுக்குப் போங்கள்," என்றார். படைவீரன் உடனே போயிருப்பான். ஆனால் குற்றம் சாட்டப்பட்டவன் இதை ஏதோ கட்டளை என்று எடுத்துக்கொண்டு ஆய்வாளரிடம் அங்கே இருக்க அனுமதிக்குமாறு கெஞ்சினான். கட்டளை இடாமல் அவர்களைத் தடுத்து விட வேண்டுமென்று நினைத்தார். அப்போது அவருக்கு மேல் வடிவமைப்பாளரிடமிருந்து சப்தம் கேட்டது. மேலே பார்த்தார். பல் சக்கரம் மீண்டும் தொந்தரவு கொடுக்கப் போகிறதோ? இல்லை; இது வேறு மாதிரி இருந்தது. வடிவமைப்பாளரின் மேலே எழுந்து திறந்து கொண்டது. பல் சக்கரங்களின் பற்கள் வெளியே தெரிந்தன. இப்போது மொத்தச் சக்கரமும் தெரிந்தது. சக்கரம் மேலே மேலே வந்து ஓரத்தை அடைந்து கீழே விழுந்து மண்ணில் உருண்டோடிப் படுத்து விட்டது. அதன் பிறகு இரண்டாவது சக்கரமும் மேலே வர பெரியதும், சிறியதுமாக மேலே வந்து கொண்டிருந்தன. எல்லாம் மணலுக்குள் உருண்டோடிப் படுத்து விட்டன. இந்தக் காட்சி தண்டனை பெற்றவனை முழுவதும் ஆட்கொண்டு ஆய்வாளரின் கட்டளையை மறக்கச் செய்து விட்டது. அவனும் ஓடிப் பிடிக்க முயன்றான். ஆனால் அடுத்து அதன் பின்னால் இன்னொன்று வேகமாக வரும்; பயத்தில் கையை எடுத்துக் கொள்வான்.

அதே சமயம் ஆய்வாளர் பெரிதும் கலவரப்பட்டார். எந்திரம் உடைந்து நொறுங்குகிறது. முதலில் சப்தமில்லாமல் இருந்தது ஒரு மாயை தான் போலும். இப்போது அலுவலருக்கு உதவ வேண்டும் என்று அவருக்குத் தோன்றியது. உருண்டோடும் பற்சக்கரங்களைப் பார்த்துக் கொண்டிருந்ததால், எந்திரத்தின் பிற பகுதிகளைப் பார்க்கத் தவறி விட்டார். எல்லாச் சக்கரங்களும் விழுந்தவுடன் பரம்படிக்கும் ஏரைக் குனிந்து பார்த்தார். அது எழுதவில்லை; மாறாக குத்திக் கொண்டிருந்தது. படுக்கை

உடலைத் திருப்பிப் போடாமல் உடலை மேலே ஊசிகளுக்குத் தாங்கிக் கொடுத்துக் கொண்டிருந்தது. ஆய்வாளர் ஏதாவது செய்ய முடியுமாவென்று பார்த்தார். எந்திரத்தையே நிறுத்தி விடலாம். ஏனென்றால் அலுவலர் விரும்பியது போல இது மென்மையான சித்திரவதை இல்லை, கொலை.

கைகளை நீட்டினார். அந்தச் சமயத்தில் ஏர் உடலுடன் மேலே வந்து பக்கவாட்டில் திரும்பியது. பன்னிரெண்டாவது மணி நேரத்தில் நடக்க வேண்டியது. இரத்தம் பீரிட்டு அடித்தது, தண்ணீரோடு கலக்கவில்லை; தண்ணீரே வரவில்லை. இப்போது கடைசி வேலையும் நடக்கவில்லை. உடல் தானாக விழவில்லை. சவக்குழிக்கு மேலேயே தொங்கிக் கொண்டிருந்தது. ஏரால் நகர முடியவில்லை. "வந்து உதவி செய்யுங்கள்," என்று ஆய்வாளர் கத்திக் கொண்டே அலுவலரின் காலைப் பிடித்தார். கால்களைத் தள்ளினால் அவர்கள் இருவரும் தலையைப் பிடித்து எதிர்ப்புறம் தள்ளி ஊசிகளிலிருந்து உடலை விடுவித்து விடலாம். ஆனால் அவர்கள் இருவரும் வரத் துணியவில்லை. தண்டனைக்கு உள்ளானவன் அந்தப் பக்கம் திரும்பிக் கொண்டான். ஆய்வாளர் அவனைத் தலைப்பக்கம் கொண்டு வரக் கட்டாயப்படுத்த வேண்டியதாயிற்று. இப்போது அலுவலரின் முகத்தை விருப்பமில்லாமல் பார்த்தார். உயிரோடு இருந்தபோது இருந்த மாதிரிதான் இருந்தது. மீட்பின் அடையாளம் ஒன்றும் இல்லை. மற்றவர்கள் பார்த்திருந்ததை அலுவலர் அனுபவிக்கவில்லை. உதடுகள் இறுக மூடி, கண்கள் விரியத் திறந்து, அமைதியான உறுதியான பார்வையோடு இருந்தன. நெற்றியில் பெரிய இரும்புக் கம்பி செருகியிருந்தது.

ஆய்வாளர், மற்ற இருவர் பின் தொடர குடியிருப்பின் முதல் வீடுகளை அடைந்தார். படைவீரன் ஒரு வீட்டைக் காட்டி "இது தேநீர்க் கடை" என்றான்.

கீழ்த்தளம் பெரிதாக புகைபடிந்த சுவர்களுடனும் கூரையுடனும் இருந்தது. சாலையைப் பார்த்து இருந்தது. இது மற்ற வீடுகளைப் போலத்தான் இருந்தது. அவையும் இடிந்து போய்த்தான் இருந்தன. மேலதிகாரியின் அரண்மனை வரையில் அப்படித்தான் இருந்தன. எனினும் இந்தத் தேநீர்க் கடை வரலாற்று மரபுடையது போல் ஒரு தாக்கத்தை ஆய்வாளரிடம் ஏற்படுத்திற்று. அவர் அதன் அருகில் சென்று சாலையில் கிடந்த காலி மேசைகளைத்

தாண்டி உள்ளே போய் உள் பக்கத்திலிருந்து வந்த கனமான காற்றைச் சுவாசித்தார். "கிழவரை இங்கே தான் புதைத்தார்கள். மதகுரு கோயில் கல்லறையில் புதைக்க அனுமதிக்கவில்லை. எங்கே புதைப்பதென்று யாருக்கும் தெரியவில்லை. கடைசியில் இங்கே புதைத்து விட்டார்கள். அலுவலர் உங்களிடம் அதுபற்றி எதுவும் சொல்லவில்லை. ஏனென்றால் அது அவருக்குப் பெருத்த அவமானம். இரவில் கிழவரின் உடலைத் தோண்ட முயன்றார். ஆனால் மக்கள் அவரைத் துரத்தி விட்டார்கள்," என்றான். ஆய்வாளர் "கல்லறை எங்கே இருக்கிறது?" என்று கேட்டார். அவரால் படைவீரன் சொல்வதை நம்ப முடியவில்லை. உடனே இருவரும் கல்லறையை நோக்கிக் கைகளை நீட்டிக்கொண்டே அவர் முன்னால் ஓடினார்கள். மேசைகளுக்கு அருகில் சிலர் உட்கார்ந்திருந்தார்கள். அதற்குப் பின்னாலிருந்த சுவரை நோக்கிச் சென்றார்கள். அவர்கள் துறைமுகத் தொழிலாளர்களாக இருக்க வேண்டும். பலசாலிகள், குறுந்தாடியுடன் இருந்தார்கள். யாருக்கும் மேலே உடை இல்லை. கிழிந்த சட்டை. ஏழைகள் ஆய்வாளரைப் பார்த்தவுடன் எழுந்து அவரை முறைத்துப் பார்த்தார்கள். "வெளிநாட்டுக்காரர்; கல்லறையைப் பார்க்க விரும்புகிறார்" என்று தணிந்த குரலில் பேசிக் கொண்டார்கள். ஒரு மேசையை நகர்த்தினார்கள். அதன் கீழ் கல்லறைக் கல் இருந்தது. சிறிய எழுத்துகளில் ஏதோ பொறிக்கப்பட்டிருந்தது. ஆய்வாளர் முழந்தாள் படியிட்டு அதை வாசித்தார். "இங்கே பழைய மேலதிகாரி இருக்கிறார். பெயரில்லாத அவரது ஆதரவாளர்கள் இந்தக் கல்லறையைத் தோண்டி இந்தக் கல்லை வைத்திருக்கிறார்கள். மேலதிகாரி குறிப்பிட்ட ஆண்டுகள் கழித்து மீண்டும் எழுந்து இந்த வீட்டிலிருந்து அவருடைய ஆதரவாளர்களை வழி நடத்தி இந்தக் குடியேற்றத்தை மீண்டும் எடுத்துக் கொள்வார் என்று ஒரு தீர்க்க தரிசனம் இருக்கிறது. நம்பிக்கையோடு காத்திருங்கள்." ஆய்வாளர் படித்து முடிந்து எழுந்தவுடன் சுற்றியிருந்தவர்கள் சிரித்தார்கள். அவர்களும் அந்தக் குறிப்பைப் படித்திருந்தார்கள் போலவும், வேடிக்கையாக இருந்ததென்றும், அவரும் அதை ஒத்துக் கொள்வார் என்றும் அவர்கள் எண்ணுவது போல இருந்தது. ஆய்வாளர் இதனைக் கண்டுகொள்ளாமல், சில நாணயங்களை அவர்களுக்குக் கொடுத்துவிட்டு, மீண்டும் மேசையைக் கல்லறைக்குமேல் தள்ளி வைப்பது வரையில் காத்திருந்து விட்டுத் துறைமுகத்தை நோக்கிப் புறப்பட்டார்.

படைவீரனுக்கும், குற்றம் சாட்டப்பட்டவனுக்கும் தேநீர்க் கடையில் தெரிந்தவர்கள் இருந்தார்கள். அவர்கள் அவர்களை நிறுத்தி விட்டார்கள். ஆனால் அவர்களைத் தள்ளி விட்டு ஆய்வாளரைப் பின்தொடர்ந்து ஓடி வந்தார்கள். கடைசி நிமிடத்தில் அவர் தங்களை அவரோடு கூட்டிச் செல்லக் கட்டாயப்படுத்த நினைத்தார்கள் போலும். அவர் தன்னுடைய நீராவிக் கப்பலுக்கு அவரை அழைத்துச் செல்லப் படகுக்காரனோடு பேரம் பேசிக் கொண்டிருந்தபோது அந்த இருவரும் வேகமாகச் சப்தமில்லாமல் ஓடி வந்தார்கள். ஆனால் அவர்கள் கீழே வருவதற்குள் ஆய்வாளர் படகில் ஏறி விட்டார். படகுக்காரன் கரையை விட்டு நகர்ந்து விட்டான். அவர்கள் படகினுள் தாவி ஏறி இருப்பார்கள். ஆனால் ஆய்வாளர் பெரிய கயிறைத் தூக்கி அவர்களைப் பயமுறுத்தி அவர்களுடைய முயற்சியைத் தடுத்து விட்டார்.

✦✦✦

இராட்சத மூஞ்சுறு

சிறிய சாதாரண அளவுள்ள மூஞ்சுறு பலருக்கு அருவருப்பைத் தரும். எனக்கும் தான். எங்கள் கிராமங்கள் ஒன்றின் பக்கத்தில் காணப்பட்ட ஒரு பெரிய மூஞ்சுறை யாராவது பார்த்தார்கள் என்றால் அருவருப்பில் செத்தே போயிருப்பார்கள். இந்த நிகழ்ச்சியால் அந்தக் கிராமத்திற்குச் சிறிது காலம் புகழ். இன்றும் அது மீண்டும் பழைய நிலைக்கே வந்து விட்டது. இந்த நிகழ்ச்சி மொத்தமுமே யாரும் நினைவில் வைக்க முடியாத அளவிற்குப் போய்விட்டிருந்தது. நிகழ்ச்சியும் விளக்கம் எதற்கும் உட்படுத்த முடியாதவாறு இருந்தது. மக்களும் கூட அதை விளக்க அதிக முயற்சி எடுத்துக் கொள்ளவில்லை என்பதையும் ஒத்துக்கொள்ள வேண்டும். எனவே அக்கறை எடுக்க வேண்டிய அப்பகுதி மக்களே மிகச் சாதாரண நிகழ்ச்சி பற்றி ஆர்வம் காட்டும் அளவிற்கு இதில் கவலை எடுத்துக் கொள்ளாமல் வெறுப்பே காட்டியதால், இந்த நிகழ்ச்சி போதுமான அளவு விசாரணை செய்யப்படாமல் மறந்து போய்விட்டிருக்கிறது. ஊருக்கு வருவதற்கு புகைவண்டிப் பாதை இல்லை என்பது ஒரு காரணமாக இருக்க முடியாது. ஏனென்றால் என்ன என்று கண்டுபிடிக்கும் ஆர்வத்தோடு மட்டுமே பலர் நெடுந்தொலைவிலிருந்து வந்தார்கள். அவர்களில் வெளிநாட்டினரும் இருந்தார்கள். அதிகப்படியான ஆர்வம் காட்ட வேண்டியவர்கள் தாம் வராதவர்கள். உண்மையில் சாதாரண மக்களில் சிலர் - அன்றாட உழைப்பினால் ஓய்வு நேரமே கிடைக்காத சாதாரண மக்கள் எந்தப் பயனும் கருதாது இந்நிகழ்ச்சியில் சிரத்தை எடுத்திருக்காவிட்டால், இந்தப் பகுதியை விட்டுச் செய்தி வெளியே போயிருக்காது. இது ஒரு புரளி போலத்தான்.

வழக்கமாக புரளி வேகமாகப் பரவும். ஆனால் இந்நிகழ்ச்சி மெதுவாகத்தான் வெளியே வந்தது. அதற்கு ஒரு உந்துதல் கொடுக்காமலிருந்தால் இந்த அளவிற்குக் கூடப் பரவி இருக்காது. ஆனால் இதுபற்றி விசாரணை நடத்தாமல் இருந்ததற்கு இது ஒரு காரணமாக இருந்திருக்க முடியாது. இந்த இரண்டாவது நிகழ்வு பற்றியும் ஆய்வு மேற்கொள்ளப்பட்டிருக்க வேண்டும். மாறாக, ஒரு முதிய கிராமத்து ஆசிரியரிடம் மட்டும் தான் இந்நிகழ்ச்சி பற்றிய விபரத்தை எழுதுமாறு பொறுப்பு விடப்பட்டிருந்தது. அவருடைய துறையில் அவர் கெட்டிக்காரர் தான். ஆனால் அவருடைய திறன்களும், கருவியும் இதுபற்றிய விரிவான விளக்கம் தருவதற்குப் போதுமானவையாக இல்லை. அப்படி விரிவான விவரிப்பு இருந்திருந்தால் அது பிறருக்குச் சிறந்த ஆதாரமாக விளங்கியிருக்க முடியும். அவர் எழுதிய சிற்றேடு அச்சடிக்கப்பட்டு அப்போது கிராமத்திற்கு வந்து பார்வையாளர்களுக்கு விற்கப்பட்டது. பொதுமக்களின் மதிப்பையும் ஓரளவு பெற்றது. ஆனால் ஒருவரும் ஆதரவு தராத தன்னுடைய உழைப்பு அடிப்படையில் மதிப்பற்றது என்று ஆசிரியர் புரிந்துகொள்ளும் அளவிற்கு அவருக்கு அறிவு இருந்தது. இருந்தாலும் அதோடு அவற்றை நிறுத்தி விடாமல், அதனைத் தனது வாழ்க்கைப் பணியாக மேற்கொண்டாரென்றால், ஆண்டுக்கு ஆண்டு நம்பிக்கை தராததாக இருந்தாலும் தொடர்ந்தார் என்றால், ஒரு பக்கம் அந்தப் பெரிய மூஞ்சூறின் தோற்றம் எவ்வளவு தாக்கத்தை உண்டு பண்ணியது என்றும், இன்னொரு பக்கம் அந்த முதிய ஆசிரியர் எவ்வளவு உழைப்பும், முயற்சியும், தொழிலில் சிரத்தையும் கொண்டிருந்தாரென்றும் அது காட்டிற்று.

பல ஆண்டுகளுக்குப் பிறகு தனது சிற்றேட்டினைத் தொடர்ந்து அவர் எழுதிய விளக்க நூல், சம்பந்தப்பட்ட அதிகாரிகளின் அலட்சியப் போக்கினால் அவர் எவ்வளவு பாதிக்கப்பட்டார் என்பதைக் காட்டியது. ஆனால் அதற்குள் இந்நிகழ்ச்சி பற்றியே அனைவரும் மறந்து விட்டிருந்தார்கள். பொறுப்பில் இருந்த மக்களிடமிருந்த (எதிர்பார்க்க முடியாத) அளவிற்கு புரிந்து கொள்ளும் திறமையில்லாதது பற்றி அந்த விளக்க நூலில் அவர் புகார் கூறியிருந்தார். அந்தப் புகார்களை வெளிப்படுத்திய திறமையில் இல்லாமல் அதன் நேர்மைத் தன்மையாலேயே அது நம்பும்படியாக இருந்தது. அப்படிப்பட்டவர்களைப் பற்றி அவர், “நானல்ல, அவர்கள்தான் முதிய கிராம ஆசிரியர்கள் போலப்

பேசுகிறார்கள்," என்றார். இதுபற்றி அவர் ஓர் அறிஞரை அணுகி அவருடைய தீர்க்கமான முடிவையும் இணைத்திருந்தார். ஆனால் அந்த அறிஞரின் பெயர் குறிப்பிடப்படவில்லை. ஆனால் சூழ்நிலையை வைத்து அவர் யாரென்று அனுமானிக்க முடியும். ஆசிரியர் அந்த அறிஞரை நேரில் பார்க்கச் சிரமப்பட்டு அனுமதி வாங்கிக் கொண்டு போனால், அறிஞர் அவரை வரவேற்ற முறையே இதுபற்றி ஒருதலையான முடிவை ஏற்கனவே எடுத்திருந்தார் என்பது தெரிந்தது. ஆசிரியர் தனது கையில் சிற்றேட்டை வைத்துக்கொண்டு நீண்ட அறிக்கையை வாசித்தபோது அவர் இதனை விரும்பவில்லை என்பதை அவர் சொன்ன வார்த்தைகளிலிருந்து அளவிட முடிந்தது. "உங்கள் பகுதி மண் கறுப்பாகவும் வளமாகவும் இருக்கும். எனவே மூஞ்சுறுக்கு நல்ல சத்தான உணவு கிடைக்கிறது. அதனால் அவை எதிர்பாராத அளவு பெரிதாக வளர்கின்றன."

"ஆனால் இவ்வளவு பெரிதாக வளர முடியாதே!" என்று சொன்ன ஆசிரியர், தனது ஏமாற்றத்தில் மூஞ்சுறுவின் நீளத்தை மிகைப்படுத்திச் சுவரில் ஆறடி அளந்து காண்பித்தார். "ஆ, ஏன் இருக்க முடியாது?" என்று பதில் சொன்னார் அறிஞர். இதை ஒரு வேடிக்கையாக அவர் பார்த்திருக்க வேண்டும். இந்த முடிவுடன் ஆசிரியர் வீட்டிற்குத் திரும்ப வேண்டியிருந்தது. உறைபனியில் சாலையோரம் அவரும் அவருடைய ஆறு குழந்தைகளும் எப்படிக் காத்துக் கொண்டிருந்தார்கள் என்றும், அவருடைய நம்பிக்கைகள் தகர்ந்து விட்டன என்று அவர்களிடம் எப்படி ஒத்துக் கொண்டார் என்றும் ஆசிரியர் சொல்கிறார்.

முதியவர் பற்றிய அறிஞரின் மனப்போக்கு பற்றிப் படிக்கும்போது நான் ஆசிரியரின் சிற்றேட்டைப் பற்றித் தெரிந்து வைத்திருக்கவில்லை. ஆனால் உடனே இந்த வழக்கு பற்றிய எல்லாச் செய்தியையும் முடிந்த அளவு சேகரித்து ஒன்றிணைக்க வேண்டும் என்று நான் முடிவு செய்து கொண்டேன். அறிஞருக்கு எதிராக உடல் வலிமையைப் பயன்படுத்த முடியாவிட்டாலும், ஆசிரியரையும், குறிப்பாக, செல்வாக்கு இல்லாத நேர்மையான ஒருவரின் நல்ல நோக்கங்களையும் ஆதரித்து எழுத முடியும். ஆனால் இந்த முடிவு பற்றிப் பின்னால் வருந்தினேன். ஏனென்றால் அதனை நிறைவேற்றுவது என்னை ஒரு இக்கட்டில் மாட்டி விடும் என்று விரைவிலேயே கண்டு கொண்டேன். படித்தவர்கள் அல்லது பொதுமக்களின் கருத்தை ஆசிரியருக்குச்

சாதகமாக மாற்றுவதற்கு எனக்குப் போதுமான செல்வாக்கு இல்லை என்பது ஒரு புறம். இன்னொரு புறம் ஆசிரியரின் முக்கிய நோக்கமான பெரிய மூஞ்சூறு உண்மையிலேயே பார்க்கப்பட்டது என்பதை நிரூபிப்பது என்னுடைய அக்கறை இல்லை என்பதும், அவருடைய நேர்மையை நிலை நிறுத்துவது தான் என்னுடைய நோக்கம் என்பதும் ஆசிரியருக்குத் தெரிந்து விடும். ஆசிரியர் தன்னுடைய நேர்மையை யாரும் நிரூபிக்க வேண்டியதில்லை என்று கூட நினைப்பார். எனவே இப்படித்தான் நடக்கும்: ஆசிரியர் என்னைத் தவறாகப் புரிந்து கொள்வார். அவருக்கு உதவி செய்யப் போக எனக்கே ஆதரவு தேவைப்படும். மேலும் என்னுடைய முடிவு என்மேலேயே பெரிய பாரத்தைச் சுமத்தும். மக்களை நம்ப வைக்க நான் ஆசிரியரைப் பயன்படுத்த முடியாது. ஏனென்றால் அவராலேயே மக்களை நம்ப வைக்க முடியவில்லை. அவருடைய சிற்றேட்டினைப் படிப்பது என்னைத் தவறான வழிகளில் இட்டுச் சென்று விடும். எனவே என்னுடைய வேலையை முடிக்கும் வரை அதனைப் படிப்பதைத் தவிர்த்து விட்டேன். மேலும் ஆசிரியரையும் நான் தொடர்பு கொள்ளவில்லை. நடுவிலுள்ள ஆட்கள் மூலம் அவர் என்னுடைய விசாரணைகள் பற்றிக் கேள்விப்பட்டது உண்மைதான். ஆனால் நான் அவர் சார்பாகவா அல்லது எதிராகவா வேலை செய்கிறேன் என்பது அவருக்குத் தெரியாது. உண்மையில் அவருக்கு எதிராக நான் வேலை செய்ததாகவே நினைத்திருக்கலாம். பிறகு அவர் அதை மறுத்தார். எனினும் என்னுடைய பணிக்கு அவர் பல முட்டுக்கட்டைகள் போட்டார் என்பதற்கு எனக்கு ஆதாரமிருக்கிறது. அப்படிச் செய்வது அவருக்கு எளிது. ஏனென்றால் அவருடைய விசாரணைகளையே நான் திரும்பவும் மேற்கொள்ள வேண்டிய கட்டாயத்தில் இருந்தேன். எனவே எனக்கு முன்னாலேயே அவர் சொல்ல முடியும். அது ஒன்று தான் என்னுடைய வழிமுறைக்கு எதிர்ப்பாகச் சொல்ல முடியும். ஆனால் அது தவிர்க்க முடியாத வழிமுறை. பிறவற்றில் எல்லாம், என்னுடைய சிற்றேட்டில் ஆசிரியரின் தாக்கம் இருந்தது. ஆனால் இதுபற்றி நான் மிகவும் உண்மையுள்ளவனாக நடந்தேன். என்னுடைய வார்த்தைகளைக் கொண்டு இதற்கு முன்னால் இதனைப் பற்றி வேறு யாரும் ஆய்வு செய்யவில்லை என்றும், மூஞ்சூறைப் பார்த்தவர்களை அல்லது அது பற்றிக் கேள்விபட்டவர்களை நான்தான் முதலில் விசாரணை செய்தேன்

என்றும், நிரூபணங்களை ஒருங்கிணைத்தது முதலில் நான்தான் என்றும், முடிவுகளைக் கண்டது முதலில் நான்தான் என்றும் யாராவது எண்ணியிருக்கலாம். பிறகு ஆசிரியரின் சிற்றேட்டைப் படித்தேன். அதற்கு 'இதுவரையில் பார்த்திராத அளவு பெரிய மூஞ்சூறு' என்று தலைப்புக் கொடுக்கப்பட்டிருந்தது. அதில் காணப்பட்ட சில முக்கியமான கருத்துகளில் எனக்கு உடன்பாடு இல்லை. ஆனால் மூஞ்சூறு இருந்தது என்ற முதன்மைக் கருத்தை நாங்கள் நிரூபித்து விட்டோம் என்று நாங்கள் இருவரும் நம்பினோம். இந்த வேறுபாடுகள் நான் ஆசிரியருடன் நட்புறவை ஏற்படுத்திக் கொள்வதைத் தடுத்து விட்டன. உண்மையில் அவருடன் நட்புறவு கொள்வதை எதிர்பார்த்திருந்தேன். ஆனால் அவர் பக்கம் ஒரு பகைமை உணர்வு தோன்றி விட்டது. என் முன்னால் அவர் பணிவோடும் பவ்யமாகவும் நடந்து கொண்டார் என்பது உண்மைதான். ஆனால் அதுவே அவருடைய உண்மையான உணர்வுகளைக் காட்டிக் கொடுத்து விட்டது. அதாவது, வேறு சொற்களில் சொல்லப் போனால், நான் அவருடைய மதிப்பைக் கெடுத்து விட்டேன் என்றும், நான் அவருக்கு உதவியாக இருப்பதாகச் சொல்வது தான்தோன்றித்தனம், வெறும் நடிப்பு என்றும் கருதினார். அவருடைய முந்தைய எதிரிகள் எல்லாம் தங்கள் பகைமையை வெளியில் காட்ட மாட்டார்கள் அல்லது தனிப்பட்ட முறையில் காட்டுவார்கள், நான் மட்டும் என்னுடைய எதிர்வாதங்களை உடனடியாக அறிவித்து விடுகிறேன் என்றும் சொல்வதில் மகிழ்ச்சியடைந்தார். மேலும் இந்த நிகழ்ச்சி குறித்துக் கவனம் செலுத்திய அவருடைய ஒரு சில எதிரிகளும், தங்களுடைய கருத்துக்களைச் சொல்வதற்கு முன்னர் ஆசிரியருடைய கருத்துகளை மேலோட்டமாகவேனும் கேட்டார்கள். ஆனால் நான், ஒரு வழிமுறை இல்லாமல் சேகரித்த, பாதி சரியாகப் புரிந்து கொள்ளாத சாட்சியங்களின் அடிப்படையில் என்னுடைய முடிவுகளை வெளியிட்டிருக்கிறேன். அவை முதன்மைக் கருத்து பற்றி உண்மையானவையாக இருந்தாலும் படித்தவர்களை விடச் சாதாரண மக்களிடம் நம்பிக்கை இன்மையை ஏற்படுத்தும். ஆனால் மூஞ்சூறு இருப்பது நம்பத் தகுந்தது இல்லை என்பது பற்றி ஒரு சிறு குறிப்பும் கூட இந்த வழக்கைப் பெரிதும் பாதிக்கும்.

இத்தகைய மறைமுகமான குற்றச்சாட்டுக்கெல்லாம் எளிதான விடையை நான் கண்டுபிடித்திருக்க முடியும். எடுத்துக்காட்டாக அவருடைய சிற்றேடுதான் நம்பிக்கையின்மையின் உச்சக் கட்டத்துக்குக் கொண்டு போய் விட்டது. அதே சமயம் அவருடைய சந்தேகத்தை போக்குவது எனக்கு எளிதாக இல்லை. அதனால் தான் அவரோடு உறவு கொள்வதில் நான் கொஞ்சம் தயக்கம் காட்டினேன். ஏன் என்றால் அவருடைய மனத்தில், வெளிப்படையாக மூஞ்சூறு பற்றி அறிவித்த முதல் ஆள் தான்தான் என்ற புகழை நான் தட்டிப் பறிப்பதாக அவர் உறுதியாக நம்பினார். இப்போதெல்லாம் அவருக்கு ஒரு புகழும் இல்லை. மாறாக ஒரு கெட்ட பெயர் தான் மிஞ்சியிருக்கிறது. அதனோடு போட்டி போட நான் விரும்பவில்லை. மேலும் என்னுடைய சிற்றேட்டின் முகவுரையில் மூஞ்சுறைக் கண்டுபிடித்தவராக எப்போதும் ஆசிரியர்தான் நிற்பார் என்று நான் தெளிவுபடுத்தியிருக்கிறேன். அதற்குக் கூட அவருக்கு உரிமை இல்லை. அவருடைய துரதிர்ஷ்டமான விதியின் மேல் இரக்கம் கொண்டுதான் நான் அதை எழுதினேன். இந்தச் சிற்றேட்டின் நோக்கம் ஆசிரியரின் புத்தகத்திற்கு அதற்குத் தகுதியான விலையைத் தருவது தான். அதில் நான் வெற்றி பெற்றால், இந்தச் சிக்கலில் மறைமுகமாகவும், சிறிது காலமே இருக்கக் கூடியதுமான என்னுடைய பெயர் அதிலிருந்து உடனே அழிக்கப்பட வேண்டும் என்று கொஞ்சம் நாடக பாணியில் எனது சிற்றேட்டை முடித்தேன். இங்ஙனம் இந்த நிகழ்வில் என்னுடைய நேரடியான பங்களிப்பு இல்லை என்று உறுதியளித்தேன். ஆசிரியரின் நம்பத் தகாத குற்றச்சாட்டுகள் நான் எதிர்பார்த்தது போல இருந்தது. எனினும் அந்தப் பகுதியையே என்னைத் தாக்குவதற்கு அவர் பயன்படுத்திக் கொண்டார். அவர் சொன்னதிலும் ஓரளவு நியாயம் இருந்ததை நான் மறுக்கவில்லை. அவருடைய சிற்றேட்டில் காணப்பட்டதை விட என்னைப் பற்றி எழுதுவதில் அதிகப்படியான ஆழம் காட்டியது என்னை வியப்படையச் செய்தது. ஏனென்றால் என்னுடைய முகவுரை இரட்டை முகம் கொண்டது என்று வர்ணித்தார். அவருடைய சிற்றேட்டிற்கு விளம்பரம் தருவது தான் ஒரே குறிக்கோள் என்றால், அவரையும் அவருடைய சிற்றேட்டையும் பற்றி மட்டுமே ஏன் சொல்லவில்லை, அதனுடைய மதிப்புகளை, அதன் மறுக்க முடியாத தன்மையை ஏன் சுட்டிக் காட்டவில்லை,

அந்தக் கண்டுபிடிப்பின் முக்கியத்துவத்தை முன்னிறுத்தி அதனை ஏன் தெளிவுபடுத்தவில்லை, மாறாக சிற்றேட்டை முழுவதுமாக ஒதுக்கிவிட்டு கண்டுபிடிப்பை மட்டும் ஏன் ஆராய்ந்தேன் என்று கேட்டார். ஏற்கனவே கண்டுபிடிப்பு நடந்து விடவில்லையா? அந்தத் துறையில் செய்ய வேண்டியது எதுவும் மீதி இருந்ததா? மீண்டும் கண்டுபிடிக்க வேண்டியது அவசியம் என்று நான் உண்மையிலேயே நினைத்தால், என்னுடைய முகவரியில் முதல் கண்டுபிடிப்பை ஏன் அழுத்தமாகக் குறிப்பிட்டார்? நான் கண்டுபிடிப்பின் மதிப்பைக் குறைக்க முயல்கிறேன், அதனைக் களங்கப்படுத்தவே நான் அதனைப் பற்றிக் கவனத்தை இழுக்கிறேன்; ஆனால் அவர் அதைப்பற்றி முழுமையாக ஆராய்ந்து அதை நிரூபித்திருக்கிறவர். இந்த நிகழ்ச்சியே மறந்து போய் விட்டிருந்தது. அதைப்பற்றி மீண்டும் நான் கிளப்பி விட்டிருக்கிறேன்; அதே சமயம் ஆசிரியரின் நிலைமையைச் சங்கடத்திற்கு உட்படுத்தி விட்டேன். அவருடைய நேர்மை ஏற்கப்பட்டு விட்டதா என்பது பற்றி அவருக்கு என்ன கவலை? அது பற்றித்தான் அவருடைய சிரத்தை எல்லாம். ஆனால் அதற்கு நான் தீமையைத் தான் சேர்க்கிறேன். ஏனென்றால் எனக்கு அது புரியவில்லை. அதனுடைய உண்மையான மதிப்பை ஏற்கவில்லை, எனக்கு அது பற்றிய உண்மையான உணர்ச்சி இல்லை. இது என்னுடைய நுண்ணறிவுக்கு அப்பாற்பட்டது. அவர் என் முன்னால் உட்கார்ந்து என்னைப் பார்த்தார். அவருடைய சுருக்கம் விழுந்த முகத்தில் அமைதி. ஆனால் இப்படி எல்லாம் தான் அவர் நினைத்தார். ஆனால் அதுபற்றித் தான் அவர் சிரத்தைக் கொண்டிருந்தார் என்பது தான் உண்மை. அவருக்குப் புகழின்மேல் பேராசை. இதன் மூலம் பணம் பண்ணவும் விரும்பினார். அவருடைய பெரிய குடும்பத்தைக் கருத்தில் கொண்டார், அது புரிகிறது. ஆனால் அவருடைய ஆர்வத்தோடு ஒப்பிடும்போது என்னுடையது மிகக் குறைவுதான். உண்மையை விட்டு விலகிப் போகாமல் எந்த விருப்பு வெறுப்பும் இல்லாமல் இருப்பதாக அவர் எண்ணினார். உண்மையில் அவருடைய குற்றச்சாட்டுகள் எல்லாம் அவருடைய மூஞ்சுறை இரண்டு கைகளிலும் பொத்திக் கொண்டு அதனைத் தொடுவது யாராக இருந்தாலும் துரோகி என்று எண்ணுவதால்தான் என்று சொல்லி என்னுடைய உள் சந்தேகங்களை அமைதிப்படுத்த முடியவில்லை. ஏனென்றால் அது உண்மை இல்லை.

ஏனென்றால் அவருடைய மனப்போங்கைப் பேராசையால் மட்டுமே விளக்க முடியாது. ஆனால் அவருடைய தீவிர உழைப்பும், அதன் முழுமையான தோல்வியும் அவரிடம் உண்டாக்கிய உணர்ச்சிவசப்படும் தன்மையே இதற்குக் காரணம். ஆனால் இதுவே அனைத்தையும் விளக்கவில்லை. ஒருவேளை இதுபற்றிய ஆர்வம் கூடச் சாதாரணமானதாக இருக்கலாம். அந்நியர்களிடம் ஆர்வம் இல்லாமல் இருப்பது ஆசிரியருக்குப் பழக்கமாகிப் போயிருக்கும். எனவே அது எல்லோரிடமும் இருக்கும் குறை என்று கருதினார். இப்போது ஒரு ஆள் வந்து இந்த நிகழ்வினைக் கையில் எடுத்துக் கொண்டிருக்கிறார்; அவருக்கும் அது புரியவில்லை. என் பக்கம் இருந்து நான் எதிர்வாதம் செய்ய முடியவில்லை. நான் விலங்கியல் நிபுணன் இல்லை. ஒருவேளை நான் அதைக் கண்டுபிடித்திருந்தால் நான் முழு மனத்துடன் இந்த வழக்கில் ஈடுபட்டிருப்பேன். நான் அதனைக் கண்டுபிடிக்கவில்லை. அத்தகைய இராட்சத மூஞ்சூறு ஒரு அதிசயப் பிறவி தான். ஆனால் அதற்காக உலகம் முழுவதும் தொடர்ந்து விடாமல் அதன் மேல் கவனம் செலுத்த வேண்டும் என்று எதிர்பார்க்க முடியாது. குறிப்பாக அது உண்மையாக இருந்தது என்று முழுவதுமாக, மறுக்க முடியாத வகையில் நிரூபிக்கப்படாதபோது அதனை எதிர்பார்க்க முடியாது. நிரூபணத்தைக் கொடுக்கவும் முடியாது. நான் அதைக் கண்டுபிடித்திருந்தாலும், ஆசிரியருக்கு நான் ஆதரவாகப் பேசியது போல, நானே மகிழ்ச்சியுடன், நானாகவே முன் வந்திருக்க மாட்டேன்.

எனக்கும் ஆசிரியருக்கும் இடையே உள்ள மனக்கசப்பு என்னுடைய சிற்றேடு வெற்றியடைந்திருந்தால் மறைந்திருக்கும். ஆனால் வெற்றி கிட்டவில்லை. ஒருவேளை என்னுடைய புத்தகம் சரியாக எழுதப்படவில்லை போலும். நான் ஒரு வர்த்தகன். அந்தச் சிற்றேட்டை எழுத அவரை விட எனக்கு அறிவு அதிகம் இருந்தாலும், அவரை விட எனக்கு எழுத்துத் திறன் குறைவாக இருக்கலாம். மேலும், என்னுடைய தோல்வியைப் பல வழிகளில் விளக்க முடியும். அந்தச் சிற்றேடு வெளியிடப்பட்ட நேரம் கெட்ட நேரமாக இருந்திருக்கலாம். மூஞ்சூறைக் கண்டுபிடித்தது அது நிகழ்ந்த நேரத்தில் மிக அதிகமான மக்களை எட்டவில்லை. அதே சமயம் முழுவதுமாக மறக்கப்படவுமில்லை. ஆகவே, முதலில் இருந்த ஓரளவு

ஆர்வமும் கரைந்து போகும் அளவிற்குக் காலம் கடந்து விட்டது.

என்னுடைய சிற்றேட்டைப் பற்றிக் கவனம் செலுத்தியவர்களும் இருந்தார்கள். இந்த விவாதத்தின் ஒரு அடையாளமாக இருந்த அலுப்புத் தட்டிய குரலில் இந்த சலிப்பூட்டும் கேள்வி பற்றி மீண்டும் பயனற்ற வேலைகள் தொடங்கி விட்டன என்று தங்களுக்குள் சொல்லிக் கொண்டார்கள். சிலர் என்னுடைய சிற்றேட்டை ஆசிரியரின் கையேட்டுடன் குழப்பிக் கொண்டார்கள். ஒரு விவசாயப் பத்திரிக்கையில் சின்ன எழுத்துகளில் கடைசிப் பகுதியில் கீழ்க்கண்ட விமர்சனம் இடம் பெற்றிருந்தது. "இராட்சத மூஞ்சுறு பற்றிய சிற்றேடு நமக்கு மீண்டும் அனுப்பி வைக்கப்பட்டிருந்தது. பல ஆண்டுகளுக்கு முன்னர் இதுபற்றி வயிறு குலுங்கச் சிரித்தது நினைவிற்கு வருகிறது. அதன்பிறகு அது ஒன்றும் புரியும்படியாக விளக்கமானதாக ஆகி விடவும் இல்லை. நாம் புரிவதற்கு இயலாமலும் இல்லை. ஆனால் இரண்டாம் முறை நாம் சிரிக்க மறுக்கிறோம். மாறாக, நமது ஆசிரிய சங்கங்களை இராட்சத மூஞ்சுறுகளை வேட்டையாடுவதை விட்டுவிட்டு வேறு பயனுள்ள வேலையில் ஈடுபடக் கூடாதா என்று கேட்கிறோம்." இது மன்னிக்க முடியாத ஆள் மாறாட்டக் குழப்பம். அவர்கள் இரண்டு சிற்றேடுகளையுமே வாசிக்கவில்லை.

மேலோட்டமாக 'இராட்சத மூஞ்சுறு,' 'கிராம ஆசிரியர்' என்ற சொற்றொடர்களைப் பார்த்தவுடனே பொதுநலனில் அக்கறை கொண்டிருக்க வேண்டிய இவர்கள் தங்கள் தீர்ப்பைச் சொல்லிவிட்டிருக்கிறார்கள். இந்தத் தாக்குதலுக்கு எதிராகத் தேவையான நடவடிக்கைகளை எடுத்திருக்க வேண்டும், எடுத்திருக்க முடியும். ஆனால் எனக்கும் ஆசிரியருக்கும் இடையே இருந்த முரண்பாட்டின் காரணமாக ஒன்றும் செய்ய முடியவில்லை. நான் அவருடைய கவனத்திற்கு இந்த விமர்சனத்தைக் கொண்டு செல்லாமல் இருக்க முயன்றேன். ஆனால் விரைவில் அவர் இதைக் கண்டுபிடித்து விட்டார். அவர் எழுதிய கடிதங்கள் ஒன்றிலிருந்து இது தெரிய வந்தது. அதில் அவர் கிறிஸ்துமஸ் விடுமுறையில் என்னைச் சந்திக்க விரும்புவதாக அறிவித்திருந்தார். அவர் எழுதினார்: "உலகம் பகைமையில் நிறைந்திருக்கிறது. மக்கள் அந்தப் பாதையைச் செம்மைப்படுத்துகிறார்கள்." அதாவது நான் வெறுப்புக்

கொண்டவர்களில் ஒருவன்; மட்டுமின்றி, என்னுடைய பகை உணர்வோடு திருப்தியடையாமல், அதற்காக உலகின் பாதையைச் செம்மைப்படுத்துகிறேன் என்று அவர் சொல்ல வந்தார். வேறு சொற்களில் சொல்ல வேண்டுமென்றால், பொதுவான வெறுப்புணர்ச்சியை நான் தூண்டி அது வெற்றி பெறச் செய்கிறேன் என்று அதற்குப் பொருள். நானும் தேவையான உறுதியை வரவழைத்துக் கொண்டு, அவருக்காக அமைதியாகக் காத்திருக்கவும், அவர் வந்தபோது அமைதியாக வரவேற்கவும் செய்தேன். வந்தவுடன் தன்னுடைய மேல் கோட்டுப் பையிலிருந்து அந்தப் பத்திரிக்கையை வெளியில் எடுத்துத் திறந்து என்னிடம் கொடுத்தார். "நான் இதனைப் பார்த்து விட்டேன்," என்று சொல்லித் திருப்பிக் கொடுத்தேன். "நீங்கள் பார்த்து விட்டீர்கள்," என்றார் பெருமூச்சுடன். பிடிக்காத விடைகளைத் திரும்பச்சொல்லும் முதிய ஆசிரியர்களின் பழக்கம் அவரிடமும் இருந்தது. "நான் இதைச் சும்மா விடப் போவதில்லை," என்று தொடர்ந்தார், பத்திரிக்கையை தனது விரல்களால் தட்டிக்கொண்டு, நான் எதிர்ப்புச் சொல்வேன் என்று நினைத்தோ என்னவோ என்னை ஏறெடுத்துப் பார்த்தார். நான் என்ன சொல்லப் போகிறேன் என்று அவருக்கு உள்ளுணர்வில் தெரிந்திருக்க வேண்டும். நான் சொன்னதை சொல்லுக்குச் சொல் தவறாமல் எழுத முடியும். ஏனென்றால் இந்த நேர்முகத்திற்குப் பிறகு நான் அதைக் குறிப்பெடுத்து விட்டேன். "நீங்கள் என்ன வேண்டுமோ செய்து கொள்ளுங்கள். இந்தக் கணத்திலிருந்து நமது பாதைகள் பிரிகின்றன. இது நீங்கள் எதிர்பாராத அல்லது விரும்பாத செய்தி இல்லை, என்னுடைய முடிவுக்கு இந்தப் பத்திரிக்கை விமர்சனம் மட்டும் உண்மையான காரணம் இல்லை. அது உறுதி செய்தது; அவ்வளவு தான். உண்மையான காரணம் இது தான்: தொடக்கத்தில் நான் இதில் தலையிடுவது உங்களுக்குப் பயனுள்ளதாக இருக்கும் என்று நினைத்தேன். ஆனால் இப்போது உங்களுக்கு எல்லா வழிகளிலும் பாதகமே செய்திருக்கிறேன் என்று உணர்கிறேன். ஏன் இப்படி நடந்தது என்று என்னால் கூற முடியாது. வெற்றிக்கும் தோல்விக்கும் காரணம் தெளிவில்லாமல் தான் இருக்கும். ஆனால் என்னுடைய குறைகளில் மட்டுமே விளக்கத்தைத் தேடாதீர்கள். சிந்தித்துப் பாருங்கள். உங்களுக்கும் உயர்ந்த நோக்கங்கள் இருந்தன. இருப்பினும் நீங்கள் தோல்வி கண்டீர்கள். உங்களுக்கு என்னோடு உள்ள தொடர்பே உங்களுடைய தோல்விகளில்

ஒன்று தான். இப்படிச் சொல்லும்போது அது வேடிக்கைக்காகச் சொல்லவில்லை. இப்போது இந்த விவகாரத்திலிருந்து நான் விலகிக் கொண்டால் அது கோழைத்தனமோ துரோகமோ ஆகாது. உண்மையில் இதற்குத் திறந்த மனப்பான்மை தேவைப்படுகிறது. என்னுடைய சிற்றேடே உங்களை நான் எவ்வளவு மதிக்கிறேன் என்பதைக் காட்டுகிறது. ஒரு வகையில் பார்க்கப் போனால் நீங்கள் எனக்கும் ஆசிரியர்; நானும் கூட இப்போது மூஞ்சுறை விரும்பத் தொடங்கி விட்டேன். எனினும் விலகிக் கொள்ள நான் தீர்மானித்து விட்டேன். நீங்கள் தான் அதைக் கண்டுபிடித்தவர். நான் செய்யக் கூடியது எல்லாம், நானே தோல்வியை ஏற்று அதை உங்களுக்குத் தந்து, நீங்கள் புகழ் பெறுவதைத் தடுப்பதுதான். குறைந்தபட்சம், நீங்கள் அப்படித்தான் நினைக்கிறீர்கள். போதும். நான் செய்யக்கூடிய பரிகாரம் எல்லாம் உங்களிடம் மன்னிப்புக் கேட்பது தான். உங்களுக்குத் தேவை என்றால், நான் இப்போது உங்களிடம் சொன்னதை இதே பத்திரிக்கையில் வெளியிடுகிறேன்."

இவை தான் என்னுடைய வார்த்தைகள். அவை முழுமையாக உண்மையாக இல்லாவிட்டாலும், அவற்றிலுள்ள உண்மைத் தன்மை வெளிப்படையாகத் தெரிந்தது. நான் எதிர்பார்த்த தாக்கம் என்னுடைய விளக்கத்தினால் ஏற்பட்டது. முதியவர்களில் பலர் தங்களை விட வயதில் குறைந்தவர்களோடு உரையாடும்போது கள்ளத்தனம் ஏதாவது ஒளிந்திருக்கும். அவர்களோடு சமாதானமாக இருப்பீர்கள். அவர்களோடு நல்ல உறவுடன் இருப்பதாகக் கற்பனை செய்து கொள்வீர்கள்; அவர்களுடைய விருப்பு வெறுப்புகள் உங்களுக்குத் தெரியும்; உறவுக்கான தொடர்ந்த உறுதிமொழி பெறுவீர்கள்; பிறகு திடீரென்று ஏதாவது நடக்கும்; இதுவரையில் வளர்த்து வந்த சமாதான உறவுகள் நடைமுறைக்கு வரவேண்டிய வேளையில் இந்த முதியவர்கள் அந்நியர்களாக உங்கள் முன் நிற்பார்கள்; முதன்முறையாக அவர்களுடைய கொடியை விரித்துக் காட்டுவார்கள். அதிலுள்ள புதிய ஆணையைப் பயத்துடன் படிப்பீர்கள். பயத்திற்கு முக்கிய காரணம் அவர்கள் முன்னால் சொன்னதை விட இப்போது சொல்வது மிக நேர்மையாகவும், நீதியுடனும் இருக்கும். ஆனால் கடைசியான ஏமாற்று வேலை என்னவென்றால் முதலில் சொன்னதற்கும் இப்போது சொல்வதற்கும் அடிப்படையில் எந்த வேறுபாடும் இருக்காது. ஆசிரியரை நான் ஆழமாக அறிந்து வைத்திருக்க வேண்டும். ஏனென்றால் அவருடைய அடுத்த

வார்த்தைகள் எனக்குச் சிறிதும் வியப்பாக இல்லை. அவருடைய கையில் என் கையை வைத்து மென்மையாகத் தட்டிக் கொண்டே, "குழந்தாய், இந்த விவகாரத்தில் தலையிட உனக்கு எப்படித் தோன்றிற்று? அதைப் பற்றிக் கேள்விப்பட்ட உடனே என்னுடைய மனைவியுடன் இது பற்றிப் பேசினேன்," என்றார். நாற்காலியைப் பின்னால் தள்ளி விட்டு எழுந்து நின்று, கைகளை விரித்து, தனது மனைவி தன் முன்னால் நிற்பது போலவும் அவருடன் பேசுவது போலவும் தரையைப் பார்த்துக் கொண்டு நின்றார். அவர் மனைவியிடம் கூறினார்: "நாம் தனியாகப் பல ஆண்டுகள் போராடினோம். இப்போது நகரத்திலிருந்து ஒரு பெரிய மனிதர், ஒரு தொழிலதிபர் வந்திருக்கிறார். நாம் நம்மை நாமே பாராட்டிக் கொள்ள வேண்டுமல்லவா? நகரத்திலுள்ள ஒரு தொழிலதிபரை நாம் மதிக்காமல் இருக்க முடியாது. ஒரு பிடிக்காத விவசாயி நம்மை நம்பி வெளியில் சொன்னால், அது நமக்கு எந்த வகையிலும் உதவாது. ஏனென்றால் ஒரு விவசாயி நம்புவதும் சொல்வதும் அம்பலமேறாது. முதிய கிராம ஆசிரியர் சரியாகச் சொல்கிறார் என்று அந்த விவசாயி சொன்னாலும், அல்லது காறி உமிழ்ந்தாலும் விளைவு ஒன்று தான். ஒரு விவசாயிக்குப் பதிலாகப் பத்தாயிரம் விவசாயிகள் நமக்காகக் குரல் கொடுத்தாலும் இன்னும் மோசமாகப் போய்விடும். ஆனால் நகரத்திலுள்ள ஒரு தொழில் அதிபர் என்றால் நிலைமையே வேறு. அவரைப் போன்றவர்களுக்கு மேலிடத்தோடு தொடர்பு இருக்கும். அவர் போகிற போக்கில் சொல்வதெல்லாம், திரும்பச் சொல்லப்பட்டு, புதியவர்கள் அந்தப் பிரச்சனைகளில் ஆர்வம் காட்டுவார்கள். அவர்களில் ஒருவர், 'கிராமத்து முதிய ஆசிரியர்களிடமிருந்து கூடக் கற்றுக் கொள்ளலாம்,' என்று கூறுவார். அடுத்த நாள் பெருங்கூட்டமே அது பற்றிப் பேச ஆரம்பிக்கும். அடுத்து தொழிலுக்கு மூலதனமாகப் பணம் கிடைக்கும். ஒருவர் பணம் வசூலிக்கப் போவார். மற்றவர்கள் பணத்தைக் கொட்டுவார்கள். கிராமத்து ஆசிரியர் அவருடைய மறைவான இடத்திலிருந்து வெளிக்கொண்டு வரப்பட வேண்டும் என்று தீர்மானிப்பார்கள், அவர்கள் வருவார்கள். ஆசிரியரின் வெளித் தோற்றத்தைப் பற்றிக் கவலைப்பட மாட்டார்கள். அவரை அரவணைத்துக் கொள்வார்கள். அவருடைய மனைவியும் குழந்தைகளும் அவரைச் சார்ந்திருப்பதால் அவர்களையும் ஏற்றுக் கொள்வார்கள். நீ நகரத்து மக்களைப் பார்த்திருக்கிறாயா? நிறுத்தாமல்

அரட்டை அடிப்பார்கள். நிறையப்பேர் கூடி விட்டால் கேட்கவே வேண்டாம். நம்மை வண்டியில் இருக்கையில் தள்ளி விடுவார்கள். வண்டி ஓட்டுகிற 'கனவான்' தன்னுடைய கண்ணாடிகளைச் சரி செய்து சாட்டையைச் சொடுக்குவார். வண்டி புறப்படும். அனைவரும் நாம் அவர்களோடு இல்லாமல் கிராமத்தில் இருப்பதாக நினைத்துக் கை அசைப்பார்கள்.

நகரத்தின் முக்கிய மனிதர்கள் தங்கள் வண்டியில் எங்களைச் சந்திக்க வருவார்கள். நாங்கள் வந்தவுடன் தங்கள் இருக்கைகளில் எழுந்து நின்று கழுத்தை வளைத்துப் பார்ப்பார்கள். பணம் வசூலித்தவர் அனைத்தையும் ஒழுங்காக ஏற்பாடு செய்திருப்பார். நாங்கள் நகருக்குள் நுழையும்போது நீண்ட அணி வகுப்பாக இருக்கும். மக்களின் வரவேற்பு முடிவடைந்து விட்டது என்று நினைப்போம். தங்கும் விடுதிக்குப் போன பிறகுதான் ஆரம்பமாகும். நாங்கள் வந்து விட்டது அறிவிக்கப்பட்டவுடன் பெரிய கூட்டம் கூடும். ஒருவருக்கு விருப்பமாக இருப்பது அனைவருக்கும் விருப்பமானதாக ஆகி விடுகிறது. பிறருடைய கருத்துகளை வாங்கித் தங்களுடையனவாக ஆக்கிக் கொள்கிறார்கள். வண்டியில் வந்து எங்களை வரவேற்க முடியாதவர்கள் எல்லாம் விடுதி வாயிலில் காத்திருக்கிறார்கள். வேறு பலரும் காத்திருக்கிறார்கள். பணம் வசூல் செய்தவர் எல்லாவற்றின் மேலும் ஒரு கண் வைத்து அனைத்தையும் ஒழுங்குபடுத்துவது அசாதாரணமானது தான்."

அவர் சொன்னதை நான் அமைதியாகக் கேட்டுக் கொண்டிருந்தேன். கேட்கக் கேட்க இன்னும் அமைதி ஆகி விட்டேன். என்னிடமிருந்த என்னுடைய சிற்றேட்டின் படிகளையெல்லாம் மேசை மேல் வைத்திருந்தேன். சில மட்டும் காணவில்லை. சென்ற வாரத்தில் நான் வினியோகித்திருந்த படிகளையெல்லாம் திரும்பக் கேட்டு ஒரு சுற்றறிக்கை அனுப்பியிருந்தேன். பல திரும்பி வந்து விட்டன. தான் அந்தச் சிற்றேட்டைப் பெற்றதாக நினைவில்லை என்றும் அப்படியே வந்திருந்தாலும், அது தொலைந்து போயிருக்க வேண்டும் என்றும் சில பகுதிகளிலிருந்து மரியாதையான கடிதம் வந்திருந்தது என்பது உண்மை. இது கூட என் மனதைக் குளிர்வித்தது. நான் வேறொன்றும் பெரிதாக எதிர்பார்க்கவில்லை. ஒரே ஒருவர் மட்டும் அதை வைத்திருக்க அனுமதி கேட்டிருந்தார். இருபது ஆண்டுகளுக்கு அதை

யாரிடமும் காட்டுவதில்லை என்று உறுதியளித்திருந்தார். ஆசிரியருக்கு இந்தச் சுற்று மடல் பற்றி இன்னும் தெரியாது. அவருடைய பேச்சு அதனை அவரிடம் காட்டுவதை எளிதாக்கி விட்டது. எனினும் அதனை மிகவும் கவனத்தோடு நான் எழுதியிருந்ததால், நான் பதற்றப்பட வேண்டிய அவசியமில்லாமல் போயிற்று. அந்தச் சுற்று மடலின் பகுதியில் நான் எழுதியிருந்தது: "இந்தச் சிற்றேட்டில் சொல்லப்பட்ட கருத்தினை நான் திரும்ப எடுத்துக் கொள்வதற்கோ, நான் சொன்னவை நிரூபிக்கப்பட முடியாதவை என்பதாலோ நான் அதனைத் திரும்பக் கேட்கவில்லை. தனிப்பட்ட அவசர காரணத்தினாலேயே இந்த வேண்டுகோள். இந்த விவகாரம் பற்றிய எனது மனப்போங்கினைப் பற்றி எந்த முடிவும் எடுத்துக் கொள்ளக் கூடாது. இதுபற்றி உங்களுடைய கவனத்திற்குக் கொண்டு வருகிறேன். இதனை மக்களுக்குத் தெரிவித்தால் மகிழ்ச்சி அடைவேன்."

அப்போதைக்கு எனது கையை சுற்று மடலில் வைத்துக் கொண்டு சொன்னேன்: "நான் நம்பியபடி காரியங்கள் நடக்கவில்லை. அதனால் உங்கள் உள்ளத்தில் என்னிடம் குற்றம் காண்கிறீர்கள். ஏன் அப்படி இருக்க வேண்டும்? இந்தக் கடைசி நிமிடங்களில் நம்மிடம் கசப்புணர்வு வேண்டாம். நீங்கள் ஒன்றைக் கண்டுபிடித்திருக்கிறீர்கள். அது வேறு கண்டுபிடிப்புகளை விடப் பெரிதாக இருக்க வேண்டும் என்பதில்லை. ஆகவே பிற அநீதிகளை விட நீங்கள் அனுபவிக்கும் அநீதி பெரிதில்லை என்பதைப் பார்க்க முயலுங்கள். படித்த சமூகங்களின் வழக்கங்கள் எனக்குத் தெரியாது. ஆனால் நீங்கள் உங்கள் மனைவியிடம் விவரித்ததற்கு அருகில் கூட உண்மையான வரவேற்பு வர முடியாது. என்னுடைய சிற்றேட்டினால் ஏதாவது விளைவு ஏற்படும் என்று நான் நம்பினேன். நான் அதிகமாக எதிர்பார்த்த ஒரு பேராசிரியரின் கவனமானது இதுபற்றித் திரும்பும். அவர் ஒரு மாணவரை இது பற்றி ஆராய உங்களிடம் அனுப்புவார், அவர் உங்களுடைய ஆய்வையும் என்னுடைய விசாரணை முடிவுகளையும் நேரடியாகச் சோதித்துப் பார்ப்பார், எல்லா மாணவர்களும் அவநம்பிக்கை நிறைந்திருப்பார்கள் என்றாலும் இவர் தனது முடிவுகள் மதிப்பானவையாக இருந்தால் உங்களுடைய கண்டுபிடிப்புகளை அறிவியல் அடிப்படையில் கொண்டு அவரே ஒரு சிற்றேட்டினை வெளியிடுவார் என்று

நான் எதிர்பார்த்தேன். அப்படியே இருந்தாலும், அந்த நம்பிக்கை நிறைவேறியிருந்தாலும் அதனால் பெரிதாக எதுவும் நடந்து விடப் போவதில்லை. இப்படிப்பட்ட வினோதமான கருத்துகளை அச்சிற்றேட்டில் வெளியிடாமல் கேலி செய்து சிரித்திருப்பார்கள். இந்த விவசாயப் பத்திரிக்கையை எடுத்துக் கொள்ளுங்களேன். எவ்வளவு எளிதாக நடக்கும் என்று தெரியும். அறிவியல் ஏடுகள் இது போன்றவற்றில் நேர்மையே இல்லாமல் நடந்து கொள்ளும். இதனை எளிதாகப் புரிந்து கொள்ளலாம். பேராசிரியர்களுக்கும் பொறுப்பு அதிகம்; தங்கள் பற்றி, அறிவியல் பற்றி, வருங்காலம் பற்றிய பொறுப்புகள் உள்ளன. எனவே ஒவ்வொரு புதிய கண்டுபிடிப்பையும் அப்படியே அவர்கள் ஏற்றுக் கொள்வதில்லை. நாம் அவர்களை விட மேல். அது இருக்கட்டும். மாணவனின் சிற்றேடு ஏற்றுக் கொள்ளப்பட்டு விட்டது என்று வைத்துக் கொள்வோம். அடுத்து என்ன நடக்கும்? உங்களைப் பற்றி மரியாதை நிமித்தம் குறிப்பிடுவார்கள். நீங்கள் ஒரு ஆசிரியர் என்பது உங்களுக்கு ஒரு சாதகம். மக்கள் 'நமது கிராம ஆசிரியர்களுக்குக் கூர்மையான கண்கள்,' என்பார்கள். இந்தப் பத்திரிக்கையும் - பத்திரிக்கைகளுக்கு மனச் சான்றும், நினைவாற்றலும் இருந்தால் - பொதுமன்னிப்புக் கேட்கும். நல்ல மனமுள்ள பேராசிரியர் யாராவது உங்களுக்கு உதவித் தொகை பெற்றுத் தருவார். ஒருவேளை உங்களை நகரத்துக்கு அழைத்து உங்களுக்கு ஒரு பள்ளியில் வேலை வாங்கித் தந்திருப்பார்கள். அப்போது உங்கள் அறிவியல் ஆராய்ச்சிகளைத் தொடர வசதியாக இருக்கும். ஆனால் நான் வெளிப்படையாகப் பேசுவதென்றால், அவர்கள் இவற்றை எல்லாம் செய்வதோடு திருப்தி அடைவார்கள். அவர்கள் உங்களை அழைப்பார்கள். நூற்றுக்கணக்கான பல விண்ணப்பதாரர்களைப் போலத்தான் உங்களையும் அழைப்பார்கள்; தனி மரியாதை இருக்காது. உங்களிடம் பேசுவார்கள். உங்களுடைய நேர்மையான முயற்சியைப் பாராட்டுவார்கள். ஆனால் அதே சமயம் நீங்கள் ஒரு முதியவர் என்பதையும் கவனிப்பார்கள்; இந்த வயதில் அறிவியல் கற்பது இயலாது என்றும் உங்களுடைய கண்டுபிடிப்பு தற்செயலாக நடந்தது, முறையான ஆராய்ச்சியினால் இல்லை என்றும், இந்த ஒரு காரியத்தைத் தவிர மற்ற எதையும் படிப்பதற்கு உங்களுக்கு ஆசை இருக்காது என்றும் பார்ப்பார்கள். இந்தக் காரணங்களால் உங்களை மீண்டும் கிராமத்திற்கே அனுப்பி

விடுவார்கள். உங்கள் கண்டுபிடிப்பு பற்றிய ஆய்வு தொடரும். ஏனென்றால் ஏற்றுக் கொள்ளப்பட்ட பிறகு மறந்து விடுவதற்கு இது ஒன்றும் சாதாரணக் கண்டுபிடிப்பு இல்லை. ஆனால் அது பற்றி நீங்கள் ஒன்றும் பிறகு கேட்கமாட்டீர்கள். அப்படியே கேள்விப்பட்டாலும் உங்களுக்குப் புரியாது. ஒவ்வொரு புதிய கண்டுபிடிப்பும் அறிவுக் களஞ்சியத்தில் சேர்ந்து விடும். அதனுள் கரைந்து மறைந்து விடும். அதன் பிறகு அதனை அடையாளம் காண்பதற்கே அறிவியல் ஆய்வில் பயிற்சி வேண்டியதிருக்கும். ஏனென்றால் அது அடிப்படை அனுமானங்களோடு சேர்ந்து விடும். அவை என்ன என்றே நமக்குத் தெரியாது. இவற்றை எல்லாம் நம்மால் எப்படிப் புரிந்துகொள்ள முடியும்? நாம் அறிஞர்களின் விவாதங்களைக் கேட்கும்போது உங்கள் கண்டுபிடிப்பைப் பற்றித்தான் பேசுகிறார்கள் என்று எண்ணிக் கொள்வேன். ஆனால் அது வேறொன்று பற்றியதாக இருக்கும். வேறொரு சமயம் விவாதப் பொருள் உங்களுடைய கண்டுபிடிப்பு பற்றியது இல்லை என்று நினைத்துக் கொண்டிருப்போம். அது உண்மையில் அதைப் பற்றியதாகவே இருக்கும்.

நீங்கள் உங்கள் கிராமத்திலேயே இருந்தால், அதிகப்படியாகக் கிடைக்கும் பணத்தைக் கொண்டு உங்களுடைய குடும்பத்திற்கு நல்ல உணவும் உடையும் கொடுக்க முடியும். ஆனால் உங்கள் கண்டுபிடிப்பு உங்கள் கையை விட்டுப் போய்விடும். அதனை எதிர்த்து, நீதி உங்கள் பக்கம் இருக்கிறது என்று காட்ட முடியாது. ஏனென்றால் நகரத்தில் தான் அதற்குக் கடைசி அங்கீகாரம் தரப்பட வேண்டும். மக்கள் உங்களிடம் நன்றியில்லாமல் இருக்க மாட்டார்கள். நீங்கள் கண்டுபிடித்த இடத்தில் ஒரு அருங்காட்சியகம் வைப்பார்கள். கிராமத்திற்கு வருபவர்கள் பார்க்கக் கூடிய முக்கிய இடமாக அது இருக்கும். உங்களிடம் அதன் சாவிகளைக் கொடுத்து விடுவார்கள். வெளிப்படையான மரியாதை உங்களுக்கு கிடைக்கும். உங்கள் கோட்டில் அணிய அறிவியல் கூடங்களின் பணியாட்களுக்குத் தரும் பதக்கம் கூடத் தருவார்கள். இவை எல்லாம் நடக்கக் கூடும். இதுதான் நீங்கள் விரும்பியதா?"

எனக்குப் பதில் சொல்லாமல் அவர், "அப்படியானால் இதைத் தான் எனக்குப் பெற்றுத்தர முயன்றீர்களா?" என்றார்.

“இருக்கலாம். நான் உங்களுக்கு உதவி செய்ய விரும்பினேன். ஆனால் தோல்வியாகப் போய்விட்டது. இதுதான் எனது மிகப் பெரிய தோல்வி. எனவேதான் நான் பின்வாங்கிக்கொண்டு, என்னால் முடிந்தவரை சரி செய்ய விரும்புகிறேன்” என்றேன்.

“சரி,” என்றார் ஆசிரியர் தனது குழாயில் புகையிலைத் தூளை நிரப்பிக்கொண்டே. “உங்களுடைய விருப்பப்படியே இந்த நன்றியில்லாத வேலையை ஏற்றுக் கொண்டீர்கள். இப்போது நீங்களாகவே இதிலிருந்து விடுபடுகிறீர்கள். சரி தான்.”

“நான் விடாப்பபடியாகப் பிடித்துக் கொள்பவன் இல்லை. என்னுடைய திட்டத்திற்கு ஏதாவது எதிர்ப்புண்டோ?” என்றேன்.

“இல்லை, ஒன்றுமில்லை” என்றார் ஆசிரியர். குழாயில் புகை வந்தது. என்னால் புகையிலை நாற்றத்தைத் தாங்கிக் கொள்ள முடியவில்லை. எனவே எழுந்து அறையில் அங்கும் இங்கும் நடக்க ஆரம்பித்தேன். ஆசிரியருக்கு அறையை விட்டு வெளியில் போகும் ஆசையே இல்லை போலத் தோன்றிற்று. முன்னர் இது என்னை அடிக்கடி எரிச்சலடையச் செய்திருந்தது. வேறு ஏதோ தேவைப்படுகிறது என்று நினைப்பேன். பணம் தருவேன்; ஏற்றுக் கொள்வார். ஆனால் அவருடைய வசதிக்குத் தகுந்தாற்போலத்தான் வெளியே போவார். பெரும்பாலும் அதற்குள் புகைபிடித்து முடித்து விடுவார். பிறகு தனது நாற்காலியை ஆடம்பரமாகப் பின் தள்ளிவிட்டு, மேசையைச் சுற்றி நடந்து என்னுடைய கையைக் குலுக்கிவிட்டு வெளியே போவார். ஆனால் இன்று அவர் மௌனமாக அமர்ந்திருந்தது எனக்குச் சித்திரவதையாக இருந்தது. ஒருவருக்கு கடைசியாக விடைகொடுத்த பிறகு, அதனை அவர் ஏற்ற பிறகு, இப்படிப்பட்ட சடங்குகளை விரைவாக முடித்துக்கொள்ள வேண்டும். எந்தவித நோக்கமும் இல்லாமல் மௌனமாக அமர்ந்து ஒரு விருந்தாளி மற்றவருக்கு ஒரு சுமையாக இருக்கக் கூடாது. அந்தக் கிழட்டுப் பிடிவாதக்கார மனிதர்! நாற்காலியில் உட்கார்ந்திருப்பதைப் பின்னாலிருந்து பார்த்தபோது அவருக்கு கதவைக் காட்டுவது எளிதாகத் தெரியவில்லை.

✿✿✿

ச. வின்சென்ட்

மதுரை, கருமாத்தூர் அருள் ஆனந்தர் கல்லூரியில் ஆங்கிலத்துறைத் தலைவராக இருந்து ஓய்வு பெற்றவர். நைஜீரிய நாவலாசிரியர் சினுவ அச்சிபியின் நாவல்களை ஆய்வு செய்து முனைவர் பட்டம் பெற்றவர். பல நூல்களை ஆங்கிலத்திலிருந்து தமிழுக்கும் தமிழிலிருந்து ஆங்கிலத்திற்கும் மொழியாக்கம் செய்திருக்கிறார். சுயமுன்னேற்ற நூல்கள், முதியோருக்கான நூல் ஆகியவற்றையும் எழுதியிருக்கிறார். எதிர் வெளியீட்டில் ஃபிராய்ட் முதல் கல்விக் கூடத்திலிருந்து விடுபடும் சமுதாயம் வரை என பதிமூன்று நூல்கள் வெளிவந்திருக்கின்றன. பொள்ளாச்சி அருட்செல்வர் மகாலிங்கம் மொழிபெயர்ப்பு மையம், நியூ சென்சுரி புக் ஹவுஸ், நம் வாழ்வு, சந்தியா பதிப்பகம், பன்முக மேடை முதலிய பதிப்பகங்கள் அவரது நூல்களை வெளியிட்டிருக்கின்றன.